யு.ஆர். அனந்தமூர்த்தி என அழைக்கப்படும் உடுப்பி இராஜ கோபாலாச்சாரிய அனந்தமூர்த்தி (1932-2014) கன்னட நவீன இலக்கியத்தின் சிறந்த படைப்பாளி. சம்ஸ்காரா, அவஸ்தை, பாரதிபுரா போன்ற முக்கியமான நாவல்களை எழுதியிருக்கிறார். சம்ஸ்காரா திரைபடமாக்கப்பட்டு பல எதிர்ப்புகளைச் சந்தித்தது. பேராசிரியர் அனந்தமூர்த்தி கோட்டயம் மகாத்மா காந்தி பல்கலைக்கழகத்தின் முதல் துணைவேந்தராகவும் சாகித்திய அகாதமியின் தலைவராகவும் பணியாற்றினார். 'இந்தியாவின் மையம் டெல்லி இல்லை, ஒவ்வொரு மாநிலமும்தான்' என்பதிலும் 'இந்தியா பல்வேறு கலாச்சாரங்களின் கூட்டு' என்னும் கருத்திலும் அழுத்தமான நம்பிக்கையுடையவர். 1994இல் இந்திய அளவில் இலக்கியத் துறைக்கு வழங்கப்படும் உயரிய விருதான ஞானபீட விருதைப் பெற்றார். இந்திய அரசு 1998ஆம் ஆண்டு இவருக்கு பத்மபூசன் விருது வழங்கிச் சிறப்பித்தது.

சம்ஸ்காரா

யு.ஆர். அனந்தமூர்த்தி

தமிழில்

டி.எஸ். சதாசிவம்

அடையாளம்

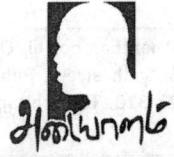

முதல் பதிப்பு: அடையாளம் 2011
மூன்றாவது மீளச்சு 2021
© ஓரியண்ட் பிளாக்ஸ்வேன் பிரைவேட் லிட்
© தமிழ் மொழிபெயர்ப்பு: அடையாளம்
வெளியீடு: அடையாளம், 1205/1 கருப்பூர் சாலை, புத்தாநத்தம் 621310,
திருச்சி மாவட்டம், தமிழ்நாடு, இந்தியா, தொலைபேசி: (+91) 04332 273444
நூல் வடிவம்: த பாபிரஸ், அச்சாக்கம்: அடையாளம் பிரஸ், இந்தியா
ISBN 978 81 7720 168 0
விலை: ₹ 160

Samskaaraa is a Novel by U.R. Ananthamoorthi, Originaly Published in Kannada and translated into Tamil by T.S. Sadhasivam, Published by Adaiyaalam, 1205/1 Karupur Road, Puthanatham 621 310, Thiruchirappalli Dist., Tamilnadu, India, email: info@adaiyaalam.net

இந்நாவல் பற்றி

...இங்க்மார் பெர்க்மானுடைய Seventh seal அப்போதுதான் பார்த்தேன். அதில் சொல்லப்பட்டிருந்த விஷயங்கள் என்னைக் கவர்ந்தன. அதன் அடிப்படையில் நம் நாட்டைப் பற்றி நினைக்கும் போது இது பல நூற்றாண்டுகளின், பண்பாடுகளின், தத்துவங்களின் கலவை என்பது புலனாயிற்று. எங்கள் கிராமத்தில் இருந்த இறுக்கமான வைதிகத்தனம் எனக்குள் பல கேள்விகளை எழுப்பியது. கிராமத்தில் அப்போது ப்ளேக் நோய் பரவி இருந்தது. அதற்கு ஊசிபோட வந்த மருத்துவர்கள் ஹரிஜனச் சேரிக்குள் போக மாட்டார்கள். அதனால் அங்கு பலர் இறக்கும்படியாக ஆயிற்று... இரண்டாவதாக ஒரு சம்பவம். மிக அழகான ஒரு ஹரிஜனப் பெண் அந்தச் சேரியில் இருந்தாள். அவளுக்கும் அக்ரஹாரத்தில் இருந்த ஒருவருக்கும் நெருங்கிய தொடர்பு இருந்தது. கிராமத்திலும் அதைப் பற்றி வம்பு பேசுவார்கள். வம்புப் பேச்சுக்களை நீங்கள் காது கொடுத்துக் கேட்கவில்லையென்றால் நீங்கள் சிறந்த நாவலாசிரியர் ஆக முடியாது. அவளுக்கு ஏற்பட்ட 'தொடுதல்' என்ற செயல் அவளுக்கு ஓர் உணர்வைத் தட்டி எழுப்பி இருக்க வேண்டும். ஹரிஜனச் சேரியில் பலர் ப்ளேக் நோயால் இறந்துகொண்டிருக்கும் போது, அவள் ஊரைவிட்டு வெளியே போய்விட்டாள். அவளுடைய பாலுணர்வு அவளுக்கு சாத்திரங்களால் மறுக்கப்பட்ட விடுதலை யைக் கொடுத்ததாக நான் நினைத்தேன். இதை அடிப்படையாக வைத்து 'தரங்கிணி'யில் எழுதிய கதைதான் பின்னர் சம்ஸ்காரா நாவலாக விரிவடைந்தது...

யு.ஆர். அனந்தமூர்த்தி
நன்றி: சுபமங்களா

என் பார்வையில் சம்ஸ்காரா

டி.ஆர். நாகராஜ்

கடந்த இருபது ஆண்டுகளாக *சம்ஸ்காரா* நாவல் என் உணர்விலும் அறிவிலும் பல மாற்றங்களை ஏற்படுத்தியுள்ளது. அந்த மாற்றத்தையும் அதனால் நான் அடைந்த வளர்ச்சியையும் பார்க்கும்போது எனக்கே ஆச்சரியமாக இருக்கிறது. ஒருவேளை 'கிளாசிக்' என்று சொல்லப் படும் உயர்ந்த இலக்கியங்கள் எல்லாவற்றின் குணமும் இதுவாகத் தான் இருக்கவேண்டும். அது படிப்பவரிடம் ஒரு தோழியாய், தோழனாய், ஆசிரியனாய் அமைந்து, மாறிக்கொண்டும் வளர்ந்து கொண்டும்தான் இருக்கும். ஒரு தடவை படிக்கும்போது எளிதாகத் தெரிந்த விஷயம் மீண்டும் படிக்கையில் உள்-ரகசியங்கள் நிறைந்ததாக இருக்கும். புரியாததாக இருந்த ஒன்று பின்பு நம்மோடு உறவாடும் அளவு எளிமை நிறைந்ததாக ஆகிவிடும். *சம்ஸ்காரா* நாவலுக்கும் எனக்கும் உள்ள உறவுகூட இத்தகையதுதான்.

நான் மாணவனாக இருந்தபோதுதான் முதன்முதலில் *சம்ஸ்காரா* நாவலைப் படித்தேன். அதாவது இந்த நூற்றாண்டின் எழுபதுகளின் ஆரம்ப வருடங்களில். அது லோகியா மற்றும் பெரியார் (இராமசாமி நாயக்கர்) சிந்தனைகளுக்கு நான் ஆளாகியிருந்த காலம். அதிலும் லோகியாவைவிட பெரியாரை நான் அதிகமாக விரும்பி இருந்த காலம். அப்போது சம்ஸ்காரா நாவல் எனக்கு மெய்சிலிர்க்க வைக்கும் ஓர் அனுபவமாக இருந்தது. ஏனெனில், மரபைப் பல்வேறு கோணங்களிலிருந்தும் தாக்கும் நாவலாக அது அன்று தெரிந்தது. அந்த நாவல் முதன்முதலில் வெளியானபோது வந்த எதிர்ப்புகளும் அது மரபை எதிர்க்கிறது என்ற காரணத்தால்தான் வந்தன. நாவலை ஆதரித்தவர்களும் அது இந்த நாட்டின் சோகை பிடித்த மரபு ஒன்றைத் தாக்குகிறதென்றே ஆதரித்தனர். ஆக, ஆதரித்தவர் களுக்கும் எதிர்த்தவர்களுக்கும் அது மரபை எதிர்க்கும் நாவல். அது பிராமணர்களையும் சநாதனத்தையும் எதிர்க்கும் நாவல். இவ்வாறு பேசிய இருசாராரின் கருத்துகளிலும் சந்தேகமேயில்லாமல் உண்மையிருந்தது. ஆனால் அதனை முழு உண்மை என்று சொல்ல

முடியாது. 'கிளாசிக்' என்று கூறத்தக்க உயர்ந்த படைப்பு ஒரு கண்ணாடியைப் போன்றதென்று கூறலாம். படிப்பவன் அதில் தன் முகத்தைக் காண்பது சகஜம்தான். நாங்கள் *சம்ஸ்காரா*வில் எங்களுக்கு வேண்டியதை மட்டும் கண்டதும் இந்தக் காரணத்தால்தான்.

நவீனவாதத்தின் அடுத்த கட்டமாகிய பின்-நவீனத்துவ காலமான இன்றைய நோக்கிலிருந்து பார்க்கும்போது சம்ஸ்காரா நாவலுக்கு அன்று ஏன் எதிர்ப்பு வந்தது என்பது விளங்குகிறது. 'நவ்ய' இலக்கியம் என்ற நவீனவாத இலக்கியம், தனது தத்துவமான 'மரபு என்பது ஒடுக்குமுறை' என்னும் பெருங்கதையாடலை மனப்பூர்வமாகவே நம்பிற்று. இதனோடு 'சிந்தனையின் பெருங்கதையாடலையும்' அது முழுமையாக நம்பியது. இந்த இரண்டு பெருங்கதையாடல்கள் இணைந்து தோன்றுவதற்குத் தத்துவ நோக்கிலான காரணமும் வாழ்வு நோக்கிலான காரணமும் இருந்தன. இத்துடன் கன்னட 'நவ்ய' இலக்கியவாதிகள் தமது முன்னோர்களான 'நவோதய'* இலக்கியவாதிகளிடமிருந்து வேறுபட்டும் அவர்களை எதிர்த்தும் எழுதவேண்டிய தேவையும் இருந்தது. எல்லாவித இலக்கியங்களும் இப்படித்தான் உருவாகின்றன. தனிமனிதத் தளத்தில் விசாலமான வாழ்க்கைப் பார்வையும் புதிய இலக்கியத் தத்துவமும் செயல்பாடும் சேர்ந்து ஒரு புதிய இலக்கிய இயக்கம் தோன்றுகிறது. 'நவோதய' இயக்கத்தின் முக்கிய எழுத்தாளர்களான பேந்த்ரே, மாஸ்தி, குவெம்பு ஆகியோர் மரபைப் பற்றிய விமர்சனம் வைத்தாலும் அடிப்படையில் அவர்கள் மரபை ஆராதிப்பவர்களே. கலாச்சாரம் தற்சமயத்தில் மலினப் பட்டிருந்தாலும் அது அவர்களுக்கு மீண்டும் புனிதமாகும் கங்கை; 'கங்காவதரணம்' (கங்கையின் வருகை) என பேந்த்ரே ஒரு முக்கியமான நூலை இந்தப் பெயரில் எழுதியுள்ளார் என்பதும் இங்கு குறிப்பிடத்தக்கது. மரபை இவ்வளவு புகழ்ந்த நவோதய இயக்கத்தின் இலக்கியநெறி அறிவுசாராத (Non-rational) தத்துவத்திலும் ஆழமான உறவு வைத்திருந்தது. அதாவது இந்த இயக்கத்தினர் இலக்கியப் படைப்பில் அறிவார்ந்த மரபின் நிர்ப்பந்தங்களைத் தாண்டவல்ல ஆற்றலைக் கொண்டிருந்தனர். முக்கியமாக அவர்களின் கவிதைகளில் புராணம், அறிவார்த்தமற்ற நம்பிக்கை, கனவு, மந்திர-தந்திரச் சிந்தனைகள் நிறைந்திருந்தன. இந்த அம்சங்கள்தாம் இறுதியில் நவோதய இலக்கியத்தின் நோய்க்கும் அதன் மரணத்திற்கும் காரணமாயின. 'நவோதய' இயக்கத்தின்

* 'நவோதயா' 'நவ்ய' என்பவை தற்கால கன்னட இலக்கிய வரலாற்றின் இரண்டு கட்டங்களைக் குறிக்கும் பெயர்கள்.

மரபுபற்றிய மேற்குறித்த எண்ணங்கள் பலவீனமுற்ற கட்டத்திலும் அதன் அறிவு எதிர்ப்புப்போக்கு தனது ஆற்றலை இழந்த கட்டத்திலும் தான் *சம்ஸ்காரா* தோன்றுகிறது.

***

சம்ஸ்காரா மரபைச் சித்திரித்த விதத்தில்தான் ஒரு புரட்சி கரமான நூலாகக் காட்சி தந்தது. ஆனால் பெரியார், *சம்ஸ்காரா* பார்த்த விதத்தில் பாரத நாட்டைப் பார்க்கவில்லை. பெரியாரின் எதிர்ப்பியக்கம் எந்த விதத்திலும் மரபை நட்புடன் பார்க்காமல் மரபுக்கு வெளியில் நின்று கோபத்துடன் வெடித்தெழுந்த இயக்கம். அதனால் மரபுசார்ந்த நினைவுகளுடன் நட்பு பாராட்டி இணைந்து நிற்க இயலாது. ஆனால் *சம்ஸ்காரா* நாவலோ வேறுவகையானது; அது எதற்கு எதிராய்ப் பேசுகிறதோ அதனோடேயே தன் கொப்பூழ்க் கொடி இணைந்திருப்பதையும் கண்டது. மரபை எதிர்க்கும்போதே தான் மரபுடன் இணைந்திருப்பதையும் உணர்ந்தது. இவ்வாறு கலாச்சார எல்லைக்குள்ளேயே நாவலின் உயிர் இருக்கிறது. இந்த அம்சத்தைப் பற்றி ஏன் சற்று விரிவாகப் பேச வேண்டியுள்ள தென்றால் *சம்ஸ்காரா* மரபுபற்றி கொண்டிருக்கும் நிலைப்பாடு முழுவதும் விவாதத்திற்குரியது என்பதால்தான்.

இந்தச் சந்தர்ப்பத்தில் இன்றைய சநாதனச் சிந்தனை யாளர் ஒருவர் அனந்தமூர்த்தியிடம் ஒருமுறை பேசிய விஷயம் ஒன்று நினைவுக்கு வருகிறது. டெல்லிக்குத் தூரத்தில் புறநகர்ப் பகுதியில் எங்களை விருந்தினராக அழைத்த ஒருவரின் அழகான வீட்டில் அனந்தமூர்த்தி, புகழ்பெற்ற நாடக இயக்குநர் பிரசன்னா, நான், டாக்டர் கீதிசென் ஆகியோர் அமர்ந்திருந்தோம். எங்களை விருந் துக்கு அழைத்தவர் ஒரு காலத்தில் சிந்தனையாளராகக் கருதப்பட்ட மாஜி ஐஏஎஸ் அதிகாரி. அதிலும் திராவிடக் கட்சி ஒன்று தமிழகத்தை ஆண்டபோது அதிகாரியாக இருந்த வடநாட்டு பிராமண அதிகாரி. இன்று ஓய்வுபெற்று பாரதத்தின் கலாச்சாரம் பற்றி ஆய்வு மேற்கொண்டுள்ளவர். விஸ்கி குடித்தபடியே பேச்சு தொடங்கியது. இடையில் அந்த மாஜி அதிகாரி திடீரென்று அனந்தமூர்த்தியை நோக்கி, ‘அனந்தமூர்த்தி! நீங்கள் ஏன் பிராமண எதிர்ப்பாளராக இருக்கிறீர்கள்? அதனை விட்டுவிடுங்கள்’ என்றார். நான் அதைக் கேட்டு அதிர்ச்சி அடைந்தேன். 1992இன் அந்தக் குளிர்காலத்தில் அனந்தமூர்த்தியைப் பிராமண எதிர்ப்பாளர் என்று கூறமுடியுமா? இதுபோன்ற சர்ச்சை கர்நாடகத்தில் நடந்திருந்தால் நாங்கள் சிலர் அனந்தமூர்த்திக்கு இப்படிச் சொல்லி இருப்போம்: ‘அனந்தமூர்த்தி!

நீங்கள் இப்போதெல்லாம் ஏன் பிராமணர்களுக்கு ஆதரவாக மாறி வருகிறீர்கள்?' இக்கேள்வியை இலக்கியத்துவக் கேள்வியாக மாற்றிக் கேட்பதானால் 'உங்களுக்குச் சமீபகாலமாக ஏன் மரபை ஏற்பது பற்றியே அதிகக் கவலை ஏற்பட்டிருக்கிறது? ஒரு காலத்தி லிருந்த தீவிர விமர்சனமும் நிராகரிப்பும் ஏன் இப்படியாயிற்று?' அனந்தமூர்த்தி பற்றிய இந்த முரண்பட்ட சிந்தனையால்தான் (Paradox) எனக்குச் சிரிப்பு வந்தது. அந்த அதிகாரியான புத்திஜீவிக்கு அனந்தமூர்த்தி பற்றிய இந்த எண்ணம் எங்கிருந்து வந்திருக்க வேண்டும் என்று யோசித்தேன். உடனே இந்த எண்ணம் சம்ஸ்காரா நாவலைப் படித்ததால் வந்ததென்று புரிந்து கொண்டேன். சம்ஸ்காரா நாவல் பிராமண எதிர்ப்பின் உச்ச சிகரம் என்று அந்த நவ சநாதனிக்குப்பட்டிருக்கிறது.

இங்குதான் 'சம்ஸ்காரா'வின் ஆற்றலே இருக்கிறது. அதாவது நம்மிடம் புழங்கும் விழுமங்களின் மட்டத்தில் பார்த்தால் அது சந்தேகமேயில்லாமல் ஒரு நவீனகால புரட்சிகர நாவலேதான். இந்தியச் சமூகத்தின் வீழ்ச்சிக்கு ஜாதி மற்றும் பாலியல் சார்ந்து அது தனிமைப்பட்டுப் போயிருக்கும் நிலையே காரணம் என்னும் பார்வையை சம்ஸ்காராவைப் போன்று தீவிரமாகக் கூறும் படைப்புகள் இந்தியாவின் முழு இலக்கியத்திலும் மிகவும் குறைவு. லாரன்ஸ், சார்த்ர் போன்றவர்களின் சிந்தனாப் பாதிப்புகள் இந்த நாவலில் காணப்பட்டாலும் அவை நம் நாட்டு சாதி விரோத தத்துவப் பார்வையின் முன்பு அடையாளமிழந்து போயுள்ளன என்பதுகூட இந்த நாவலின் சாதனைகளில் ஒன்றாகும். சநாதனிகள் இந்த நாவலைப் பற்றிக் குறைகூறுவதுகூட இந்தக் காரணத் தால்தான். ஜாதியானது இறுகிப் போய்விட்டதால் மேல்ஜாதிகள் முழுவதும் தம் மதிப்பை இழந்து நிற்கின்றன.

ஜாதீய பயத்தில் சமூகத்தின் சிருஷ்டித் தன்மை கெட்டிருக்கிறது. வாழ்க்கைக்குத் தேவையான சுகத்தையும் ஆனந்தத்தையும் சமூகம் கள்ளத்தனமான வழியில் பெறுகிறது. இந்தக் கள்ளவழிப் பாதையை நாடும் போக்கு மேலும் உறுதிப்பட்டு வேஷதாரித் தனத்தில் முழுச்சாதியும் சிக்கியுள்ளது. பிராமணர்கள் மண்ணோடு தொடர்புகொண்டு வாழாமல் வறட்டுப் புத்தியில் வாழும் ஜனங்களாகிவிட்டிருக்கிறார்கள் என்று சித்திரிக்கும் ஒரு நாவலைப் பற்றி சநாதனிகள் மனம் புகைவது இயல்புதான். இந்த வகையில் இந்த நாவல் பெரியாரின் பிராமண விரோதக் கொள்கையின் கலை வடிவமாய்க் காணப்படுவது இயல்பே.

ஆனால் சம்ஸ்காரா ஒரு வறட்டுப் படைப்பு அல்ல. இந்த நாவல் எந்த மரபுகளை எதிர்க்கிறதோ அதே மரபை, மொழியைக் கையாளும் முறையாலும் படிமங்களை உபயோகிக்கும் விதத்தாலும் ஏற்றிருப்பதில் ஓர் அற்புதமான அழகு தெரிகிறது. சம்ஸ்கிருத-கன்னடம் இணைந்து நாவலின் மொழிநடை அமையும் விதத்தை நுட்பமாய்க் காணும் யாரும் இந்தப் படைப்பை மரபின் விரோதி என்று கூற இயலாது. துருதிருஷ்டம் என்னவென்றால் சம்ஸ்கிருத-கன்னடம் சேர்ந்து உருவாகும் மொழியாலான படைப்புத் தத்துவம் ஆங்கில மொழிபெயர்ப்பில் வராது. இன்றைய ஆங்கிலத்திற்குக் கன்னடம் என்றால் என்ன? சம்ஸ்கிருதம் என்றால் என்ன? எல்லாம் ஒன்றாகவே ஆகிவிடும். 'கிருகஸ்த தர்மத்தின் வாசனை தெரிகிறது.' (இது கோபால கிருஷ்ண அடிகாவின் வரி) என்ற படிமம் மூலமொழிப் படைப்பில் பயன்படும்முறை இதற்கு ஓர் உதாரணம் ஆகும். ஆங்கிலம் பற்றிய நம் எண்ணம் இப்படி இருக்கட்டும். திராவிட இயக்கச் சித்தாந்தத்தின் கெடுபிடியால் சம்ஸ்கிருத சொல்லாட்சியை நிராகரிக்கும் இன்றைய தமிழில் இப்படைப்பு எப்படி மொழிபெயர்க்கப்பட்டிருக்கிறது என்று பார்க்கும் அபாரமான ஆசை எனக்கிருக்கிறது.

***

சம்ஸ்காரா நாவலைக் கலையாகப் பார்க்கும்போது பல சிந்தனைகள் தோன்றுகின்றன. கன்னட மொழியின் 'நவ்ய' இலக்கிய இயக்கம் 'சிந்தனையின் பெருங்கதையாடலை' நம்பி உருவான இயக்கம் என்று முன்பு சொன்னேன். இங்கு 'சிந்தனை' என்பது வெறும் தத்துவ நிலைப்பாடல்ல; அதற்கும் மேலாக அது இலக்கியத்திற்குள் உள்ள ஒரு நிர்தாட்சண்யமான நெறி என்றாகிவிட்டிருக்கிறது. சிந்தனை என்பது எதார்த்தவாதத்தின் அடிப்படையில் உருவாவது என்றாகிவிட்டிருக்கிறது. நாவலின் கலை வெளிப்பாட்டில் தத்துவமும் கலையம்சமும் ஒன்றை இன்னொன்று எதிர்எதிர் நின்று முகம் கொடுத்துப் பார்த்துக்கொள்கின்றன.

இந்த நாவலை ஓர் எதார்த்தவாத நாவல் என்று அழைக்க முடியும். ஆனால் எதார்த்தவாத நாவலின் போக்கை முழுதாக மீறும் முயற்சியும் இதே நாவலில் ஆற்றலுடன் செயல்படுகிறது. முன்பு ஒருமுறை ஒரு சந்திப்பில் அனந்தமூர்த்தி இந்தப் படைப்பின் கலைத்தன்மையைப் பற்றி இப்படிக் குறிப்பிட்டார்.

'நான் எதார்த்த நாவலாசிரியன் அல்லன். என் படைப்பு குறியீட்டுத் தன்மையில் அமைந்துள்ளது. அங்கு பெண், பெண்ணாகவே

வரவேண்டுமென்றில்லை. மரம், வானம், பூ முதலியன இன்னொரு விஷயத்தைத் தொனிக்கும்படி வரலாம். கவிதை வாசிக்க விரும்பாதவன் என் நாவலை வாசிக்க முடியாது.'*

இந்தக் கூற்றை முழுதும் அப்படியே ஏற்றுக்கொண்டு சம்ஸ்காராவின் கலைத்தன்மை பற்றிய சர்ச்சையை இன்னும் அதிகம் நுட்பமுடையதாக்கலாம். நாவல் அமைப்பில் கவிதையைக் காண முடியும் என்கிறபோது படைப்பில் வெளிப்படும் விசேஷ அழகின் உத்திகளை நோக்கி நம் கவனம் குவிகிறது. ஆனால் எதார்த்தவாத மரபைச் சார்ந்ததல்ல சம்ஸ்காரா என்கிற என் கூற்று எப்போது உண்மையாகுமெனில் சம்ஸ்காராவை மார்க்யொஸ்ஸுடன் ஒப்பிடும்போதுதான். மார்க்யொஸ் எதார்த்தவாதத்தை முழுதாய்க் காற்றில் வீசுகிறார். ஆனால் சம்ஸ்காரா அப்படியல்ல; அது விபரங்களைப் படிமமாக்கும் காவிய உத்தியைப் பயன்படுத்துகிறது. நாவலின் பாத்திரமான பிராணேஸாசார்யன் சாதி மரபை மீறினாலும் இறுதியில் சூத்திரனாய்த் தன்னைக் கரைத்துக்கொள்ள முடியாது என்று கண்டுகொள்கிறான். அவன் திருவிழாவிற்கும் ரத உற்சவத்திற்கும் போகும் காட்சி நாவலின் உத்தி நோக்கிலிருந்து பார்த்தாலும் முக்கியம்தான். அப்படி அவன் போவது ஒரு தெய்வீகப் பிரயாணம். அவனது சொந்த சக்தியை அறிய மேற்கொண்ட பிரயாணம் அல்ல அது. ஆனால் அங்கு அவன் தன்னால் எதை எதைச் செய்யமுடியாது என்பதைக் கண்டுகொள்கிறான். அகங்காரியான ஒரு ஞானியைப் போல் சமூகத்தின் வெளியே தங்காமல் ஊருக்குத் திரும்பும் முடிவை எடுக்கிறான். அந்த முடிவே விழாவை நோக்கிய ஒரு பயணம்தான். ஆனால் அது சாதாரண விழாவல்ல. உயிர் தரிப்பதோடு தொடர்புடைய விழா; வாழ்க்கை என்னும் தேர்த் திருவிழா. இந்தத் தடவை பிராணேஸாசார்யன் எல்லாவற்றையும் புதுக்கண்களால் பார்க்கத் தொடங்குகிறான். ஆனால், எப்படி அவன் தன் கலாச்சாரத்தை முழுதும் துறந்து இன்னொருவனாய் ஆக முடியாதோ அதுபோலவே நாவல்கூட எதார்த்தவாத மரபைத் துறக்கமுடியாது. இதுதான் நாவலின் ஆற்றலும் அதே நேரத்தில் அதன் பிரச்சினையுமாகும்.

***

சம்ஸ்காரா நாவலை அனைத்துலகப் பின்னணியில் வைத்து நிச்சயம் பார்க்க முடியும். எல்லா நல்ல கலைப்படைப்புகளும் அனைத்துலகப்

---

* டி. ஆர். நாகராஜ் 'அமிர்தம் மற்றும் கருடன்' (கன்னட விமர்சனம்), புஸ்தக சந்தன, பெங்களூர் 1983, ப. 69.

பின்னணி கொண்டவையே என்பதுகூட வெறும் சம்பிரதாயமான பேச்சுத்தான். இவ்வாறு எந்தக் குறிப்பிட்ட கலாச்சாரத்திலும் ஆழமாக வேர்விடாமல் அதே நேரத்தில் எல்லாக் கலாச்சாரங் களுக்கும் பொருந்தும் விதமாக சம்ஸ்காராவை அணுகுவதில் எனக்கு ஈடுபாடில்லை. என்னளவில், இந்த நாவல் ஒரு குறிப்பிட்ட கலாச்சாரச் சூழலில் எவ்வாறெல்லாம் தன் அர்த்தத்தை உருவாக்கிக் கொண்டு வந்துள்ளது என்பதை விளக்கவே இங்கு முயல்வேன்.

எழுபதுகளில் சம்ஸ்காராவை மரபை எதிர்க்கும் நாவலாகக் கண்டாலும் இன்று, 1993இலும் அந்த நாவல் இன்னும் அதிக அளவில் மரபு எதிர்ப்பு நாவலாகவே காட்சி தருகிறது. இது என் எண்ணம். சம்ஸ்காரா, முழு இந்தியாவையும் இன்று பீடித்திருக்கும் தேக்கத்தை எதிர்க்கும் ஓர் உருவக ரீதியிலான விமர்சனம்.

இந்தியக் கலாச்சாரத்திற்கு என்னவாயிற்று? அதன் உள்ளே ஏற்பட்ட தேக்கத்தை எதிர்க்க சிருஷ்டிபூர்வமான எதிர்ப்பு உருவாகாமல் போனதால் சுய கைம்மைத் தனத்தால் அது உயிரிழந்து நிற்கிறது. ஒரு காலத்தில் நாகார்ஜுனனுக்குச் சங்கராச்சாரியார் எதிரியாக இருந்தார். தின்னாகர் பத்ருகிரியைச் சவாலுக்கு அழைத்தார். வைதிகர் களுக்குப் பௌத்தரும் சமணரும் சவால்களை வீசி முழு சமூகத்தையும் சிருஷ்டி பூர்வமானதாக உருவமைத்தனர். ஆனால் ஒரு கட்டத்தில் இவையெல்லாம் மறைந்தன. மிகவும் ஆழமாக அவ்வைதிகர்கள் காட்டிய எதிர்ப்புகள் மறைந்துபோயின. வைதிகக் கலாச்சாரம்கூட அர்த்த மில்லாத மயிர்பிளக்கும் வெற்றுத் தர்க்கங்களின் பயிற்சியாகிவிட்டது. எளிமையான மனித சத்தியத் தைக் காணாது வெறும் ஸ்மிருதியால் வாழும் அர்த்தமில்லாத வாழ்வாக எண்ணூறு ஆண்டுகளின் வைதீகதர்சனங்கள் அமைந்து விட்டன. சம்ஸ்காரா நாவலில் வரும் ஒரு சாவு, வெறும் சாஸ்திர வியாக்கியானம் சம்பந்தப்பட்ட பிரச்சினையாக விளங்குவது ஒருவகையில் இந்திய வாழ்க்கைமுறை மீதான கண்டனம் எனலாம்.

ஜாதி மரபுக்காக இதயத்தை இழந்த சமூகத்திற்கு இறுதியில் புத்திகூட இல்லாமல் போகிறது. சாஸ்திர வியாக்கியானங்களுக்கு வெளியில் இருக்கும் (கொடூர) வாழ்க்கையின் வறட்டுத் தன்மைக்குப் பிராணேஸாசார்யன் உட்படுகிறான். மயிர்பிளக்கும் வியாக்கியானங்களின் மூலம் காணாத உண்மை அவனுக்குக் காமம் (அதுவே அவனுக்குத் தேர்த்திருவிழா) மூலம் கிடைக்கிறது. சம்ஸ் கிருத உயர்மரபு சார்ந்து உடல் என்னும் இயற்கையைத் தடுத்து

வைத்திருந்தவனைச் சந்திரியின் மூலம் இயற்கை ஒருமுறை தன் தொடையை நோக்கி இழுத்துவைத்துக் கொள்கிறது. அதுவரை சாதாரணமாகக் காணப்பட்ட எல்லாம் 'மூலமுதலான அனுபவமாக' மாற்றம் பெறுகின்றன. சந்திரியுடன் ஏற்படும் சம்போகத்திற்குப் பிறகு அவனுக்குப் பசி ஆரம்பிக்கிறது. காமமும் உணவும் இங்கே இணை கின்றன. அந்தக் கணத்தில் இயற்கையின் அப்பழுக்கற்ற அழகுக்குக் கண் திறக்கிறான். அந்தக் கணம்வரை பிராணேஸாசார்யன் பிறக்கவில்லை என்றும் கூறலாம். சாஸ்திரங்களில் மட்டும் வாழ்க்கையைக் கண்டவன் தாய் வயிற்றின் கருவாக மட்டுமே இருக்கிறான். இப்படிப்பட்டவனுக்குச் சந்திரி மூலம் ஒரு மறுஜன்மம் கிடைக்கிறது. இது ஒரு குறியீடுதான். குறியீடில்லாமல் நிஜத்தில்கூட அவன் தன் ஜாதியையும் ஊரையும் தாண்டி வெளியில் வருகிறான். அதன் மூலம் அதுவரை தான் நம்பிய சுயதர்மங்களை யெல்லாம் தாண்டுகிறான். நாவல் இந்த இடத்தில் எவ்வளவு ஆற்றலுடன் வளர்கிறதென்றால், அதில் எது எதார்த்தம் எது குறியீடு என்று வேறுபடுத்துவது சாத்தியமில்லாததாகிறது. என்றாலும் இந்நாவல் எல்லா இடத்திலும் ஒரு நிஜமான மலைநாட்டுப் பிரதேசமாகவே அமைகிறது.

சம்ஸ்காரா நம் வாழ்க்கை முறையின் குணத்தையும் அது எதிர்கொள்ளும் ஆழமான பிரச்சினைகளையும் பற்றிய நூல். தன் வாழ்க்கை முறையின்படி சாவது சரியல்ல என்று அறிந்தோ அறியாமலோ நாரணப்பன் தன் ஜாதி என்னும் எல்லையை மீறுகிறான். பிராணேஸாசார்யன் தன் தர்மத்தில் வாழ்வதே சரி என்னும் நிலைப்பாட்டுக்கு வந்து மீண்டும் தன் எல்லைக்குள் வரும் எண்ணத்தில் இருக்கிறான்; ஆதங்கத்தில் காத்துக்கொண்டிருக் கிறான். தன் தர்மத்தோடுள்ள அத்யந்த ஈடுபாட்டைக் காட்டும் காரணத்தால் சம்ஸ்காராவை, நிஜமான அர்த்தத்தில் மரபை வலியுறுத்தும் ஒரு நாவல் என்றாலும் சரிதான். இந்த மரபை விளக்க நாவலில் வேறு காரணங்களும் உண்டு. பிராணேஸாசார்யனை எங்கும் கேலியாக நாவல் பார்க்கவில்லை. அவன் நாவலின் கலை மையமாகவும் வாழ்க்கை மதிப்புகளின் மையமாகவும் இருக்கிறான்.

இந்த நாவலின் இன்னொரு உலக இலக்கியத்தன்மையையும் சொல்வது பொருத்தமானதென்று கருதுகிறேன். காஃப்கா என்ற இலக்கிய ஆசிரியனுக்குச் சட்டம் என்பது ஒரு பெரிய காடு போலாகிவிடுகிறது என்ற பயம் பெரிய அளவில் உண்டு. சட்டங்கள் உயிரும் சலனமும் பெற்று அவை தாமே சுதந்திரமாகச் செயல்பட ஆரம்பித்தவுடன் மனித அர்த்தமும் நம்பிக்கைகளும் களையிழக்

கின்றன. எல்லா இறுகிய சமூகங்களும், இந்தத் துக்ககரமான நாடகத்தைச் சந்தித்தே ஆகவேண்டும். சம்ஸ்காராவில்கூட சட்டம் – அது மதரீதியான சட்டம் – பயங்கரமான காடு போல் வளர்ந்து எல்லா மனிதச்செயல்களையும் நடைபெறாதபடி செய்துவிடுகிறது. இத்தகைய சூழலில் வாழும் மக்கள் சமூகமும் காஃப்காவின் நாவலில் காட்டப்படும் சமூகமும் ஒன்றே. நாரணப்பன், பிராணேஸாசார்யனின் மறுரூபமாய் (Alter Ego) காட்சி தருகிறான் என்பது இந்த நாவலின் முக்கிய பிரச்சினை.

அடிப்படையில் நாரணப்பன், பிராணேஸாசார்யனின் விழுமங் களை ஏற்றுக்கொண்டவன். தன் எதிர்ப்புச் செயல்களுக்கு ஆழமான தத்துவ ஆமோதிப்பைக் கண்டு சொல்லமுடியாதவன். ஆனால் சுத்தமான ஜீவிதத்தின் மட்டத்தில் அவன் எவ்வளவு உறுதியாக இருந்தாலும் பிராணேஸாசார்யனின் ஆளுமையின் ஆற்றல் நாரணப்பனுக்கு இல்லை. ஆசார்யனின் நகரத்தை நோக்கிய பிரயாணத்திற்குக்கூட ஓர் அழகு இருக்கிறது. அவனது ஆதங்கத் திற்குத் திவ்யமான ஒரு வேதனையின் சாயல் உண்டு. ஆனால் நாரணப்பன் தன் செயலில் முழுவதுமாய் முழுகிப் போகிறான். எனவே அவன் வாழ்வின் நிஜத் தளத்தில் அதிகம் பிரகாசித்தாலும் அபௌதிக மட்டத்தில் (metaphysical) ஆச்சார்யனின் முன்பு ஒளி குன்றுகிறான். ஆகவே பிராணேசார்யனுக்கு அதிக சலுகை தரப் படுகிறது என்பதுதான் இந்த நாவல் புரியும் அரசியல் எனலாம்.

ஜாதித் தடைகளைத் தாண்டிய நாரணப்பன் தனதேயான பார்வைகளாலும் வாழ்வாலும் பிராணேஸாசார்யனுக்கு ஒரு சவாலாக அமைந்திருந்தால் கதையே வேறாகியிருந்திருக்கும். இப்படித்தான் பிராணேஸாசார்யன், நாரணப்பனிடம் தன் விழுமங்களின் குரூரமான வீழ்ச்சியைக் காண்கிறான். அதாவது தன்னிலிருந்து மாறிய சுதந்திரப் பார்வைகொண்ட இன்னொரு கதாநாயகனை அல்ல; மாறாகத் தன்னையே தான் காண்கிறான் – வீழ்ந்த நிலையில்.

இங்கு பார்த்த இக்கூற்றுகளின் மூலமாக, முழு நாவலை யும் வேறு சிந்தனைகள்வழி பார்க்கும் சாத்தியப்பாடும் உண்டு. ஆனால் சம்ஸ்காராவின் பருப்பொருட்களாக மலைநாட்டுப் பிரதேசங்களி லிருந்து உண்மையாக எழுந்து வந்த வஸ்துக்களின் உலகமும் இயற்கையும் இருக்கின்றன. அந்தப் பருப்பொருட்கள் குண ரூபமானவையும்தான் என்ற தொனியும் இந்த நாவலில் உண்டு. மலைநாட்டின் ஒரு மூலையில் நடக்கும் இந்தக் கதை வேறெதற்கோ

தத்துவ ரூபமாய்க் காட்சி தருகையில் நம்முடைய மனம் குண ரூபமாய் மாறுகிறது. ஆனால் அந்தத் திருவிழா, மக்கள், கோழிச் சண்டை, பிராமணத் தெரு, சாப்பாட்டுப் பந்தி, கள் நிறைந்த பாட்டில்கள், வேசித்தனம் இவற்றைப் பார்க்கும்போது நாம் பருப்பொருட்களாகவே இருக்கிறோம் என்ற நினைவு வருகிறது. சம்ஸ்காரா நாவல் இந்தியச் சமூகத்தின் வீழ்ச்சியைச் சொல்லும் குறியீட்டுப் பாஷை என்று சிந்தித்தபடியே தீர்த்தஹள்ளி தாலுகாவில் அலைந்துகொண்டிருந்த நாட்கள் இதை எழுதும்போது நினைவுக்கு வருகின்றன. திடீரென்று பார்த்த முகங்களில் நாரணப்பன் இருக்கிறானா, புட்டன் இருக்கிறானா என நினைத்ததும் ஞாபகத்திற்கு வருகிறது.

இவ்வாறு வேறுபட்ட மன அலைகளை எழுப்பும் சக்தி சம்ஸ்காராவுக்கு இருப்பதனாலேயே என் மட்டத்தில் இது மிகவும் முக்கியமான படைப்பு. தன் தர்மத்தின் மீது ஐயமும் அதேநேரத்தில் ஆழமான சிரத்தையும் கொண்டு, நிர்தாட்சண்யமாய் சிந்திக்கும் – பிரச்சினையை எதிர்கொள்ளும் – மிக முக்கியமான படைப்பு இது. கன்னட நாவல் உலகில், பின்பு ஏற்பட்ட மகத்தான சாதனைகளுக்கு சம்ஸ்காரா ஒரு மைல்கல்லாக அமைந்தது என்றால் மிகையல்ல.

- கன்னடத்திலிருந்து தமிழில்: தமிழவன்

சம்ஸ்காரா

பகுதி ஒன்று

காய்ந்து சருகாகிப் போயிருந்த பாகீரதியின் மெலிந்த உடம்பைக் குளிப்பாட்டி, மடிஉடுத்தி, வழக்கத்தின்படி பூஜை – நெய் வேத்தியாதிகளை முடித்த பின்னர், சுவாமி பிரசாதப் பூவை அவள் தலையில் முடித்து, தீர்த்தம் தந்து, அவளைத் தன்னை வணங்க வைத்து, ஆசிர்வதித்து, ரவைக்கஞ்சியைக் கிண்ணத்தில் கொண்டு வந்தார் பிராணேஸாசார்யார்.

'மொதல்லே – ஒங்க சாப்பாடாகட்டும்' என்றாள் பாகீரதி, மெலிந்த குரலில்.

'இருக்கட்டும். மொதல்ல நீ கஞ்சியக் குடி.'

இருபது ஆண்டுகளாக ஒருவருக்கொருவர் பரிமாறிக் கொண்டு பழகிப்போயிருந்த பேச்சு. விடியற்காலை குளியல், சந்தியா வந்தனம், சமையல், மனைவிக்கு மருந்து, பிறகு ஆற்றைத் தாண்டிச் சென்று கோயிலில் மாருதிக்குப் பூஜை – இவை அவருக்கு நாளும் தவறாத நியமங்களாகிப் போனவை. உணவு முடித்த பின்னால் அக்ரஹாரத்து பிராமணர்கள் ஒவ்வொருவராக வந்து வீட்டுத் திண்ணையின்மேல் கூடுவார்கள்; நாள்தோறும் அவருக்கு மிக விருப்பமான ஒன்றாக எஞ்சியிருக்கும் அவருடைய புராண புண்ணியக் கதைகளின் பிரசங்கத்தைக் கேட்பதற்காக. சாயங் காலம் மீண்டும் குளியல், சந்தியாவந்தனம், மனைவிக்குக் கஞ்சி, மருந்து, சமையல், உணவு – திரும்பவும் திண்ணையில் வந்து உட்கார்ந்து பிராமணர்களுக்கு உபன்யாசம். பாகீரதி எப்போதாவது ஒருமுறை சொல்வதுண்டு.

'என்னக் கட்டிண்டு... ஒங்களுக்கு என்ன சொகம்...? ஆத்துக்கொரு கொழந்தை வேண்டாமா...? இன்னொரு கல்யாணம் செய்துக்குங்களேன்...!'

'என்னைப் போல கெழவனுக்குக் கல்யாணமா...?' என்று பிராணேஸாசார்யர் சிரிப்பார்.

'இன்னும் நாற்பதைக்கூட தாண்டாத நீங்க என்ன கெழம்... காசிக்குப் போயி, சம்ஸ்கிருதம் படிச்சுட்டு வந்த ஒங்களுக்குத் தம் பொண்ணைத் தாரவார்த்துக் கொடுக்கிறதுக்கு எந்தத்

தோப்பனுக்குத்தான் இஷ்டமில்லாம போயிடும்? ஆத்துக்கு ஒரு கொழந்தை வேணும்... என்னைக் கைபிடிச்சதிலேருந்து ஒங்களுக்கு என்ன சொகம் கெடைச்சிருக்கு...?'

பிராணேஸாசார்யார் புன்னகைத்துவிட்டு, எழுந்து உட்கார முயற்சிக்கும் மனைவியை மெதுவாகப் படுக்கவைத்து, தூங்கச் சொல்லுவார். பலனை எதிர்பார்க்காமல் கடமையைச் செய் என்று கூறவில்லையா பகவான்? முக்திவழியில் இருக்கும் தம்மைச் சோதிப்பதற்காகவே பிராமணப் பிறவியைக் கொடுத்து இத்தகைய இல்லறத்தில் தன்னை அவன் ஈடுபடுத்தி இருக்கிறான். பஞ்சாம் ருதத்தை சேவிப்பதைப் போன்ற புனிதமான உணர்வு அனுதாபத் திற்குரிய மனைவியின்மேல் ஏற்பட்டு, இவள் நோயாளியாக இருப்பதனால்தான் நான் மேலும் பக்குவப்படலானேன் என்று தமது வாழ்க்கையைக் குறித்து பெருமிதம் கொள்வார்.

சாப்பிட உட்காருவதற்குமுன்பு, பசுப்பிண்டத்தை வாழை இலையில் வைத்து, வீட்டுப் பின்புறத்தில் மேய்ந்துகொண்டிருந்த பசு 'கௌரி'யின் முன்னால் வைத்துவிட்டு, அதன் ரோமாஞ்சன உடம்பைத் தடவி கண்களில் ஒத்திக்கொண்டு உள்ளே வந்து கொண்டிருக்கும்போது 'ஆசாரியரே! ஆசாரியரே' என்று அழைக்கும் பெண்ணின் குரல் கேட்டது. நாரணப்பாவின் 'வைப்பு' சந்திரியின் குரலைப்போல் இருந்தது. அவளோடு பேசினால் மீண்டும் குளித்த பின்புதான் சாப்பிட வேண்டும். ஆனால், பெண் பிள்ளை ஒருத்தியை வாசலில் காக்க வைத்துவிட்டு சாப்பிட உட்கார்ந்தால் உண்ணும் கவளம் தொண்டைக்குள் இறங்குவது சாத்தியமா?

திண்ணைக்கு வந்தார். சந்திரி சட்டென்று தலைமீது புடவைத் தலைப்பை இழுத்துவிட்டுக்கொண்டு வெளுத்து, பயந்து போனவ ளாக நின்றிருந்தாள்.

'என்னம்மா விஷயம்? எதுக்கு வந்தே?'

'அவங்க... அவங்க...'

சந்திரி நடுங்கிக்கொண்டு பேச்சு வராமல் கம்பத்தில் சாய்ந்தாள்.

'யாரு? நாரணப்பனா? என்னாச்சு?'

'போயிட்டாங்க.'

சந்திரி முகத்தை மூடிக்கொண்டாள்.

'நாராயணா; நாராயணா... எப்போ...?'

'இப்போதான்...'

'நாராயணா... என்ன ஆச்சு அவனுக்கு?'

சந்திரி தேம்பிக்கொண்டே சொன்னாள்:

'சிவமொக்கேயிலிருந்து வந்தவங்க ஜொரம்னு படுத்தாங்க. நாலுநாள் ஜொரம்... அவ்ளதான்.. அள்ளவயித்துப் பக்கத்துல கட்டி வந்திருச்சு; நோவுக்கு வற்ற நெரிக்கட்டி மாதிரி...'

'நாராயணா...'

உடுத்தியிருந்த பட்டு மடியோடே பிராணேஸாசார்யார் ஓடோடி கருடாசார்யாவின் வீட்டுக்குப் போய், 'கருடா, கருடா' என்று கூப்பிட்டு சமையலறைக்குள் நுழைந்தார். நாரணப்பா கருடாசார்ய னுக்கு ஐந்து தலைமுறை சம்பந்தம். நாரணப்பனின் கொள்ளுப் பாட்டனுக்குப் பாட்டியும், கருடாசார்யனின் கொள்ளுப் பாட்டியும் அக்காதங்கைகள். அப்போதுதான் பிசைந்த குழம்பு சாதக் கவளத்தைக் கையிலெடுத்து வாயில் போடப்போன கருடாசார்ய னிடம், 'நாராயணா... கருடா, சாப்பிட்டுடாதே... நாரணப்பா காலமாயிட்டானாம்' என்று சொல்லிக்கொண்டே நடுப்பகல் வெயிலுக்கு வேர்த்துக்கொட்டிய முகத்தைத் துடைத்துக் கொண்டார் பிராணேஸாசார்யார். கருடாசார்யார் பிரமித்துப் போய் தனக்கும் நாரணப்பனுக்கும் பேச்சுவார்த்தை இல்லாமல் போய் எல்லா சம்பந்தமும் அறுந்து போயிருந்தும்கூட பிசைந்த சோற்றுக் கவளத்தை இலையிலேயே போட்டுவிட்டு, ஆபோஹனம்[1] நீர் சுற்றி வாயில் விட்டுக்கொண்டு எழுந்தான். கரண்டியைப் பிடித்து அசைவற்று நின்ற பெண்டாட்டி சீதா தேவியிடம், 'பிள்ளைங் களுக்குத் தோஷமில்லே, சாப்பிடட்டும்... சவதகனம் ஆறவரைக்கும் நாம் சாப்பிடறமாதிரி இல்ல' என்று சொல்லிவிட்டுப் பிராணேஸா சார்யரோடு கூடவே வெளியில் வந்தான்.

செய்தி தெரிவதற்கு முன்பு அக்கம் பக்கத்திலுள்ளவர்கள் எல்லாம் எங்கே சாப்பிட்டுவிடப் போகிறார்களோ என்ற பயத்தில் பிராணேஸாசார்யார் உடுப்பி லக்ஷ்மணாசார்யனின் வீட்டுக்கும் கருடாசார்யா, அரைக்கிறுக்கு லக்ஷ்மி தேவம்மா, கீழ்வீட்டு துர்காபட்டன் வீட்டுக்கும் வேக வேகமாகப் போய் செய்தியைத் தெரிவித்தார்கள். சாவுச் செய்தி நெருப்பைப் போல அக்ரஹாரத்தின் மற்ற பத்து வீடுகளுக்கும் பரவியது. பிள்ளைகளை உள்ளே உட்கார வைத்து கதவு, ஜன்னல்களைப் போட்டாகிவிட்டது. கடவுள்

[1] ஆபோஹனம்: உண்பதற்கு முன்பும் உண்ட பின்பும் மந்திர உச்சாடனத்துடன் உள்ளங்கையில் நீர்விட்டு அதை உணவுத் தட்டைச் சுற்றி வார்ப்பதும் உள்ளங்கை நீரை உறிஞ்சுவதுமான ஒரு சடங்கு.

புண்ணியத்தில் இன்னும் எந்த பிராமணனும் சாப்பிட்டிருக்க வில்லை.

நாரணப்பா காலமானதைக் கேட்டு பெண்கள், பிள்ளைகள் முதற்கொண்டு அக்ரஹாரத்தில் ஒரு குஞ்சு-குளுவுக்குக்கூட துக்கம் உண்டாகவில்லை. என்றாலும், எல்லாருடைய மனதிலும் ஒரு தெளிவில்லாத, முன்பின் அனுபவித்தறியாத ஒருவகை பயம். மனக்கலவரம் பிறந்தது. வாழ்ந்திருக்கும்போதும் பரம எதிரி; செத்தும் சோத்துக்கு எதிரி; சவமாயும் பிரச்சினை என்று தன் சகலபாடியை சபித்துக்கொண்டே உடுப்பி லக்ஷ்மணாசார்யா கை கழுவினான். ஆசார்யரின் திண்ணையில் கூடுவதற்குப் புறப்பட்ட ஒவ்வொரு கணவனின் காதிலும் மனைவி ஓதினாள்: 'பிராணேஸாசார்யரே தீர்மானம் பண்றதுக்கு முன்னாடி நீங்களாவே அவனோட தகனம் பண்றதுக்கு ஒப்புத்துக்காதேங்கோ. நாளைக்கு குரு பெரியவா பகிஷ்காரம்[2] பண்ணிட்டா என்ன கதியாறது?'

புராணம் கேட்பதற்கென்று நெருக்கியடித்து உட்காருவதைப் போல அப்போது திண்ணையில் இனம்புரியாத பீதியில் கூடியிருந்த பிராமணர்களிடம் பிராணேஸாசார் யார் துளசிமணி மாலையை கழுத்தைச் சுற்றி சுழற்றிக்கொண்டே தனக்குத்தானே கேட்டுக் கொள்வதைப் போலக் கேட்டார்.

'நாரணப்பாவோட உடம்ப தகனம் பண்ணணும். மொதல் பிரச்சினை – அவனுக்குப் பிள்ளைகள் யாரும் இல்லே... யாராவது அவன் காரியத்தப் பண்ணணும்; இது ரெண்டாவது பிரச்சினை.'

வெளிவாசல் கம்பத்தில் சாய்ந்துகொண்டு நின்றிருந்த சந்திரி, பிராமணர்கள் இதற்கு என்ன சொல்லப் போகிறார்கள் என்று ஆவலுடன் காத்திருந்தாள். ஆவல் தாங்கமுடியாமல், வீட்டு பின்புறக் கதவு வழியாக வந்து பிராணேஸாசார்யரின் வீட்டு நடு முற்றத்தில் நின்று கவனித்துக்கொண்டிருந்த அக்ரஹாரத்துப் பெண்கள், தங்களுடைய கணவர்கள் எங்கே முந்திக்கொண்டு விடுவார்களோ என்று உள்ளம் பதைக்க நின்றிருந்தனர்.

ஆசார்யார் சொல்லியதற்கெல்லாம் வழக்கமாகச் சொல்வதைப் போலவே கருடாசார்யா தன்னுடைய தடித்து, பருத்த, கருத்த தோள்களை நீவிக்கொண்டே, 'ஆமாம்... ஆ...மாம், ஆஆமாம்' என்றான்.

'தகனம் ஆறவரைக்கும் யாரும் சாப்பிடறமாதிரி இல்லியே...'

கூட்டத்தில் இருந்த ஏழைப் பிராமணர்களில், பலராமனின்

[2] பகிஷ்காரம்: புறக்கணிப்பு, சாதியிலிருந்து அல்லது ஊரைவிட்டுத் தள்ளிவைப்பது.

மாடுகளைப் போல மெலிந்த உடம்போடிருந்த தாஸாசார்யா இழுத்தான்.

'உண்டா பின்னே... உண்மைதான்...' லக்ஷ்மணசார்யா சொல்லிக் கொண்டே தன் வயிற்றைத் தடவி, முகத்தை முன்னும் பின்னும் தள்ளிக்கொண்டு கண் இமைகளை அசைத்தான். தடித்திருந்த ஒரே உறுப்பு என்று சொன்னால் அது, காய்ச்சல்கட்டி வந்து பெருத்துப் போயிருந்த அவனது வயிறுதான். ஒடுங்கிப் போன கன்னம், குழிவிழுந்த மஞ்சள் கண்கள், எலும்பு துருத்திக்கொண்டிருக்கும் மார்பு, வளைந்து போன கால்களினால் சமநிலை தப்பி, வளைந்து போயிருந்த உடம்பு; இடுப்பை பின்னுக்குத் தள்ளித்தள்ளி அவன் நடப்பான். அதனால், 'முன்பாரம் வளைந்த வண்டி' என்று கேலியாகப் பாரிஜாதபுரத்தைச் சேர்ந்தவர்கள் வேடிக்கை செய்வார்கள்.

யாரிடமிருந்தும் சரியான ஆலோசனை வராததைக் கண்ட பிராணேஸாசார்யார், 'அதனால, இப்போ யாரு அவனோட சவதகனத்தையும் கொள்ளிப்போடறதையும் செய்யணுங்கறது நம்ம முன்னால இருக்கிற பிரச்சினை. தாயாதி[3] இல்லன்னா எந்த பிராமணனாவது பண்ணலாம்னு தர்மசாஸ்திரத்துலே இருக்கு...'

தாயாதி என்னும் பேச்சு வந்ததினால் மற்ற பிராமணர்கள் கருடாசார்யா மற்றும் லக்ஷ்மணாசார்யா முகத்தைப் பார்த்தனர். லக்ஷ்மணாசார்யா தன்னையல்ல என்பதைப் போல, கண்ணை மூடிக்கொண்டான். ஆனால், கோர்ட்டு – கச்சேரி என்று பல இடங் களில் ஏறியிறங்கியிருந்த கருடாசார்யா, தான் இப்போது பேச வேண்டியது மிகவும் தேவை என்று ஒரு சிட்டிகை மூக்குப் பொடியை ஏற்றிக்கொண்டு, தொண்டையைக் கனைத்துக் கொண்டு பேசினான்.

'தர்மசாஸ்திரப்படி நாம்ப நடக்கிறதுதான் சரி. நம்பள்ளயே பெரிய வித்வாம்சரான ஒங்க வாக்கே எங்களுக்கெல்லாம் வேத வாக்கு. நீங்க சொல்லிட்டா சரி. எனக்கும் அவனுக்கும் தலைமுறை தலைமுறையா சம்பந்தம் இருக்கிறது நெஜம்தான். ஆனா, ஒங்களுக்குத் தெரியுமோன்னோ, நானும் அவன் தோப்பனும் கோர்ட்டு ஏறி, அந்தத் தோட்டத்துக்காக சண்டை போட்டு, அவன் தோப்பன் காலமான பின்னால நான் தர்மஸ்தலத்து மடத்துலேருந்து நியாயம் கொண்டுவந்தாலும் இந்த நாரணப்பா சுவாமிகட்டளைய தூக்கிப் போட்டுட்டு, என்ன? எங்களுக்கும் அவனுக்கும்

[3] தாயாதி: இரத்த உறவுக்காரர்; பங்காளி.

இனிமேலே தலைமுறை தலைமுறைக்கும் பேச்சுவார்த்த, கல்யாணம், கருமாதி, உபநயனம், சாப்பாடு–உபசாரம் எதுவும் இல்லேன்னிட்டு சத்தியம் செஞ்சுட்ட பின்னால, என்ன?'

கருடாசார்யாவுக்கு மூக்கால் பேசிவந்த சரளமான பேச்சு தடைபட்டு நின்றுபோய், மேலும் இரண்டு சிட்டிகைப் பொடி உறிஞ்சியபின் மீண்டும் உற்சாகம் வந்தது. தைரியத்தை வரவழைத்துக் கொண்டு சுற்றிலும் நோட்டம்விட்டு, சந்திரியின் முகத்தைப் பார்த்து, மூடிமறைப்பது எதற்காக என்று வெளிப்படையாகவே சொல்லிவிட்டான்.

'நீங்க சொல்ற பேச்சை குருபெரியவாளும் ஏத்துப்பா, என்ன? நான் தகனம் பண்ணலாமா வேண்டாமாங்கிறது ஒருபக்கம் இருக்கட்டும்; அவன் பிராமணன்தானா இல்லையாங்கறதுதான் இப்போ நெஜமான பிரச்சினை! ஏன்னா, அவன் சூத்திரச்சியோட தொடர்பு வச்சிண்டிருந்தவன்...'

இந்த மாத்வர்களின்[4] ஆசாரம் எவ்வளவு கடுமையான தென்று ஆர்வத்தோடு பார்த்துக்கொண்டிருந்த, அக்ரஹாரத்தின் ஒரே ஸ்மார்த்தனான[5] துர்காபட்டன் சந்திரியை ஓரக் கண்ணால் பார்த்துக் கொண்டே குத்தலாக, பேச்சில் சூடு கிளப்பினான்.

'சீ..சீ..சீ, அவசரப்பட்டு துடுக்கா பேசிடாதீங்கோ, ஆசாரியரே, சூத்திரச்சிய வைப்பா வச்சுக்கிறதனாலயே பிராமணியம் நாசமாயிடறதில்லே. வடக்கிலேருந்து இந்தப் பக்கம் வந்த நம்ம பூர்வீகா – வேணுமுன்னா நம்ம பிராணேஸாசார்யாரையே கேட்டுக் கோங்கோ – திராவிடப் பொண்ணுங்களோட சஹவாசம் பண்ணி இருக்கான்னு இதிகாசத்துலேயே வந்திருக்கிற விஷயம்னா!! நான் பரிகாசம் பண்றதுக்கு சொல்றேன்னு எண்ணிடாதேயுங்கோ.. அப்படி பார்த்துட்டே போனா, தென் கன்னட ஜில்லாவுக்குப் போயிட்டு வர்ற வியவகாரஸ்தரெல்லாம் பஸரூரு தாசிகள்..'

[4] *மாத்வ மதம்:* ஆன்மாவும் பிரம்மமும் ஒன்றேயல்ல, வேறுவேறு என்னும் இருமைக்கொள்கையை (த்வைதம்) பரப்பிய மாத்வாச்சாரியாரைப் (13ஆம் நூற்றாண்டு) பின்பற்றும் பிராமணர்களின் மதம். மாத்வர்கள் திருமாலை மட்டுமே வணங்குபவர்கள்; வழிபடுபவர்கள்; வைணவப் பெயர்களை மட்டுமே வைத்துக் கொள்பவர்கள்.

[5] *ஸ்மார்த்தம்:* ஆன்மாவும் பரமாத்மாவும் ஒன்றே; வேறு வேறல்ல என்னும் ஒருமைக் கொள்கையை (அத்வைதத்தை) போதித்த சங்கரரைப் (7ஆம் நூற்றாண்டு) பின்பற்றும் பிராமணர்களின் மதம். சிவனையும் சக்தியாகிய துர்க்கையையும் முதன்மையாக வழிபட்டாலும் பிற தெய்வங்களை வழிபடுவதில் வேற்றுமை பாராட்டாதவர்கள். அதன் காரணமாகவே மாத்வர்களைவிட தாழ்ந்தவர்கள் என்று மாத்வர்களால் கருதப்படுபவர்கள்.

மாத்வர்களை இவன் காலைவாரி கேலி பண்ணுகிறான் என்று கருடாசார்யனுக்குக் கோபம் வந்தது. ‘கொஞ்சம், கொஞ்சம் இருங்கோ துர்காபட்டரே, இங்கே பிரச்சினை வெறும் காமம் சம்பந்தப்பட்டது மட்டுமில்ல; அனுலோம விலோமத்தப்பத்தி[6], காசிக்குப் போயி வேதாந்தம் படிச்சிட்டு வந்த வேதாந்த சிரோமணி பிராணேஸாசார்யருக்கு நீங்க ஒண்ணும் கத்துக்குடுக்கத் தேவை யில்லே, என்ன? எங்க மதத்தவா ஒங்க மதத்தவான்னு எட்டுதிக்கு பண்டிதாளோடு வாதம் பண்ணி, தெக்கால இருக்கிற பெரிய பெரிய பீடங்களிலெல்லாம் பட்டம் வாங்கி, பதினஞ்சு ஜரிக அங்க வஸ்திரங்களையும் வெள்ளித் தட்டுங்களையும் வெகுமானமா வாங்கி வந்திருக்கிற நம்ம ஆசார்யருக்கு என்ன?’

பிராணேஸாசார்யார், பேச்சு மையமான பிரச்சினையிலிருந்து எங்கோ விலகி... தன்னுடைய பெருமைகளைப் பற்றி வந்ததினால் கூச்சமடைந்து – ‘லஷ்மணா, நீ என்ன சொல்றே? நாரணப்பனுக்கு ஒன் பொண்டாட்டியோட தங்கைய கொடுத்திருந்தது இல்லயோ?’

லக்ஷ்மணசார்யா கண்ணை மூடிக்கொண்டே ‘எல்லாம் மொத்தத்துல ஒங்க தீர்மானம், ஒங்க உத்தரவுப்படிதான். தர்ம சூக்சுமம் என்னன்னு எங்களுக்கு என்ன தெரியும்? நாரணப்பா, கருடன் சொன்னதைப் போல – கீழ்ஜாதிப் பெண்ணோட தொடர்பு...’ என்று பேச்சைப் பாதியிலேயே நிறுத்தினான். கண்ணைத் திறந்து மூக்கை அங்கவஸ்திரத்தால் குடைந்து கொண்டே, ‘விஷயம்... ஒங்களுக்குத் தெரிஞ்சமாதிரியே அவள் பண்ணிப்போட்ட சமையலையும் சாப்புட்டுண்டிருந்தாங்கறது..’

‘மதுபானங்களையும் குடிச்சிண்டிருந்தாங்கறது...’ நாரணப்பனின் எதிர்வீட்டு பத்மநாபாசார்யா தன் குரலையும் சேர்த்துக் கொண்டான்.

‘மதுபானம் இருக்கட்டுங்காணும். மாம்சபோஜனமும் சாப்பிட் டுண்டிருந்தாங்கறது...’ கருடாசார்யா துர்கா பட்டனைப் பார்த்துச் சொன்னான்: ‘ஒங்களுக்கு அதுவும் தடைச்யிருக்காதோல்லியோ! ஒங்க மதாசார்யர், அனுபவம் பூர்த்தியாகட்டும்னுட்டு வேத்தாள் ஒடம்புலே பிரவேசிச்சு ராணியோட தன்ன மறந்திருந்தவங்க இல்லயோ?..’

பேச்சு எல்லை மீறுகிறதென்று எண்ணிய பிராணேஸாசார்யார், ‘கருடா, கொஞ்சம் பேசாம இரு’ என்றார்.

[6] *அனுலோம விலோமம்:* சரியானது, சரியில்லாதது. வழக்கத்திலுள்ளது; வழக்கத்திற்கு மாறானது. செய்யக்கூடியது; செய்யக்கூடாதது.

'தாலி கட்டின பொண்டாட்டிய விட்டுட்டான். போகட்டும்னு விட்டா...' கண்ணை மூடிக்கொண்டு, லக்ஷ்மண சார்யா மீண்டும் பேசத் துவங்கினான்: 'எவளையோ வச்சுண்டான். அதே ஏக்கத்துலே பித்துப் பிடிச்சுப்போயி செத்துப்போன என் மச்சினியோட, அதான் என் ஆத்துக்காரியோட தங்கையோட தகனம் – காரியம் எதுவும் பண்ணலே! அதும் போகட்டும்னா, அவனோட சொந்த அப்பா அம்மாவோட ஸ்ராத்த தெவசத்தையும் பண்ணலே! எனக்கு நெருங்கினவங்கறதுனாலே நான் எதையும் மூடிமறைக்கிறவனில்லே. என் பொண்டாட்டியோட, அம்மாவோட அண்ணாபிள்ளை அவன். சொந்தக்காரங்கறதுக்காக நாங்க மனசுலே போட்டுக்கிற அளவுக்குப் போட்டுண்டோம். போகட்டும்னு விட்டா, எல்லா பிராமணா முன்னாலயும், தலைமுற தலை முறையா வீட்டுக்குள்ள வச்சு பூஜை பண்ணின அந்த சாலிக் கிராமத்த, அவன், ஆத்தங்கரைக்குக் கொண்டுவந்து தண்ணியிலே எறிஞ்சுட்டு 'தூ'ன்னு காறித்துப்பறதா? அதும் போகட்டும்னா நமக்கெல்லாம் தெரியட்டும்னே துலுக்காளை அழைச்சுண்டு வந்து வெளி முத்தத்துலே ஒக்காந்துண்டு வேண்டாத பானங்களையும் வேண்டப்படாத போஜனங்களையும் சாப்பிடறதா? 'அப்பா, எதுக்குப்பா'ன்னு நல்லபுத்தி சொல்லப்போனா, கண்ட கண்டபடி அசிங்கசிங்கமா திட்டியனுப்புவான். அவன் உயிரோட இருந்த வரைக்கும் அவனுக்குப் பயந்துண்டு பொழப்பு நடத்த வேண்டி இருந்தது.'

தன் கணவன் பொருத்தமாகச் சொன்னான் என்று உள்ளே யிருந்து கவனித்துக்கொண்டிருந்த அவனது மனைவி அனுசூயா மகிழ்ந்து போனாள். கம்பத்தில் சாய்ந்து உட்கார்ந்திருந்த சந்திரி கண்ணில் படவே, மனதுக்குள்ளாகவே சபித்துக்கொண்டாள். 'நடுராத்திரியிலே இவள புலி அறையட்டும்; பாம்பு கடிக்கட்டும். இந்தத் தேவடியா, இந்த ரம்பே அவன் தலைக்கு மருந்து தேய்க்காம இருந்திருந்தா, என் சொந்த தாய்மாமாவோட பிள்ளையான அவன், எதுக்கு எங்க குடும்பத்துப் பொண்ணை வியாதி பிடிச்சிருக்குன்னு தொரத்திட்டு, ஆஸ்தியெல்லாம் அழிச்சுட்டு, இந்த முண்டை கழுத்திலே பரம்பரயா வந்த தங்க நகைங்களையெல்லாம் போட்டு...' சந்திரியின் கழுத்திலிருந்த நாலுவடம் தங்கச் சங்கிலி, கைக்கடகம் ஆகியவற்றைப் பார்த்த அனுசூயாளுக்குத் துக்கம் தாங்க முடியாமல் 'ஓ' வென்று அழத் தொடங்கிவிட்டாள். 'இப்போ என் தங்கை வாழ்ந்திருந்தால், இது அவள் கழுத்திலே இருந்திருக்கணும்... என் ரத்த சம்பந்தியோட சவம் இப்படி தகனம்

பண்ணாம காத்துண்டிருக்க வேண்டி வந்திருக்குமோ? எல்லாம் இந்தத் தரித்திர சண்டாளியாலதானே ஆச்சு, அவ மொகத்துல கொள்ளி வைக்க' என்று உள்ளம் குமுறி கொதித்துக் கதறினாள்.

பிராமணார்த்தத்தினாலேயே பிழைப்பை நடத்தவேண்டி வந்த, 'போஜனம்' என்று சொன்னாலே பத்து மைலுக்கும் சளைக்காமல் தூக்குச்சட்டியைத் தூக்கிக்கொண்டு நடந்தே போய்விடும் தாசாசார்யா தன் கஷ்டங்களை வெளிப்படுத்திக்கொண்டான்.

'அவன நம்ம அக்ரஹாரத்துலேயே வச்சுண்டிருக்கிற மேன்னிட்டு – ஒங்களுக்கெல்லாம் தெரிஞ்சிருக்கிறதுதானே – சந்தர்ப்பணம், பிராமணபோஜனம் அது இதுன்னு எதுக்குமே ரெண்டு வருஷமா நமக்கு அழைப்பே வர்றதில்லே. இப்போ நாம அவசரப்பட்டு ஏதாவது அவனோட சவதகனம் – காரியம் பண்ணிட்டோம்னு வச்சுக்குங்கோ... பிராமணியத்துக்கு நாசம் வந்தாப்பலேதான். அப்படீன்னிட்டு, இப்போ அவனோட பொணத்தை அக்ரஹாரத் துக்குள்ளேயே வச்சுண்டு சாப்பிடாம உபவாசம் இருக்கிறதுக்கும் சாத்தியப்படாது. இந்த தர்ம சங்கடத்துலேருந்து மீளணும்னா, பிராணேஸாசார்யார்தான் தர்மசூக்ஷ்மம் என்னன்னு தெரிஞ்சு சொல்லணும். அவர் சொன்னதுக்கு எதிரா பேசறவா யாரும் நம்ம ஜாதியில இல்லே...'

இது தன் சம்பந்தப்பட்ட பிரச்சினை இல்லையென்பதைப் போல், அதைப் பொருட்படுத்தாது ஒதுக்கிவிட்டு, சந்திரியையே உற்றுப் பார்த்துக்கொண்டு உட்கார்ந்திருந்தான் துர்காபட்டன். சாதாரணமாக வீட்டைவிட்டு வெளியில் வராதிருந்த, குந்தாபுரத் திலிருந்து நாரணப்பா விரும்பி, கொண்டுவந்து வைத்துக் கொண்டிருந்த இந்த அழகி, இவ்வளவு நெருக்கத்தில் அவனது ரசிகக் கண்ணிற்குப்பட்டது இதுவே முதல்முறையாகும். 'தேட்டு வாத்ஸ்யாய நோக்த வர்ணநீய சித்தினி'[7] – வாத்ஸ்யாயனர் வர்ணித்த அதே சித்தினி ஜாதிப் பெண்; பெருவிரலைவிட நீளமான அந்த விரலைப் பார்; அந்த முலைகளைப் பார்; சம்போகத்தில் இவள் ஆணைப் பிழிஞ்சிடுவா... உறிஞ்சிப் போட்டுடுவா! அலைபாய்ந்து கொண்டிருக்க வேண்டிய கண்கள் இப்போது துக்கத்தினால், பயத்தினால், வாடி, அவன் கண்ணுக்கு இதமாகத் தெரிந்தாள். அவர்களின் படுக்கையறையில் தொங்கவிட்டிருந்த அந்த ரவி வர்மாவின் ஓவியத்தின் ஒரு மூலையில், ஏழ்மையில் கந்தலையும்

7 *தேட்டு வாத்ஸ்யாய நோக்த வர்ணநீய சித்தினி:* வாத்ஸ்யாயரின் காமசூத்திரத்தில் வருணிக்கப்பட்டுள்ள எட்டுவகைப் பெண்களில் ஒருவகைப் பெண் சித்தினி. சித்தினி–அறிவுக்கூர்மையுள்ள பெண்.

மீறிக்கொண்டு வரும் முலைகளை நாணத்தோடு மூடிக்கொண் டிருக்கும் மத்ஸ்யகந்தியின்[8] மூக்கு, கண், உதடுகள்! இவளுக்காக நாரணப்பா சாலிக்கிராமத்தை எறிந்தான். மாம்ச மதுபானங்களைப் பழக்கப்படுத்திக் கொண்டான் என்பது ஆச்சரியப்படக்கூடியதல்ல. அவனுடைய துணிவுதான் வியந்து பாராட்டக்கூடியது. அந்த முகம்மதியப் பெண்ணைக் கலியாணம் செய்துகொண்ட ஜகந்நாத், சிருங்கார சதகத்தில் மிலேச்ச கன்னிகையின் முலைகளை வர்ணித்தது அவன் நினைவுக்கு வருகிறது. பிராணேஸாசார்யார் இல்லாமலிருந்திருந்தால், நாரணப்பா சாகாமலிருந்தால், ரசிகத் தன்மையில்லாத இந்த பிராமணர்களுக்கு அந்த ஸ்லோகத்தைச் சொல்லி விளக்கிவிட்டு இருந்திருப்பான். 'காமா துராணாம்' – அதாவது நாரணப்பனைப் போன்றவர்களுக்கு – 'ந பயம்,' 'ந லஜ்ஜா'[9] – பயமும் இல்லை; வெட்கமும் இல்லை.

சபை மௌனமாக இருப்பதைக் கண்டு துர்காபட்டனே சொன்னான்:

'நாம சொல்ல வேண்டியதெல்லாம் சொல்லியாயிடுத்துல்லே? செத்தவாளோட தப்பையெல்லாம் அலசிப் பார்த்து என்ன பிரயோஜனம்? இப்போ பிராணேஸாசார்யார் சொல்லட்டும்; ஒங்களுக்கெப்படியோ அப்படித்தான் எனக்கும். அவர் குரு பெரியவாளுக்குச் சமமானவர். கருடாசார்யா அவன் மதகர்வத்துலே என்ன வேணும்னா சொல்லட்டும்!...'

அக்ரஹாரத்தில் பிராமணியத்தைப் பாதுகாக்க வேண்டிய முழுப்பொறுப்பும் தனது தோள்களின்மீது சார்ந்திருக்கிறதென்பதை உணர்ந்து, பிராணேஸாசார்யார் தன்னுடைய ஒவ்வொரு சொல்லையும் எடைபோட்டு, தட்டுத்தடுமாறிச் சொன்னார்.

'கருடன் சொன்னான்: அவனுக்கும் தனக்கும் சத்தியப் பிரமாணம் ஆயிருக்குன்னு. அதுக்குத் தர்மசாஸ்திரத்துலே பரிகாரமிருக்கும். சாந்தி பண்ணிக்கணும்; கோதானம் கொடுக்கணும். புண்ணியக்ஷேத்திரத்துக்குப் போய்வரணும். இது செலவு வைக்கிற வேலை. இந்தச் செலவுகளை 'நீ பண்ணுன்னு' சொல்ல எனக்கு

[8] *மத்ஸ்யகந்தி: மீன் வாடை கொண்டவள். புராணத்தில் வரும் மீனவப் பெண். பராசர முனிவர் கங்கையைக் கடக்க படகை ஓட்டி உதவியவள். அவள் கட்டுடலையும் அழகையும் கண்டு மயங்கிய பராசர முனிவர் அவளைப் படகிலேயே புணர்ந்தார். இந்த உறவில் பிறந்தவர் மகாபாரதத்தைப் படைத்தவரான வியாசமுனிவர்.*

[9] *காமா துராணாம் ந பயம் ந லஜ்ஜா: காமத்தீயில் உழல்பவருக்கு அச்சமும் இல்லை வெட்கமும் இல்லை.*

அதிகாரமில்லை. அப்புறம் லக்ஷ்மணன், தாஸா, மத்தவங்க எழுப்பின விஷயம். நாரணப்பா நல்ல குலத்துலே பிறந்த பிராமணன் நடந்துகொள்ள வேண்டிய வகையில் நடந்துக்கலே; அக்ரஹாரத்துக்குக் கெட்ட பேரை ஏற்படுத்தினாங்கிறது – இது ரொம்ப சிக்கலான விஷயந்தான். இதுக்குப் பதிலாக எனக்கு எதுவும் தோணலே; காரணம், அவன் பிராம்மணியத்தை விட்டாலும் பிராம்மணியம் அவனைவிடலேங்கறதுதான். அவனைப் பகிஷ்காரம் பண்ணலே. சாஸ்திரப்படி அவன் பகிஷ்காரனாகாமலேயே செத்துப்போனதுனாலே, அவன் பிராமணன் ஆகவே இறந்த மாதிரிதான். அப்படி யோசிச்சுப் பார்த்தா, பிராமணரல்லாதவா அவன் சவத்தைத் தொட அதிகாரம் இல்லே. தொடவிட்டோம்னா அப்பவும் நாம பிராம்மணியத்துக்கு வஞ்சனை பண்ண மாதிரிதான். இவ்வளவெல்லாம் இருந்தும் அவன் நடந்துண்ட போக்கக் கண்டு, கேட்டு, அனுபவிச்ச ஓங்களைச் சவதகனம்–காரியம் பண்ணுங் கோன்னு கட்டாயப்படுத்திச் சொல்றதுக்கும் எனக்குத் தயக்க மாகவே இருக்கு. என்ன பண்றது. தர்ம சாஸ்திரம் இதுக்கு என்ன சொல்றது. தோஷ பரிகாரத்துக்குச் சாந்தி முதலான பரிகாரங்க இருக்கா...'

பிராமணர்களனைவரும் வியப்பால் மலைத்துப்போய்விட்டனர். பெண்கள் நுழைமுற்றத்திற்கு வந்து நின்றுகொண்டனர். யாரும் தங்களது கண்களை நம்பவில்லை; சந்திரி முன்னால் நடந்துவந்து தன் நான்குவட தங்கச் சங்கிலி, கடகம் வளையல்கள் இவற்றைக் கழற்றி, பிராணேஸாசார்யரின் எதிரில் வைத்துவிட்டு, 'அவுங்க சவஅடக்க – கருமாதி செலவுக்கு' என்று தடுமாறிச் சொல்லிவிட்டு, தான் முதலில் நின்றிருந்த இடத்தில் போய் நின்றாள்.

இரண்டாயிரம் ரூபாய் பெறுமானமுள்ள பொன்னாவது இருக்கும் அதில் என்று பெண்கள் கணக்குப் போட்டனர். ஒவ்வொருவராகத் தமது கணவன் முகத்தைப் பார்த்தனர். பிராமணர்களெல்லாம் முகத்தைத் தொங்கப் போட்டுக்கொண்டனர்: அவர்களுக்குப் பயம் பிடித்துக்கொண்டது. தங்கத்தின் மேல் உள்ள ஆசையால் பிராம்மணியம் பாழாய்ப் போகப்போகிறது என்று திகில் ஏற்பட்டது. ஆனால், ஒரு விநாடி நேரத்துக்காவது ஒவ்வொருவரின் மனதிலும் தோன்றிய எண்ணம், நான் இல்லாம வேறு பிராமணன் நாரணப்பாவின் காரியத்தை நடத்தி பிராம்மணியத்தை இழக்காமலேயே, தங்கநகைகளைத் தன் பெண்டாட்டியின் கழுத்தில் போட்டுக்கொண்டால்! லக்ஷ்மணாசார்யாவுக்கும் கருடாசார்யாவுக்கும் இடையிலிருந்த எதிர்ப்புணர்வு, மனக்கசப்பு,

அசூயை இந்தப் புதிய காரணத்தினால் இன்னும் மிகுதியாகப் பற்றி எரிந்தது. 'இவன் மானம் கெட்டு, தனக்குச் சேரவேண்டிய தங்கத்தை யெல்லாம் பறிச்சுண்டு, பிராம்மணியத்தையும் விட்டுவிடாமல், 'அடி மாடு' ஒன்றை சாஸ்திரத்துக்காகத் தானம் பண்ணி, இகம், பரம் இரண்டையும் கெட்டிப்படுத்திக் கொண்டால்?' துர்காபட்டன் நினைத்துக்கொண்டான். 'இந்த மாத்வர்கள் ஏதாவது நாரணப்பாவின் சவதகனக் காரியத்தைப் பண்ணட்டும், நான் ஊரூராகப் போய் இவர்கள் பண்ணியிருக்கிற காரியம் எப்படிப்பட்டதுன்னு தெருவுக்கு இழுத்துவிடறேன்.' தாசாசார்யா போன்ற ஏழை பிராமணர்களுக்கு வாயில் நீர்ஊறி கண்கள் நனைந்து போயின. 'கருடனும் லக்ஷ்மணனும் எங்கே நம்மை நாரணப்பாவின் கர்மத்தைப் பண்ண விடப்போறா?' பிராணேஸாசார்யார் ஒருவர் மட்டும் – 'என்னமோ நல்லது செய்யப் போய், இந்த சந்திரி எல்லாத்தையும் பாழ்படுத்தி விட்டாளே' என்று கலங்கிப் போயிருந்தார்.

யார் எங்கே ஒப்புக்கொண்டுவிடுவார்களோ என்ற பயத்தினால் ஒவ்வொரு பிராமணனும் நாரணப்பாவினால் தனக்கு ஏற்பட்ட அநியாயத்தைவிட இன்னொருவருக்கு ஏற்பட்ட அநியாயத்தை எல்லோருக்கும் தெரியும்படியாக அக்கறையோடு போட்டி போட்டுக்கொண்டு விளக்கத் தொடங்கினார்கள்.

'கருடாசார்யனோட மகன் வீட்டவிட்டு ஓடிப்போயி மிலிடரி யிலே சேரும்படியா சொல்லிக்கொடுத்தவன் நாரணப்பனில்லாம வேற யாரு? அவனுக்குப் பிராணேஸாசார்யார் வேதம் கத்துக் குடுத்துங்கூட கடைசியிலே நடந்தது நாரணப்பன் சொன்னது தானே. நம்ம பையன்களையெல்லாம் கெடுத்துடணும்னு அடம் சாதிச்சானே அவன்...'

'இப்போ, பாவம் லக்ஷ்மணாசார்யனோட மாப்பிள்ளையையே பாருங்களேன்! பரதேசியா திரிஞ்ச பயல வளத்து, மனுஷனாக்கி பொண்ணையும் கொடுத்து கல்யாணம் பண்ணிவச்சா, நாரணப்பா அவன் புத்தியையும் கெடுத் துட்டான். மாசத்துலே ஒருநாள் அவன் மொகத்தைப் பாக்கிறதே சிரமம்...'

'அதும் போகட்டும்னா, அந்த கணபதி–தொறையிலிருக்கிற மீனெல்லாம் தலைமுற தலைமுறையா சுவாமியச் சேர்ந்தது. அதப் புடிச்சா ரத்தம்கக்கிச் செத்துப்போவான்னு நியமம் இருந்தாலும், இந்தச் சண்டாளன் அதை லட்சியம் பண்ணாம துலுக்காள அழைச்சுண்டு போயி, வெடிமருந்து வச்சு, மீனையெல்லாம் கொன்னுட்டான். இப்போ, சூத்திர முண்டைகளும் அங்கே போயி மீன்பிடிக்குறா. பிராமணாள் செல்வாக்கே மத்தவா மேலே

இல்லாம, பிராமணாளுக்கு மரியாதையே இல்லாமப் பண்ணின அதமன் அவன். அதும் போகட்டும்னு விட்டா, நம்ம அக்ரஹாரத்தை நாசம் பண்ணினது போறாதுன்னிட்டு பாரிஜாதபுரத்துப் பையங் களுக்கும் நாடகப்பயித்தியம் பிடிக்க வச்சுட்டான்.'

'சண்டாளனைப் பகிஷ்காரம் பண்ணியிருக்கணும்... என்ன?'

'அதெப்படி முடிஞ்சிருக்கும் கருடா? பகிஷ்காரம் பண்ணினா, நான் முசல்மானாயிடுவேன்னு பயமுறுத்தினானே! முதல் ஏகாதசி நாள் துலுக்காள, அக்ரஹாரத்துக்கு அழைச்சுண்டு வந்து சாப்பாடு போட்டான். பகிஷ்காரம் பண்ணிப் பாருங்கோ – நான் துலுக்கனாகி, ஓங்களயெல்லாம் தூண்ல கட்டிவச்சு, ஒங்க வாயிக்குள்ளே பசு மாம்சத்தை நொழச்சு ஒங்க எல்லாரோட பிராம்மணியத்தையும் நாசமாப் போகப் பண்ணிடறேன்'னு சொல்லிண்டிருந்தான். அவன் துலுக்கனாப் போயிருந்தா அவனை அக்ரஹாரத்துலேருந்து தொரத்தறதுக்கு எந்தச் சட்டமும் இல்லே. என்ன பண்றது சொல்லு, இந்த மாதிரி இக்கட்டான சந்தர்ப்பத்துல? பிராணேஸாசார்யாரே கையைக் கட்டிண்டு ஒக்காந்துடலயா?'

பிசைந்த குண்டுமாங்காய் தொக்கு சாதத்தை, ஒரு கவளமும் தின்னமுடியாமல், தீர்த்தத்தை வார்த்துவிட்டு எழுந்துகொள்ள வேண்டி வந்ததனால் வெறுப்படைந்து போயிருந்த தாசாசார்யா தன் கடைசிப் பேச்சையும் அவர் களுடையதோடு சேர்த்துக் கொண்டான்.

'அவனோட தோப்பன் காலமாயிட்ட பின்னாலே அவனோட புழக்கடையிலேயிருக்கிற, தேனா இனிக்கிற அந்தப் பலாப் பழத்தோட சொளையிலே ஒண்ணக்கூட ஒரு பிராமணன் வாய்க்கும் போகவிட்டதில்லே...'

தங்கநகைகளையே உற்றுப் பார்த்துக்கொண்டிருந்த பெண் களுக்குத் தங்களுடைய கணவர்களின் பேச்சு நிராசையை உண்டாக்கிற்று. கருடாசார்யனின் மனைவி சீதாதேவிக்குத் தன் மகன் மிலிடரியில் சேர்ந்ததைப் பற்றி அதிகப்பிரசங்கம் பண்ணு வதற்கு லக்ஷ்மணாசார்யனுக்கு என்ன உரிமை என்றும், லக்ஷ்மணா சார்யனின் மனைவி அனுசூயாவிற்குத் தன் மருமகன் பேரை யெடுக்க கருடாசார்யனுக்கு என்ன உரிமை என்றும் எரிச்சல் எரிச்சலாக வந்தது.

இது என்ன சோதனை என்று பிராணேஸாசார்யார் தனக்குள் பேசிக்கொள்வதைப் போலச் சொன்னார்: 'அப்படின்னா, இப்போ இதுக்கு என்ன வழி பண்றது..? அக்ரஹாரத்துலே ஒரு சடலத்தை

வச்சுண்டு கையைக் கட்டிண்டு இருக்கிறது சரிப்படுமா? சநாதன தர்மத்தின்படி[10] அக்ரஹாரத்துலேருந்து பொணத்தை எடுத்துண்டு போற வரைக்கும் சுவாமிபூஜை, ஸ்நானம், சந்தியா வந்தனம், சாப்பாடு, உபசாரம் எதுவும் நடக்கக்கூடாது... பகிஷ்காரம் செய்யாததுனால பிராமணரல்லாத மத்த யாரும் அவன் சடலத்தைத் தொடவும் கூடாது...'

'பகிஷ்காரம் பண்ணாமப் போனதுதான் தப்பாயிடுத்து...'

நாரணப்பனுக்குப் பகிஷ்காரம் விதிக்க வேண்டும் என்று முதலிலிருந்தே வற்புறுத்திக்கொண்டு வந்திருந்த கருடாசார்யா, 'என் பேச்சு அப்போ எடுபடலே...' என்று குற்றம்சாட்டும் குரலில் சொன்னான்.

'அவன் முசல்மானாயிப் போயிருந்தா இந்த அக்ரஹாரத்தை நாமே விடவேண்டி வந்திருக்குமே! நமக்கு திக்கே இல்லாம போயிருக்குமே...'

பிராமணர்கள் எல்லோரும் ஒன்றாக வாதிட்டனர்.

நாள் முழுக்க சாப்பிடாமல் இருந்தால் ஏற்படும் சங்கடத்தை எண்ணிப்பார்த்த தாசாசாரியனுக்குச் சட்டென்று ஒரு யோசனை வந்தது. மகிழ்ச்சி மேலிட எழுந்து நின்று சொன்னான்: 'பாரிஜாத புரத்து பிராமணாளுக்கும் நாரணப் பனுக்கும் சிநேகம் இருந்ததுன்னு கேள்விப்பட்டிருக்கேன். பரஸ்பரம் சாப்பாடு–உபசாரங்களும் நடந்துண்டிருந்ததாம்... அங்கே போய்க் கேக்கலாமே.. அவாளோட ஆசாரம் ஒண்ணும் நம்பளோடதைப் போல பலமானது இல்லயே.'

பாரிஜாதபுரத்தவர்கள் கலப்பு பிராமணர்கள் – தாழ்ந்த பிராமணர்கள்; ஸ்மார்த்தர்கள். முன்னொரு காலத்தில் ஒரு விதவைப் பெண் கர்ப்பிணியானதை அந்த அக்ரஹாரத் தவர்கள் மூடிமறைத்துவிட்டார்கள் என்றும், சிருங்கேரிமடத்துக் குரு பெரியவாளுக்கு இந்தச் செய்தி எட்டி, முழு அக்ரஹாரத்தையும் பகிஷ்காரம் செய்துவிட்டதாகவும் செய்தியுண்டு. பாரிஜாத புரத்தவர்கள் மொத்தத்தில் சுகமானவர்கள்; நேமநிஷ்டை[11] என்று பெரிதாகக் குதிக்கமாட்டார்கள்; பாக்குத் தோட்டம் வளர்ப்பதில் திறமையானவர்கள்; செல்வந்தர்கள். இக்காரணங்களால்

[10] *சநாதன தர்மம்:* தோற்றமும் முடிவும் இல்லாத மதக் கோட்பாடு எனப் பொருள் படும் இந்து மதத்தில் உள்ள நால்வகை வருணப் பாகுபாடுகளை வலியுறுத்தும் பழமையான போக்கு என வலியுறுத்திக் கூறவும் குறிப்பிடப்படுவதுண்டு.

[11] *நேமநிஷ்டை:* பயபக்தியுடன் செயல்படல், வழக்கிலிருக்கும் மதஆசார விதிகளுக்குட்பட்டு நடத்தல்

துர்காபட்டனுக்கு அவர்களின் மேல் ஒரு வாஞ்சை; அதுவும் இல்லாமல் 'என்னதானிருந்தாலும் தன்னைப் போலவே ஸ்மார்த்தர்கள் அல்லவா' என்று உள்ளுக்குள் ஓர் ஒட்டுதல் உணர்வு; யாருக்கும் தெரியாமல் அவ்வப்போது அங்கே போய் அவல்உப்புமா, காபி சாப்பிட்டதும் உண்டு. தானே மேல்விழுந்து போய்ச் சாப்பிட்டதில்லை – அவ்வளவுதான். கொடுக்கல்–வாங்கல் விவகாரத்தையும் மீறி அவனுக்கு இருந்த இன்னொரு கவர்ச்சி என்றால், அது பாரிஜாதபுரத்து வெற்றிலைப்பாக்கு மெல்லும் தலைமழிக்காத விதவைகள். தாசாசார்யனின் தலை அரட்டைக்கு கோபித்துக் கொண்டவனாக, 'இந்த மாத்வனுக்கு கர்வந்தான்– தின்றதுக்கு கதியில்லேன்னாலும்' என்று எழுந்து நின்றான்.

'நீ பேசினது ரொம்ப அநியாயமான பேச்சு. நீங்க என்ன தான் அவாளைக் கலப்பு–தாழ்ந்த ஜாதிப் பிராமணாள்னு நெனச்சுண்டிருந்தாலும், அவா தங்களைத் தாழ்த்தின்னு நெனைச்சுக்கல்லியே! ஒங்களவா பொணத்தை எடுக்கிறதுனால ஒங்க ஜாதி போயிடறதுன்னா அவாளோடதும் இன்னும் கொஞ்சம் போயிட்ட மாதிரிதானே? நீங்க ஏதாவது துணிஞ்சி கேக்கப்போனேள்னா – சரியான பூஜையை வாங்கிக்கட்டிண்டு வரப்போறேள், அவ்வளவு தான். பாரிஜாதபுரத்து மஞ்சய்யங்கிட்டே ஒங்களை எல்லாம் வெலைக்கு வாங்கற அளவுக்கு ரொக்கம் இருக்கு தெரியுமோன்னா...?'

பிராணேஸாசார்யார், துர்காபட்டனின் கோபத்தைத் தணிப்பதற்காகச் சொன்னார்: 'நீங்க சொல்றது நியாயந்தான், பட்டரே! நாம பண்ணாதத இன்னொருத்தரைக்கொண்டு செய்ய வைக்கிறது பிராம்மணியம் இல்லே. ஆனா ரத்த சம்பந்தம் எப்படி பெரிசோ அப்படியே ஸ்நேக சம்பந்தமும் சிரேஷ்டமானதுதானே? நாரணப்பனுக்கும் அவாளுக்கும் ஸ்நேகம் இருக்கிறது நெஜம்னா அவாளுக்குத் தங்களோட நண்பன் ஒருத்தன் காலமாயிட்ட செய்திய தெரிஞ்சிக்க வேண்டியது அவசியம்னு ஒப்புத்துப்பீர் இல்லியோ?'

துர்காபட்டன், 'ஒப்புக்கறேன் ஆசார்யரே! ஒங்க ஜாதி யோட பிராம்மணியம் எல்லாம் இப்போ ஒங்க கையிலே இருக்கு. ஒங்க பொறுப்பு ரொம்ப பெரிசு. நீங்க சொல்ற முடிவுக்கு மாறா யாரு குறுக்க வருவா?' என்று உண்மையாகப் பட்டதைச் சொல்லிவிட்டு மௌனமானான்.

மீண்டும் நகைகளைப் பற்றி பேச்சு எழுந்தது. பாரிஜாத புரத்தவர்கள் தகனம்–காரியம் செய்ய ஒப்புக்கொண்டால் நகைகள்

அவர்களுக்குச் சேர்வது சரியா? தப்பா? லக்ஷ்மணா சார்யனின் மனைவி அனுசூயாவுக்குத் தன் தங்கையின் உடம்பிலே இருக்க வேண்டிய நகைகள், அந்தக் குலம்கெட்ட பிராமணர்களுக்குக் கிடைப்பதைத் தாங்கிக்கொள்ள முடியவில்லை. பொறுத்துக் கொள்ள முடியாமல் சொல்லிவிட்டாள்.

'யாரு ஆஸ்தின்னிட்டு அவ இந்தத் தங்கத்தைத் தாராளமா தானம் பண்ண வந்துட்டா? எல்லாம் சரியா இருந்திருந்தா என் தங்கை கழுத்திலே இருக்க வேண்டியதுன்னா அது' என்று தேம்பி அழுதாள்.

மனைவியின் பேச்சு லக்ஷ்மணாசார்யனுக்கு சரி என்று பட்டாலும் தன் பதித்துவத்துக்குப் பழிவந்துவிடக்கூடாது என்று, 'புருஷாள்ளாம் பேசிண்டிருக்கும்போது நீ என்ன குறுக்கே? – வாய மூடிண்டிரு' என்று அதட்டினான்.

கோபம் கொண்ட கருடாசார்யா, 'நல்ல பேச்சா இருக்கே! இந்தத் தங்க நகைகள்ளாம் தர்மஸ்தலத்து நியாயப் பிரகாரம் எனக்கு சேரவேண்டியதாக்கும்' என்று கத்தினான்.

மனம் சோர்ந்த பிராணேஸாசார்யார் 'நீங்கள்ளாம் கொஞ்சம் பொறுமையாக இருக்கணும்பா. நம்ம முன்னால இருக்கிறது தகனம் பண்ண வேண்டிய சடலம். தங்க நகை விஷயத்தை எங்கிட்டே விட்டுடுங்கோ. மொதல்ல பாரிஜாதபுரத்தவாளுக்கு சேதியச் சொல்லி அனுப்புங்கோ. அவாளாவே முன்வந்து தகனம்– காரியம்லாம் பண்றதுன்னா பண்ணட்டும்' என்று சமாதானம் செய்து, 'நீங்கள்ளாம் பொறப்படுங்கோ... நான் செத்த மனுஸ்மிருதி மொதலான சாஸ்திரங்களைத் தேடிப்பாக்கிறேன்... இந்த நெருக்கடிக்கு ஏதாவது பதில் கெடைக்குமான்னு' என்று சொல்லி எழுந்து நின்றார். சந்திரி தலைமீது புடவைத் தலைப்பை இழுத்துப் போர்த்திக்கொண்டு பிராணேஸாசார்யரைத் துக்கம் மேலிடச் சோகமாகப் பார்த்தாள்.

2

தயிர்ப் பாத்திரத்துக்குள் கரப்பான்; உக்கிராணத்தில் பெருச்சாளி; நடுவீட்டில் கயிற்றின்மேல் மடிப்புடவை, மடிவஸ்திரம்; கூடத்தில் உலருவதற்காகப் பாயின்மீது பரப்பியிருக்கும் அப்பளாம், வடாம், வற்றலுக்குப் போட்ட மிளகாய், வீட்டுப் பின்புறத்தில் துளசி – இவை அக்ரஹாரத்தின் ஒவ்வொரு வீட்டிலும் இருப்பவைதான். இவற்றை விட்டுவிட்டால், வீட்டுப் பின்புறப் புழக்கடையில் வளர்த்த வகைவகையான பூச்செடிகள், மரங்கள்; பீமா சார்யனின் புழக்கடையில் பாரிஜாதம்; பத்மநாபாசார்யனின் வீட்டில் மல்லிகை; லக்ஷ்மணாசார்யனின் வீட்டில் குண்டு சம்பங்கி; கருடாசார்யா வீட்டில் ரஞ்சை; தாசாசார்யனதில் மந்தாரை; துர்காபட்டன் புழக்கடையில் சங்குமலர் (நந்தியா வட்டம்), வில்வம்; கடவுள் பூஜைக்கென்று தினந்தோறும் ஒவ்வொருவனும் ஒவ்வொரு வீட்டிலிருந்தும் பூப்பறிக்கப் போவான்; குசலப்பிரசனம் விசாரிப்பான். நாரணப்பாவின் வீட்டில் மலர்ந்த பூ மட்டும் சந்திரியின் கொண்டைக்கு – படுக்கை அறையிலிருந்த பூந் தொட்டிக்கு. போதாததற்கு வீட்டின் முன்புறத்திலேயே பாம்புகளுக்கு விருப்பமான, சுவாமி முடிக்குத் தகுதியில்லாத தாமசப் பூவான இரவுராணி நிஷாகந்தி. அதன் கொத்துக்கொத்தான கொண்டைப் பூக்குவியல் இருளில் போதையெனப் பரவி அதன் நெடியேறிய மணத்தைத் தெளிக்கும்; பாம்பின் கூட்டுக்குள் இருப்பதைப்போன்று அக்ரஹாரமே தத்தளிக்கும். நுண்மையான வாசனை உணர்வுள்ளவர்கள் தலைவலி வரும் என்று வேட்டியால் மூக்கை மூடிக்கொண்டு நடப்பார்கள். சேர்த்து வைத்த தங்கத்தைத் திருடர்கள் திருடிக்கொண்டு போகாமலிருக்க, பாம்பு காவலுக்கு அதை வளர்த்து வைத்திருக்கிறான் என்று புத்திசாலிகள் பேசிக் கொள்வதுண்டு.

குட்டைச்சடையும் வரண்டமுகமும் கொண்ட சுமங்கலிகள் மந்தாரை மல்லிகை சூடிக்கொண்டால், கரு நாகத்தைப் போன்ற கூந்தலையுடைய சந்திரி கொண்டை போட்டு குண்டுசம்பங்கி, தாழம்பூ சூடிக்கொள்வாள். இருட்டியதும் அக்ரஹாரத்தின் மீது இரவுராணி சர்ப்பகந்தியின் அரசாட்சியென்றால், பகலில் –

பிராமணர்கள் உடம்பில் பூசிய சந்தனம், பாரிஜாதம் முதலான மென்மையான மலர்கள் – இவற்றின் இதமான மணம்.

இப்படியே ஒவ்வொரு வீட்டுப் புழக்கடையிலும் ஒவ்வொரு சுவை தரும் பலா, மா போன்ற பழமரங்கள். 'பழத்தைப் பங்கிட்டு சாப்பிடு; பூவைக் கொடுத்துச் சூடிக்கொள்' என்னும் பழமொழிப் படி பூ, பழங்களைத் தங்களுக்குள் பகிர்ந்துகொள்வதும் உண்டு. லக்ஷ்மணா சார்யா மட்டும் மரத்தில் பழுத்த பழங்களை ரகசிய மாகப் பாதிக்குப்பாதி கைமாற்றி கடைகாரக் கொங்கணியர்களுக்கு விற்றுவிடுவான். அவன் மிகவும் கஞ்சத்தனமான பிறவி. மனைவியின் தாய்வீட்டார் வரும்போது, கழுகுக் கண்ணோடு மனைவியின் கையையே கவனித்துக் கொண்டிருப்பான்; எங்கே எதையாவது திருடி, தாய்வீட்டுக்குக் கொடுத் தனுப்பிவிடுவாளோ என்று. சித்திரை – வைகாசிகளில் ஒவ்வொரு வீட்டிலும் கோசம் பரிபானகம் வழங்குவார்கள்; கார்த்திகைகளில் தீபாலங்காரத்துக்கு ஒருவரை ஒருவர் அழைத்துக்கொள்வார்கள். நாரணப்பா இவற்றிற் கெல்லாம் விலக்கு.

அக்ரஹாரத்தின் வீதியில் இரண்டு வரிசையிலும் மொத்தம் பத்து வீடுகள். எல்லாவற்றிற்கும் பெரியவீடு நாரணப்பாவினுடையது – ஒரு கோடியில். ஒரு பக்கத்து வீடுகளில் புழக்கடையை எட்டிப் பார்க்கும் துங்கை ஆறு. ஆற்றில் இறங்க, முன்னோர்களான புண்ணியவான்கள் கட்டிவைத்த படிக்கட்டுகள். வைகாசியில் துங்கை பொங்கி அக்ரஹாரத்தில் நுழைந்துவிடுபவளைப் போல மூன்று – நான்கு நாட்கள் ஆர்ப்பாட்டம் செய்து குழந்தைகளின் கண்ணுக்கும் காதுக்கும் கலகலப்பான திருவிழாவாகி, மீண்டும் இறங்கி நல்ல வெய்யில் காலத்தில் மூன்று பிரிவாகப் பிரிந்து, சலசலக்கும் ஓடையாகிவிடுவாள். அப்பொழுது பிராமணர்கள் மணலில் வெள்ளரிக்காய், தர்ப்பூசணிகளை விளைவித்து மழைக் காலத்திற்கு வேண்டிய காய்கறிகளையும் பயிரிட்டுக்கொள்வார்கள். வருடத்தில் பன்னிரண்டு மாதக் காலமும் வாழைநார்க் கயிற்றில், இந்த வெள்ளரிக்காய்கள் மாடியில் தொங்கிக்கொண்டிருக்கும். மழைக்காலத்தில் அதைக்கொண்டே பொறியல், குழம்பு, கொஜ்ஜி; அதன் விதையிலிருந்து ரசம். கர்ப்பிணிகளைப் போல பிராமணர்கள் புளிப்புமாங்காய் கொஜ்ஜிக் குழம்புக்கு ஆசைப்பட்டு அலைவர். பன்னிரண்டு மாதங்களும் விரதம், பிராம்மணார்த்தம், திருமணம், பூணூல் பூட்டல், சிரார்த்தம், புண்யோஜன அழைப்புகள், ஆராதனை, டீகாசார்யரின் புண்யதினம், குருபூஜை போன்ற பெரிய பண்டிகைகளுக்கு முப்பது மைல் தொலைவிலிருந்த

மடத்தில் சாப்பாடு. இப்படியே பிராமணர்களின் பிழைப்பு குறையில்லாமல் நடந்து வரும்.

இந்த அக்ரஹாரத்தின் பெயர் தூர்வாசபுரம். அதற்குப் பின்னால் ஒரு ஸ்தலபுராணம் உண்டு. ஓடிக்கொண்டிருக்கும் துங்கை ஆற்றின் நடுவில் சிறிய தீவு போன்ற மேட்டில் மரங்களினால் சூழ்ந்திருக்கும் ஒரு குன்று உள்ளது. அங்கு தூர்வாசர் தவம் செய்துகொண்டிருந்த தாகக் கதை. துவாபர யுகத்தில் ஒரு விசேஷ சம்பவம் நடந்தது. இங்கிருந்து பத்து மைல் தொலைவில் இருக்கும் 'கைமரம்' என்னும் இடத்தில் பஞ்சபாண்டவர்கள் சிலகாலம் வனவாசம் செய்து கொண்டிருந்தார்களாம். ஒருமுறை துரௌபதி தேவிக்கு நீரில் நீந்தி விளையாட வேண்டும் என்று எண்ணம் வந்ததாம். கைப் பிடித்தவளின் எல்லா ஆசைகளையும் ஈடேற்றும் பீமசேனன், துங்கை ஆற்றுக்கு அணைபோட்டான். இந்தப் பக்கம், காலையில் தூர்வாச முனிவர் குளியல், சந்தியாவந்தனம் முதலான காரியங் களுக்கென்று எழுந்து பார்க்கிறார்! துங்கையில் நீரே இல்லை. சினம் தலைக்கேறியது. தருமராயனுக்கு இது உடனே ஞானதிருஷ்டியில் தெரிந்து, பீமசேனனுக்குப் புத்தி கூறினான். எப்போதும் அண்ணனின் சொல்லுக்குக் கட்டுப்பட்ட வாயுபுத்திரன், தான் போட்ட அணையை மூன்று இடத்தில் உடைத்து தண்ணீர் விட்டான். இப்பொழுதும்கூட கைமரத்தில், அணைக்கட்டிலிருந்து மூன்று பாகமாக ஆறு ஓடிக்கொண்டிருக்கிறது. தூர்வாச புரத்தின் பிராமணர்கள் அக்கம்பக்கத்திலிருக்கும் அக்ரஹார பிராமணர் களுக்குச் சொல்வதுண்டு: துவாதசி நாளில் விடியற்காலம் புண்ணியம் செய்துள்ளவர்களுக்குத் தூர்வாசவனத்திலிருந்து எழும்பும் சங்கொலி கேட்கும் என்று, பெரியவர்கள் சொல்லி இருப்பதாகக் கதைச் சொல்வார்கள். ஆனால் அக்ரஹாரத்தில் பிராமணர்கள் யாரும் இதுவரை, தாங்கள் அதைக் கேட்டிருக் கிறோம் என்று பாராட்டிக் கொண்டதில்லை.

இப்படி ஸ்தலப்புராணப் பெருமையினாலும் மாபெரும் தவமுனிவர், ஞானி, வேதாந்த சிரோமணி பிராணேஸாசார்யார் வந்து வாழ்ந்துகொண்டிருந்ததனாலும் சண்டாளன் நாரணப்பாவின் நடத்தையினாலும் பத்து திக்குகளிலும் அக்ரஹாரம் புகழ்பெற்று இருக்கிறது. பிராணேஸாசார்யார் புராணம் சொல்வதைக் கேட்பதற்கென்றே சுற்றுமுற்றுமுள்ள அக்ரஹாரத்தவர்கள் ராமநவமி முதலான புண்ய நாட்களில் வந்துகூடுவார்கள். பிராணேஸாசார்யருக்கு நாரணப்பா ஒரு பெரும் சிக்கலாகவே இருந்தான். கடவுளின் அருளை உறுதிப்படுத்திக்கொள்ள வேண்டும்

என்று, நோயாளியான மனைவிக்குத் தொண்டு செய்துகொண்டு, நாரணப்பாவின் கெட்ட நடத்தைகளைப் பொறுமையோடு சகித்துக் கொண்டு, அர்த்தம் புரியாத மந்திரங்களினால் நிறைந்திருக்கும் பிராமணர்களின் தலையிருளை மந்திரங்களை விளக்கிச் சொல்வதன் மூலமாகக் கொஞ்சங்கொஞ்சமாக அகற்ற முயன்று, அவரது இல்லறதர்மம் என்னும் சந்தனம் மெதுவாகத் தேய்ந்து மணந்துகொண்டிருந்தது.

இந்தப்பக்கம், பிராமணர்கள், நெல் உதிர்ந்தால் பொறிந்து போகும் அளவுக்கு சூடேறிப்போயிருந்த அக்ரஹாரத்து வீதியில் தலையை அங்கவஸ்திரத்தினால் மூடிக்கொண்டு, வயிற்றுப் பசியினால் தளர்ந்து போனவர்களாய், நடந்து மூன்று கூறாக ஓடிக்கொண்டிருக்கும் துங்கையாற்றைக் கடந்து, குளுமையான காட்டில் நுழைந்து ஒருமணி நேரம் நடைபோட்டு பாரிஜாதபுரம் சேர்ந்தனர். வெயிலிலிருந்து, நிலத்தின் ஈரத்தைக் கட்டிக்காத்துக் கொண்டிருந்த பாக்குத் தோட்டத்து பச்சைப்பசும் ஓலைகள், காற்று வீசாததால் அசைவற்று இருந்தன. சுடும் மண்ணில் பிராமணர்களின் வெறுங்கால்கள், சுரீர் சுரீர் என்று சுட்டன. நாராயணனை நினைத்துக்கொண்டே பிராமணர்கள், தாங்கள் என்றும் கால் வைக்காத பெரிய வீட்டு மஞ்சய்யனின் வீட்டுக்குள் வந்தனர். வரவு-செலவு கணக்கை எழுதிக்கொண்டு உட்கார்ந் திருந்தார், கொடுக்கல்-வாங்கல் விவகாரத்திலும் வியாபாரத்திலும் தன் பேச்சுத் திறமையை வளர்த்துக்கொண்டிருந்த செல்வந்தர் மஞ்சய்யா.

‘ஓஹோஹோ... என்ன! பிராமணருங்க எல்லாரும் கூட்டமா இந்தப் பக்கம் தயவு பண்ணியிருக்கீங்க. ஓஹோ ஹோ வரணும்... உட்காரணும்! சோர்ந்து போய் நடந்துவந்திருக்கீங்க... தாக சாந்திக்கு ஏதாவது சாப்பிடணும்....காலு கழுவிக்கிறீங்களா? இவளே... கொஞ்சம் வாழப்பழம் கொண்டா...’ என்று வாயாற உபசாரம் செய்தார். அவரது மனைவி தட்டில் பழங்களைக் கொண்டுவந்து வைத்துவிட்டு ‘வாங்க’ என்று சொல்லி உபசரித்துவிட்டு உள்ளே போனாள். கருடாசார்யா, ‘உஸ்’ஸென்று உட்கார்ந்து நாரணப்பா செத்த செய்தியைத் தெரிவித்தான்.

‘அடக்கடவுளே...! அவனுக்கு என்னாகியிருந்ததுப்பா? எட்டு பத்துநாளுக்கு முன்னால ஏதோ விவகாரம் பேசறதுக்கு இங்க வந்திருந்தான். ‘சிவமொக்கேகுக்கு போயிட்டு வர்றேன்’னான். ஒங்களுக்கு ஏதாவது வேலையிருக்கான்னு கேட்டான். மண்டியிலே பாக்கு வித்துப்போச்சான்னு தெரிஞ்சிட்டுவான்னு சொல்லி

யிருந்தேன். சிவசிவா... பிரகஸ்பதி, ஒரு வாரம் கழிச்சு வர்றேன்னு சொல்லியிருந்தான்... என்ன வியாதியாம்?'

'நாலு நாள் ஜொரம் அவ்வளவுதான் – வயித்துப்பக்கம் கட்டி எழும்பியிருந்ததாம்' என்று சொன்னான் தாசாசார்யா.

'சிவசிவ' என்று மஞ்சய்யா கண்மூடி விசிறியினால் காற்று வீசிக்கொண்டார். சிவமொக்கேகுக்கு அவ்வப் போது வந்து கொண்டிருந்த மூன்றெழுத்து, பயங்கர வியாதியின் பெயர் அவர் நினைவுக்கு வந்து, அதைத் தனக்கே தெளிவாகச் சொல்லிக் கொள்ளவும் பயந்து, 'சிவ சிவா' என்றார்.

நொடிப்பொழுதில் பாரிஜாதபுரத்தின் கீழ்க்குல பிராமணர் களுக்கெல்லாம் தெரிந்து பஞ்சாயத்துக் கல்லின் மீது கூடினர்.

'ஓங்களுக்கெல்லாம் தெரியுமோன்னா' விவகாரத்தில் கெட்டிக் காரனான கருடாசார்யா சொன்னான்: 'அக்ர ஹாரத்துலே எங்களுக்கும் அவனுக்கும் சண்டை நடந்து போஜனம்–ஜலம்கூட இல்லாம போயிடுத்து. நீங்கள்ளாம் அவனோட சிநேகிதாளா இருந்தேளேன்னிட்டு, என்ன, இப்போ அவனோட தகனம், காரியம் எல்லாம் பிரச்சினையாயிட்டதனாலே, என்ன...?'

பாரிஜாதபுரத்தவர்களுக்கு நண்பன் செத்துப் போன திலே துக்கம் ஏற்பட்டது. மேற்குல பிராமணன் ஒருவனின் தகனக் காரியம் செய்யும் சந்தர்ப்பம் கிடைத்திருக்கிறதே என்று மகிழ்ச்சியும் ஏற்பட்டது. நாரணப்பா தங்களின் வீடுகளில் தயங்காமல் கூச்சப்படாமல் சாப்பிடுகிறானே என்பதே அவர்களுக்கு அவன்மீது இருந்த ஒட்டுறவுக்குப் பாதி காரணம்.

பாரிஜாதபுரத்துப் பிராமணர்களுக்குப் புரோகிதரான சங்கரய்யா சொன்னார். 'பிராமண தர்மத்தின்படி பாம்பும்கூட பிராமண னேன்னு இருக்கு. அதாவது பாம்போட பொணம் கண்ணிலே பட்டா அதுக்கு யோக்கியதையான சவதகனக் கருமம் பண்ணிடனும்; இல்லேன்னா போஜனமே பண்ணக்கூடாதுன்னு விதியே இருக்கு. இந்த மாதிரி சந்தர்ப்பத்துலே பிராமணன் ஒருத்தன் தெய்வத்தோட போய்ச் சேர்ந்துட்டான்னா, நாம கையைக் கட்டிண்டு ஒக்காந்துடறது கொஞ்சங்கூட சரியில்லே... என்ன சொல்றேள்?' என்றவர், தனக்கும் சாஸ்திரம் தெரியும்; 'உங்களை விட நாங்கள் தாழ்ந்தவர்கள் இல்லை' என்று மாத்வர்களின் கர்வத்தை மட்டம்தட்ட எண்ணிச் சொன்னார்.

இதனால் துர்காபட்டனுக்குச் சொல்லமுடியாத கலக்கம் ஏற்பட்டுவிட்டது. இந்த மொட்டைப் பிராமணன் அதிகப்

பிரசங்கித்தனமாக அவசரப்பட்டு ஸ்மார்த்தருக்குக் கெட்டபேர் வரும்படியா செய்துவிட்டானே என்று வக்கிரமாகப் பேசினான்.

'சரி, சரி... ஒத்துக்கிறேன். பிராணேஸாசார்யார் இதைத் தான் சொன்னார். ஆனா, எங்களுக்கு வந்திருக்கிற நெருக்கடி: மதுபானத்தையும் மாம்ச போஜனத்தையும் சாப்பிட்டு, சாளக் கிராமத்தை[12] தண்ணியிலே எறிஞ்ச நாரணப்பா பிராமணனா இல்லையாங்கறதுதான். ஜாதி கெட்டுப்போறதுக்கு யாரு தயாரா இருக்கா சொல்லுங்கோ? ஆனா, பிராமணன் ஒருத்தனோட சவத்தை எடுக்காம இருக்கிறது அதர்மம்ங்கிறதை நான் சம்பூர்ணமா ஒத்துக்கறேன்.'

புரிந்துகொண்ட சங்கரய்யனுக்கு இதயம் குப்பென்று பயத்தால் ஸ்தம்பித்துவிட்டது. முதலிலேயே தாழ்ந்த கீழ்க் குலத்துப் பிராமணர்கள் என்றும் கலப்பு பிராமணர்கள் என்றும் ஏளனப் படுத்தப்படும் தம்மவர்கள், இந்தக் காரியத்தினால் இன்னும் சற்று கெட்டபெயர் எடுப்பது அவரது மனதுக்குச் சரி எனப்படாமல், 'அப்படியிருக்கும் போது, சீ சீ சீ நாங்க அவசரப்படக்கூடாதுப்பா... தெற்கிலேயே பேர்வாங்கின பிராணேஸாசார்யார் ஒங்களோடவே இருக்கிறாரோல்லியோ! அவரே தர்ம விரோதமானது எது, தர்ம சூட்சுமம் எதுங்கறத எல்லாம் தெரிஞ்சு சொல்லட்டும். நாங்க கட்டாயமா நாரணப்பனோட தகனம், காரியம், வைகுண்ட சமாராதனை எல்லாம் நடத்துறதுக்கு சித்தமா இருக்கோம்' என்றார்.

மஞ்சய்யா 'செலவைப் பத்தி கவலைப்படவேண்டாம். என் சிநேகிதன் இல்லையா அவன்? நானே சொந்தமா, தானம் மொதலானதை எல்லாம் ஏற்பாடு பண்ணிடறேன்' என்று கருமிகளான மாத்வர்களுக்கு உறைக்கட்டும் என்று சொன்னார்.

[12] *சாளக்கிராமம்:* புனித ஆறாகக் கருதப்படும் கண்டகி நதியில் கிடைக்கும் ஒரு கருத்த கூழாங்கல். நாராயணனை வழிபடும் புனிதத் துடன் விஷ்ணுபீடத்தில் இக்கல்லை வைத்து வழிபடுவர்.

3

பிராமணர்களெல்லாரும் பாரிஜாதபுரத்திற்குப் புறப்பட்டுப் போனபின்னால், பிராணேஸாசார்யார் கருணையோடு சந்திரியிடம், 'உட்கார்' என்று சொல்லி, தன் மனைவி படுத்திருந்த சாப்பிடும் அறைக்கு வந்தார். 'இவளே, சந்திரியோடது ரொம்ப நிஷ்களங்கமான மனசும்மா' என்று அவள் தங்கநகைகளைக் கொடுத்தது, அதனால் ஏற்பட்ட புதுப் பிரச்சினைகள் எல்லாவற்றையும் விவரித்து, ஓலைச் சுவடிக் கட்டுக்களையெல்லாம் (கிரந்தங்களை) பிரித்து தர்மசாஸ்திரம் என்ன சொல்கிறதென்று தேடிக்கொண்டு உட்கார்ந்தார். என்றைக்குமே இந்த நாரணப்பா தனக்குப் பிரச்சினையாகவே இருந்தான். அக்ரஹாரத்தில் கடைசியில் வெல்லப்போவது சனாதன தர்மத்தைக் கடைப்பிடிக்கும் தனது தவமா அல்லது அவனது ராட்சஸ சுபாவமா என்று பார்த்துவிட அவரது மனம் துடித்தது. எந்த, சனிசேஷ்டையால் அவன் இப்படியானானோ என்று மனம் நொந்து, கடவுள் புண்ணியத்தால் அவன் கடைத்தேறட்டும் என்று அவர் வாரத்தில் இரண்டு நாள் இரவு உணவைவிட்டு விரதம் இருந்துவந்தார். அதுவுமில்லாமல், அவன் மேல் அவரது இதயத்தில் ஓரளவு இரக்கம் இருப்பதற்குக் காரணம், அவனுடைய தாய்க்கு, தான் கொடுத்த வாக்கு. 'உன் மகனை நல்லபடியா பாத்துக்கறேன். அவனை நல்வழிக்குக் கொண்டுவர்றேன்' – இப்படி சாகப்போகும் கிழவிக்கு ஆறுதல் சொல்லியிருந்தார். ஆனால் நாரணப்பா வழிக்கு வரவே இல்லை. இவரின் அறிவுரைகளைக் காதில் போட்டுக்கொள்ளவே இல்லை. தான் வேதம் படிப்பித்து, மந்திரங்களை மனப்பாடம் செய்வித்து வளர்த்த கருடனின் மகன் சியாமா, லக்ஷ்மணனின் மருமகன் ஸ்ரீபதி இரண்டு பேரையும் தனது பிடிப்புக்குள்ளிருந்து பறித்துக் கொண்டான். சியாமனை வீட்டைவிட்டு வெளியேற்றி பட்டாளத்தில் சேரச் சொல்லிக்கொடுத்து தூண்டிவிட்டான். கருட – லக்ஷ்மணர்கள் கொண்டுவந்த முறையீடுகளைக் கேட்டுக் கேட்டு பொறுமையிழந்த அவர், ஒருநாள் அவன் வீட்டுக்குப் போனார். பஞ்சுமெத்தையில் படுத்துக்கொண்டு இருந்தவன் தன்னைக்கண்டு, எழுந்து உட்காரும் அளவுக்கு மரியாதை

காட்டினான். ஆனால், அறிவுரை சொல்லத் தொடங்கியதும் தாறுமாறாகப் பேசினான்; பிராமண தர்மத்தைத் திட்டினான். 'இனிமேல ஓங்க சாஸ்திரம் நடக்காது. இனிமே வரப்போறது காங்கிரஸ். பஞ்சமருங்கள்[13] கோயிலுக்குள்ளே விட்டுத்தான் ஆகணும்' என்று ஏதேதோ, சம்பந்தா சம்பந்தமில்லாமல் உளறினான். 'வேண்டாம்பா, அந்த ஸ்ரீபதியை அவன் பெண்டாட்டியிடமிருந்து பிரிச்சுடாதே' என்றேன். 'ஆஹாஹா' என்று சிரித்தான். 'சொகம் கொடுக்க முடியாத பொண்ணோட யார்தான் குடும்பம் நடத்த முடியும், ஆசார்யரே, மலட்டு பிராமணர்களை விட்டா', என்று கேலி பண்ணினான். 'சொந்தம்னு சொல்லி எனக்குப் பைத்தியம் பிடிச்ச பொண்ணக் கட்டிவச்சு நாசம் பண்ணனும்னு இருந்தீங் களா? நீங்க – பிராமணங்கள், ஓங்க தர்மம் ஓங்களோடவே இருக்கட்டும். இருக்கிறது ஓர் ஆயுசு. நான் சார்வாக வம்சத்தவன். 'ருணம் கிருத்வா கிருதம்பிபேத்'[14] என்றான். 'இந்த பூதஉடல் சாஸ்வதமானது இல்லப்பா' என்று போதித்தேன்; வேண்டினேன்; 'நீ என்ன வேணுமானாலும் பண்ணு, பையன்களை மட்டும் பாழ்படுத்திடாதே' என்று அங்கலாய்த்துக்கொண்டேன். அதற்கும் சிரித்துவிட்டு, 'முண்டைங்க சொத்துக்கு முட்டுக்கோலு போட்டு, மாய மந்திரங்களைப் பண்ணவச்சு, கெட்டதே செய்துண்டிருக்கிற கருடன் ஓங்க பிரகாரம் பிராமணனா?' என்று கேலி செய்தான். 'கடைசியிலே வெல்லப்போறது நானா? நீங்களா? பாக்கலாம் ஆசார்யரே! எவ்வளவு நாளைக்கு இந்த பிராம்மணியம் நெலைக்கப் போறதுன்னு? இந்தப் பிராம்மணியத்தோட மரியாதைய எல்லாம் நான், வேணும்னா ஒரு பொண்ணு கொடுக்கிற சுகத்துக்காக உரிச்சுப் போட்டுடுவேன். நீங்க இப்போ போங்க. நெறைய பேசி ஓங்கள நோகவைக்க எனக்கு இஷ்டமில்லே!' என்று சொல்லி விட்டான். இந்த மாதிரியான மிருகத்தைப் பகிஷ்காரம் பண்ணனும்னு சொன்னப்போ நான் ஏன் அதுக்குத் தடையாக இருந்தேன்? பயமா? கருணையா? கடைசியிலே நான்தான் வெல்லப் போறேங்கிற, வெல்லணும்கிற அடமா? எப்படியோ, அவன் சொன்னதைப் போலவே வாழ்ந்திருந்தபோது எப்படியோ அப்படியே இப்போதும், செத்து என் பிராம்மணியத்தைச் சத்வ பரீட்சை செய்துகொண்டிருக்கிறான்.'

[13] *பஞ்சமர்:* பிராமணன், க்ஷத்திரியன், வைஷ்யன், சூத்திரன் என்னும் நால்வகை வருணங்களான சாதிகளுக்குள்ளும் சேர்க்கப்படாத அவர்களிலும் கீழ்க்குலத்தவராகக் கருதப்படும் ஐந்தாம் வருணத்தவர் (சாதியினர்).

[14] *ருணம் க்ருத்வா கிருதம் பிபேத்:* கண்டதே காட்சி கொண்டதே கோலம் என்று கருதும் சார்வாக (நாஸ்திக) மதத்தைப் பின்பற்றுபவன்.

கடைசியாக நாரணப்பாவைப் பார்த்தது மூன்று மாதத்துக்கு முன்னால், சதுர்த்தசியின் ஒரு மாலை நேரம். அன்று காலை அவன் முஸ்லிம்களை அழைத்துக்கொண்டு போய், பிள்ளையார் கோயில் துறையில் சுவாமி மீனைப் பிடித்து, அக்ரஹாரத்தில் எல்லாருடைய கண்ணெதிரிலும் எடுத்துக்கொண்டு போனான், என்று கருடா சார்யா முறையிட்டான். மேலே வந்து கையிலிருக்கும் அரிசியைத் தின்றுவிட்டு ஓடையில் தடையேதுமில்லாமல் நீந்திக்கொண்டு இருக்கும் அந்த ஆளுயர மீன்களைப் பிடித்தால் ரத்தம்கக்கி சாவார்கள் என்னும் நம்பிக்கையை நாரணப்பா அலட்சியப் படுத்திவிட்டானே என்று பிராணேஸாசார்யருக்கும் நடுக்கம் ஏற்பட்டது. இவன் இப்படி வழி ஏற்படுத்திக் கொடுத்த பின்பு, சூத்திரர்கள் தொடங்கி எல்லாருக்கும் நியாய தர்மத்தின் மேல் பயம், மரியாதை விட்டுப்போகாமல் இருக்குமா? கடவுள் பயத்தினாலேயாவது, சாமானியர்களிடம் இவ்வளவுக்காவது தர்மபுத்தி இந்தக் கலிகாலத்திலேயும் எஞ்சியுள்ளது. அதுவும் பாழாகிவிட்டால்? இந்த பூமியைத் தாங்கிப் பிடிக்கும் சக்தி இனி எங்கே இருக்கப்போகிறது? இப்பொழுது அமைதியாக இருப்பது சற்றும் சரியானதல்ல என்று எண்ணி மடமடவென்று நடந்து நாரணப்பாவை நேருக்கு நேராகப் பார்த்தவாறு அவனது வீட்டுக்கூடத்தில் நின்றார்.

குடித்திருந்தான் என்று தெரிகிறது. கண்கள் சிவப்பேறி யிருந்தன; தலை கலைந்திருந்தது... அப்போது தன்னைக் கண்டவுடனே சட்டென்றெழுந்து துணியினால் வாயை மூடிக்கொண்டானே?

அவனது குணம் சக்ரவியூகத்தைப் போன்றது என்றும் அதற்குள் நுழைந்து செல்ல தனக்குப் பெரும்பாலும் வாய்ப்பில்லை என்றும் பலபோதும் பரிதவித்துக் கொண்டிருந்த ஆசார்யருக்கு, அவனது ராவண கர்வத்தில், தன்னைக் கண்டு அஞ்சும் அளவுக்காவது விரிசல் விட்டிருப்பதைக் கண்டு, உள்ளேயிருந்து உன்னத சக்தி யொன்று பொங்கிப் பெருகியதைப் போல நம்பிக்கையேற்பட்டது.

இப்போது பேசுவது வீண் என்று அவருக்குத் தெரியும். தன்னுள்ளிருந்த நற்குணமென்னும் கங்கைநீர், அவனுக்குள் அமைதியாக நுழையாவிட்டால் அவன் திருந்துபவனல்ல என்றும் அவருக்குத் தெரியும். பருந்தைப்போல் பாய்ந்து அவனைக் குதறித் தள்ளி உள்ளிருக்கும் அமிர்தத்தைப் பீச்சிடச் செய்ய வேண்டு மென்று, காமத்தீயைப் போன்ற ஆசை பெருக்கெடுத்தது.

முகங்கடுக்கப் பார்த்தார். பாமரத்தனமான பாவியொருவன் அஞ்சி, கூசி, ஓடி ஒளிந்துகொண்டுவிட வேண்டும் என்பது போலப்

பார்த்தார். இவனது கண்ணிலிருந்து, தன் தவறை உணர்ந்து கழிவிரக்கத்தின் இரண்டு சொட்டுக் கண்ணீர் விழட்டும் போதும். தன்னைவிட ஐந்து வருடம் சிறியவனான நாரணப்பாவை உடன்பிறந்த பாசத்தோடு பிடித்தணைத்துக் கொண்டுவிட வேண்டும் என்று ஆசையோடு பார்த்தார்.

நாரணப்பா தலை தாழ்த்திக்கொண்டான். சர்ரென்று பாய்ந்து கவ்விக்கொண்ட பருந்தின் பிடிக்குள் மாட்டிக்கொண்டவனைப் போல, நொடிப்பொழுது புழுவாகிவிட்டதைப் போல, மூடிய கதவொன்றை சற்றுத் திறந்து எட்டிப் பார்த்ததும் திணறிப் போனவனைப் போலக் காணப்பட்டான்.

இல்லை. வாயிலிருந்து துணியை எடுத்து நாற்காலியின் மீது எறிந்து கடகடவென்று சிரித்தான்.

'சந்திரீ, எங்கே பாட்டிலு? ஆசார்யருக்கும் கொஞ்சம் தீர்த்தம் குடு.'

'வாய மூடு!' பிராணேஸாசார்யார் உடம்பெல்லாம் நடுங்க, தன் பிடியிலிருந்து சட்டென்று நழுவிப் போய்விட்டவனைப் பார்த்து, படியிறங்கும் போது அடி சறுக்கியவரைப் போல தடுமாறிப் போனார்; ஏமாற்றத் திற்குள்ளானார்.

'ஆஹா! அடே... ஆசார்யருக்கும் கோவம் வருதே! காமக் குரோதங்களெல்லாம் எங்க மாதிரியானவாளுக்குத் தான்னு நெனச்சுண்டிருந்தேன்! காமத்தை வென்றவாளுக்குக் கோபம் மூக்கு நுனியிலே இருக்குமாமே... தூர்வாசன், பராசரன், பிருகு, பிருகஸ்பதி, காஸ்யப—சந்திரி, எங்கே பாட்டில்? இல்ல... ஆசார்யரே, ஒங்க ரிஷிங்க இருக்காங்களே பலே ஆளுங்க. மீன்வாசனை கொண்டவளைப் படகிலேயே கெடுத்து நறுமண சுகந்தியா மாத்தினவன் பேரென்னா? அப்படிப்பட்ட பரம்பரையிலே வந்த இந்த அக்ரஹாரத்து ஏழைப் பிராமணங்களப் பாருங்கோன்னா...'

'நாரணப்பா, வாயை மூடு' என்றார்.

சந்திரி பாட்டிலை எடுத்து வராததைக் கண்ட நாரணப்பா அவளைக் கடிந்துகொண்டுதானே, மாடிக்குத் தடதடவென்று ஏறிப்போய் சாராயத்தை எடுத்துவந்து குவளையை நிரப்பினான். சந்திரி, வேண்டாமென்று அவனது கையைப் பிடிக்கப்போன போது அவளைத் தள்ளினான். பிராணேஸாசார்யார் கண்ணை மூடி, புறப்படலாமென்று முதுகைத் திருப்பினார்.

'ஆசார்யரே, கொஞ்சம் நில்லுங்கோ' என்றான். இப்போது புறப்பட்டுவிட்டால், தான் பயந்துவிட்டதாக எண்ணிக் கொள்வானே

என்று அஞ்சி, பிராணேஸாசார்யார் எந்திரகதியில் நின்றார். சாராயத்தின் வாசனை சகிக்கமுடியவில்லை. 'கேளுங்கோ' என்று நாரணப்பா கட்டளையிட்டு, குவளையிலிருந்து ஒரு முழுங்கு குடித்து வக்கிரமாகச் சிரித்துக்கொண்டே சொன்னான்: 'கடைசியா ஜெயிக்கப்போறது நானா நீங்களா – பார்க்கலாம். நான் பிராம்மணியத்தை நாசம் பண்றேன், பண்ணியே தீருவேன். என் வருத்தமெல்லாம் நாசம் பண்றதுக்கு இந்த அக்ரஹாரத்துலே பிராம்மணனே யாரும் இல்லையேங்கிறதுதான், ஒங்க ஒருத்தரை விட்டா. கருடன், லக்ஷ்மணன், துர்காபட்டன் – ஆஹாஹா – எப்பேர்ப்பட்ட பிராமணனுங்கய்யா! நான் ஒருவேளை பிராமண னாகவே இருந்திருந்தா, ஒங்க கருடா சார்யா என்னையே தின்னு தீர்த்தம் குடிச்சிட்டிருப்பான். இல்லேன்னா, ஆஸ்திமேல இருக்கிற ஆசையிலே, மலத்து மேலே விழுந்திருக்கிற காசைக்கூட நாக்கால நக்கி எடுக்கும் அந்த லக்ஷ்மணன் தன்னோட இன்னொரு நோஞ்சான் மச்சினியை எனக்குக் கட்டி வச்சிருப்பான். மொத்தத்துலே குடுமி வச்சி, கருஞ்சாந்து அங்காரம் பூசி, ஒங்க திண்ணையிலே ஒக்காந்து, நீங்க சொல்ற புராணத்தைக் கேட்டுண்டு இருந்திருக்கணும்...' நாரணப்பா இன்னொரு முழுங்கு குடித்து ஏப்பம்விட்டான். உள்ளேயிருந்து பயம் மேலிட்டு பார்த்துக் கொண்டு நின்றிருந்த சந்திரி கைகூப்பி, 'போங்கோ' என்பதுபோல் சைகை செய்தாள். பிராணேஸாசார்யார், குடிகாரனோடு வம்பு எதற்கு என்று போகத் திரும்பினார்.

'ஆசார்யரே, இங்கே கேளுங்கோ. அக்ரஹாரம், ஒங்க பேச்சையே என்னைக்கும் கேட்டுண்டே இருக்கணும்னு எதுக்கு கர்வம்! கொஞ்சம் எம் பேச்சையும் காதிலே போட்டுக்குங்கோ. நானும் ஒரு புராணம் சொல்றேன் கேளுங்கோ. 'ஓர் அக்ரஹாரத்துலே ஒரு பரமபக்திமானான ஆசார்யர் ஒருத்தன் இருந்தான், முன்னொரு காலத்துலே. அவன் பெண்டாட்டி எப்பவும் நோயாளியான தாலே பொம்மனாட்டி சுகம்னா என்னன்னே தெரியாத அவன் தேஜஸ்வீ. அதாவது அவன் பெருமை, ஊரூரா பரவித்து. அக்ரஹாரத்துலே பிராமணுங்கெல்லாம் மகாபாவிங்க. அன்ன மூலம், காஞ்சனமூலம்னு எல்லாப் பாவங்களையும் பண்ணினவ னுங்க. ஆனா தங்களோட பாவங்களை எப்படியும் இந்த ஆசார்யர் பண்ற புண்ணியம், மறைச்சுடுமில்லையான்னிட்டு அவங்க மேலும்மேலும் பாவத்தைத் தாராளமா பண்ணத்தொடங்கிட்டா. இப்படியே ஆசார்யரோட புண்ணியம் உயர்ந்த அளவுக்கு அவங்க பாவமும் ஏறித்து. ஒருநாள் ஒரு வேடிக்கை நடந்தது. என்ன ஆசார்யரே, கேட்டுண்டு வரேள் இல்லியா? நாம பண்ற கர்மத்துக்கு

எல்லாம் நேரிடையான பலன் எப்படியோ அப்படித்தான் நேர் எதிரான பலனும் நடந்தே தீரும்கிறது என் கதையின் நீதி. நல்லா கேட்டுண்டு மத்த பிராமணங் களுக்கும் சொல்லுங்கோ.

'என்ன வேடிக்கைன்னா அந்த அக்ரஹாரத்துலே ஒரு வயசுப் பையனிருந்தான். அவன் கைப்பிடிச்ச பெண்டாட்டி அவன்கூட படுக்கிறதில்லே – அம்மா பேச்சை அப்படியே கடைப்பிடிக்கிறதா நெனச்சுண்டு. அந்தப் பையன் இந்த ஆசார்யர் புராணம் படிக்கிறதைக் கேக்கறதுக்குன்னு ஒவ்வொரு சாயங்காலமும் வந்துடுவான். காரணம் வாழ்க்கையிலே அனுபவமில்லேன்னாலும் இந்த ஆசார்யர் காவியம் கீவியம்னா பெரிய ரசிகன். ஒருநாள் காளிதாசனோட சகுந்தலை பற்றி வர்ணனை நடந்துண்டிருந்தது. தொடப் போனா 'கிள்ளறான்'னு தாய்கிட்ட போயி முறையிடற பெண்டாட்டியினால் வெறுத்துப்போயிருந்த அந்தப் பையனுக்கு, ஆசார்யரோட வர்ணனையினால் தன் ஒடம்புக்குள்ளவே ஒரு பொண்ணு வளர்ந்தமாதிரி தோணி, தொடைக்கிடையிலே உணர்ச்சி கொப்புளிச்சு – அப்படீன்னா என்னன்னு ஒங்களுக்குத் தெரியுமா ஆசார்யரே? – ஆசார்யரோட திண்ணையிலேந்து குதிச்சான்; ஓடினான். மீதியையும் கேட்டுக்கக்கூட பொறுமை யில்லாம நேரா 'சில்'லுனு இருந்த ஆத்துத் தண்ணியிலே முழுகிடணும்னு ஓடினான். அந்த நேரத்துல அங்க ஒரு சேரிப்பொண்ணு; பௌர்ணமி நிலவு வெளிச்சம்; அவனோட நல்லகாலம் அவள் ஒடம்புமேலே அவ்வளவா துணியில்லாம, பாக்கணும்னு அவன் விரும்பின ஒவ்வொன்றையும் தங்குதடை இல்லாம கண்ணு எதிரிலயே, பாக்கும்படியா இருந்தா. ஒங்க ரிஷி மெச்சின 'மத்ஸ்யகந்தியைப் போல்தான் அவளும். இவதான் சகுந்தலைன்னு பிரம பிடிச்சு நின்ன இந்த பிராமணப் பையன் அவளை அங்கேயே சம்போகம் பண்ணிட்டான் – சந்திரன் சாட்சியா.

'இப்போ எண்ணிப் பாத்து சொல்லுங்க ஆசார்யரே! அந்த ஆசார்யர்தான் ஊரோட பிராம்மணியத்தைக் கெடுத்தாராம் – உண்மையா இல்லையா? அதனால்தான் பெரியவா சொல்லி யிருந்தா வேதம் புராணங்களைப் படியுங்கோ, ஆனா அதுக்கு அர்த்தம் தேடிண்டு போகாதீங் கோன்னு. காசிக்குப் போயி வந்த வரில்லையா நீங்க? நீங்களே சொல்லுங்களேன். பிராம்மணியம் யாரால கெட்டது?'

நாரணப்பனின் பேச்சை அசையாமல் நின்று கேட்கக் கேட்க பிராணேஸாசார்யருக்கு குழப்பமே மேலிட்டது. இது குடிகாரனின்

புத்தி தடுமாறிய பேச்சா? இல்லை உண்மையே அதுதானா? தன்னால்தான் அப்படி ஒரு நிலைமை ஏற்பட்டிருப்பது என்பது சரியா?

'நல்லதுக்கு நாக்கு அசையாதுப்பா, பாவத்துக்குப் பரபரக்கும்' பிராணேஸாசார்யர் பெருமூச்சுவிட்டு, 'கடவுள்தான் ஓம்மேல கருணை காட்டணும் – அவ்வளவு தான்' என்றார்.

'நீங்க சாரமுள்ள புராணம் படிக்கிறீங்க; ஆனா, மலடாவே வாழுன்னு போதிக்கிறீங்க. ஆனா, என் பேச்சுக்கு ஒரே அர்த்தம்தான். பொண்ணோட படுன்னு சொன்னா, பொண்ணோட படுக்கறது தான்; மீன் சாப்பிடுன்னா மீன் சாப்பிடறதுதான். ஒங்களுக் கெல்லாம் நல்லபுத்தி ஒண்ண சொல்லட்டுமா ஆசார்யரே? மொதல்ல ஒங்களோட அந்த நோயாளி பொண்டாட்டிய தண்ணியிலே புடிச்சித் தள்ளிடுங்கோ. புராண ரிஷிங்களைப் போலவே, நல்லா மீன்கொழம்பு பண்ணிப்போடற ஒரு மத்ஸ்ய கந்திய அணைச்சுண்டு படுங்கோ. கண்ணத் தொறந்து பார்க்கும் போது ஒங்களுக்குப் பரமாத்மனோட அனுபவம் ஏற்பட்டி ருக்கலேன்னா எம்பேரு நாரணப்பா இல்லே' என்று கண்ணைச் சிமிட்டி குவளையிலிருந்து சாராயத்தைக் கடகடவென்று குடித்து 'ஹேய்' என்று ஏப்பமும் விட்டான்.

தன் நோயாளி மனைவியை இவன் எப்படிக் குத்திக் காட்டலாம் என்று ஆசார்யார் பெரிதாகக் கோபம் கொண்டு 'தூ... நீசன்' என்று திட்டிவிட்டு வீட்டுக்கு வந்துவிட்டார். அன்று இரவு ஜபத்தில் உட்கார்ந்தபோது, சித்தம் அலை பாய்வதை அடக்கி ஒருமுகப் படுத்த இயலவேயில்லை. 'பரமாத்மா' என்று குழம்பினார். சாயங் காலத்தில் சாரம் நிறைந்த கதைகளைப் படிப்பதை விட்டுவிட்டு நோன்புகள் பற்றிய நீதிக்கதைகளைச் சொல்லத் தொடங்கினார். விளைவு? தனக்கு புராணம் சொல்லுவதிலிருந்த உற்சாகமே மறைந்து போய்விட்டிருந்தது. உயிர்க்களை நிறைந்த கண்களினால் பார்த்து, கேட்டு தன் இதயத்திற்குச் சற்று நிம்மதியைக் கொடுத்துக் கொண்டிருந்த இளைஞர்கள் வருவதை நிறுத்தினார்கள். புண்ணியம் தேடிக்கொள்ளும் நோக்கத்தோடு, கதையின் இடை யிடையில் கொட்டாவிவிட்டு அரிநாம ஸ்மரணை செய்யும் விதவைகள், வயதானவர்கள் மட்டும் வந்துகொண்டிருந்தனர்.

ஓலைச்சுவடிக்கட்டுகளை, கிரந்தங்களைப் படித்துவிட்டு சிந்தித்தவாறு உட்கார்ந்திருந்த பிராணேஸாசார்யார் மனைவி அசைவைக் கவனித்து, நடுப்பகல் மருந்தை இன்னும் கொடுக்க வில்லையே என்று நினைவு வந்து குவளையில் மருந்தை ஊற்றி,

மனைவியைத் தூக்கி மார் மேல் சாய்த்துக்கொண்டு அவளது வாயில் ஊற்றி 'படுத்துத் தூங்கு' என்றார். நடுவீட்டுக்கு வந்து, 'தர்ம சாஸ்திரத்தில் இதற்குப்பதில் இல்லை என்றால் என்ன அர்த்தம்' என்று தோல்வியைச் சந்திக்க மனமில்லாமல் பிடிவாதத் தோடு மீண்டும் படிக்கத் தொடங்கினார்.

4

இங்கு பாரிஜாதபுரத்திலிருந்து வெய்யிலில், பசியோடு 'ஹரி ஹரி' என்று நடந்துவந்து வீட்டில் சற்று ஓய்வெடுக்கலாம் என்று உட்கார்ந்த பிராமணர்களின்மீது அவர்களின் மனைவியரின் ராணிதர்பார் தொடங்கியது. முக்கியமாகக் கருடாசார்யனுக்கும் லக்ஷ்மணாசார்யனுக்கும்.

கருடாசார்யனின் ஒரே மகனான சியாமா வீட்டைவிட்டு ஓடிப்போய் மிலிடரியில் சேர்ந்துவிட்டதற்கு வகைவகையான காரணங்களை அக்ரஹாரத்தில் சொல்லுவார்கள். தந்தையின் அடி, உதை தாங்கமுடியாமல் ஓடிப்போனான் என்று கருடாசார்யனுக்கு வேண்டாதவர்கள் சொன்னால், நாரணப்பாவைப் பிடிக்காத எல்லோரும், அவன் தூண்டிவிட்டுத்தான் பட்டாளத்தில் சேர்ந்து விட்டான் என்பார்கள். இல்லையென்றால் பிராணேஸா சார் யாரிடம் பாடம் படித்தும், இப்படி அவன் ஓடிப்போகிற துர்ப் புத்தியைக் கொண்டிருக்கவேண்டுமென்றால் – லக்ஷ்மணாச் சார்யனின் கருத்துப்படி – கருடன் நாரணப் பனின் தகப்பன்மீது செய்வித்த மந்திர மாயங்களெல்லாம் இப்போது கருடன் மேலேயே திரும்பி வந்துள்ளன. 'படைத்தவனையே எரிச்சிடப் போன பஸ்மாசுரனைப் போலத்தான் இந்த மந்திர மாயங்களெல்லாம்.' 'கருடன் மந்திரமாயம் பண்ணாம இருந்திருந்தா, நல்ல குடும்பத்துலே பொறந்த நாரணப்பா இப்படி எதுக்கு சண்டாளனாகப் போறான்' என்று தன் தாய்வழிக் குடும்பத்துக்குக் களங்கம் வந்ததே என்று நொந்துகொண்டிருந்த லக்ஷ்மணாசாரியனின் மனைவி சொல்லிக் கொண்டிருந்தாள்.

சண்டாளன் நாரணப்பாவின் தூண்டுதலினால், வயசுக்கு வந்த மகன் கெட்டு ஓடிப்போனானே என்று கருடாசார்யனின் மனைவி சீதாதேவி சோறு தண்ணீர் இல்லாமல் வாடிச் சோர்ந்து, இரவும்

பகலுமாக வழி பார்த்திருந்து, மூன்று மாதங்களுக்குப் பிறகு, சியாமனிட மிருந்து, தான் புனேயில் இருப்பதாகவும், மிலிடரியில் சேர்ந்திருப்பதாகவும், பத்திரம் எழுதிக்கொடுத்துவிட்டுச் சேர்ந்த பிறகு அறுநூறு ரூபா பணத்தைக் கொடுத்தாலன்றி அதை விட்டுவிட்டு வரமுடியாதென்றும் – தாய்க்குக் கடிதம் வந்தது. சீதாதேவி, இடுப்பின் மேல் கை ஊன்றிக்கொண்டு, நாரணப்பாவை வழியிலேயே மடக்கி நிற்க வைத்து, திட்டி, அழுதுவிட்டு மகனுக்கு, 'மாமிச ஆகாரம் பண்ணாதே, ஸ்நானம், சந்தியாவந்தனத்தை விடவேண்டாம்' என்று கடிதம் எழுதவைத்தாள். மகனுக்கு நல்ல புத்தி வரவேண்டும் என்று வெள்ளிக்கிழமை இரவு உண்ணா நோன்பிருந்தாள். கருடாசார்யனின் தூர்வாச கோபம் தணிந்து, 'என் பங்குக்கு அவன் செத்த மாதிரிதான்; இந்த ஊருக்குள்ளே அவன் தலைகாட்டட்டும், பொளந்து போட்டுடறேன்' என்று கட்டெறும்பு உடம்பெங்கும் மொய்ப்பவனைப் போலத் துள்ளினான். சீதாதேவி, 'புருஷனுக்குக் கொஞ்சம் சமாதானத்தைக் கொடுப்பா. மகன் மேலேயிருக்கும் பாசத்தைக் காப்பாத்துப்பா' என்று துளசியை வேண்டிக்கொண்டு சனிக்கிழமையும் ஒரு பொழுது இருக்கத் தொடங்கினாள். எரியும் நெருப்பில் எண்ணையை வார்ப்பதைப் போல் மாத்வ எதிரி துர்கா பட்டன், 'மிலிடரியில், ஸ்நானம், சந்தியாவந்தனங்கள்ளாம் பண்ணமுடியாது. பலாத்காரமா மாம்சம் தின்ன வைப்பா' என்று சொல்லி கருடாசார்யா தலை நிமிர முடியாமல் செய்திருந்தான்.

வீட்டுக்கு வந்த சீதாதேவிக்குச் சந்திரியின் நகைகள் தங்களுக்கே கிடைக்குமானால், மகனை மிலிடரியிலிருந்து விடுவித்துக்கொண்டு வர, ஒரு வழி கிடைத்த மாதிரி ஆகுமே என்று சந்தோஷப்பட்டாள். தன் வீட்டுக்காரர், நாரணப்பாவின் தகனக் காரியத்தைப் பண்ணுவதற்குத் தர்மசாஸ்திரத்தில் வழி இருந்தே தீரும் என்று நம்பினாள். ஒருவேளை தன் கணவனை முந்திக்கொண்டு லக்ஷ்மணாசார்யா தகனம் செய்ய ஒப்புக்கொண்டுவிட்டால்? அல்லது மடி, தீட்டு என்றும் எதுவும் இல்லாத பாரிஜாதபுரத்தவர்கள் ஒப்புக்கொண்டு விட்டால்? தவித்துப் போனாள். மாருதிக்குத் தேங்காய் உடைப்பதாக வேண்டிக்கொண்டாள். 'கடவுளே, என் ஆம்படையானே தகனம் பண்ணும்படியாக செய்யுப்பா.' இப்பொழுது அவள் கண்ணில் நாரணப்பா மாமிச உணவு சாப்பிட்டது அப்படியொன்றும் பயங்கர பாவமாகப்படவில்லை. நாளைக்குத் தன் மகன் எப்படியாவது வீட்டிற்குத் திரும்பி வந்தால், அக்ரஹாரத்து அநியாயமான நாக்குகள் அவன் மேலேயும்கூட அவதூறு சொல்லாமலா இருக்கப் போகின்றன? தன் மகனை ஏதாவது

பகிஷ்காரம் பண்ணிவிட்டால் என்ன கதி? நாரணப்பாவைப் பகிஷ்காரம் செய்வதற்கு முன்வராத பிராணேஸாசார்யரை முன்பு தூற்றியவள் இப்போது கௌரவத்தோடு நினைத்துக்கொண்டாள். 'அவர் கருணாமூர்த்தி; என் மகனோட பாவத்தையும் பொறுத்துண்டு கண்டிப்பா மன்னிச்சுடுவார்; சந்தேகமில்லை.'

வீட்டுக்கு வந்து தரையில் உஸ்ஸென்று சாய்ந்தவுடனேயே, கண்ணீர்விட்டு துளைத்தெடுத்த சீதாதேவிக்கு, கருடாசார்யா, 'அவன் என் வரைக்கும் செத்த மாதிரிதான்; அந்தத் துஷ்டன் பேச்சை எடுக்காதே' என்று சொல்லிவிட்டான். ஆனால், மனைவியின் யோசனை நாயுண்ணியைப் போல அவனைத் துளைத்துக் கொண்டே இருந்தது. 'எது வேணுமானா நாசமா போகட்டும்; புத்ரநாசம் வேணு மானா ஆகட்டும்; தன்னுடைய பிராம்மணியம் நாசமாக மட்டும் நான் தயாராயில்லே. ஆனா, பிராணேஸாசார்யார் ஏதாவது சரின்னுட்டா எல்லாம் நல்லபடியா முடிஞ்சி போயிடும். தான் இறந்தபிறகு தனக்குப் பிண்டம் போட வேண்டிய ஒரே மகனை அப்போ மிலிடரியிலிருந்து கூட்டிண்டு வந்துடலாம்.'

மனைவியை, 'அது நடக்கற பேச்சிலே. வாயை மூடு' என்று அதட்டிவிட்டு திருடனைப் போல பிராணேஸாசார்யரின் வீட்டுக்குக் கருடாசார்யா நடந்தான். வெளித் திண்ணையில் உட்கார்ந்திருந்த சந்திரியின் முகத்தைப் பார்க்காமலேயே ஆசார்யரின் வீட்டு நடுக்கூடத்துக்கு வந்தான். பிராணேஸாசார்யார் தலை நிமிராமல் தாழை மடல் ஓலைச்சுவடி கிரந்தங்களைப் படித்துக் கொண்டு உட்கார்ந்திருந்தார்.

'உட்கார் கருடா. பாரிஜாதபுரத்தவா தர்மசாஸ்திரத்துலே சொல்லியிருக்கிறபடி பண்ணலாம்னு சொன்னாளாம். ஒரு வகையிலே அவா சொன்னதும் சரிதான்' என்று மீண்டும் படிக்கத் தொடங்கிவிட்டார். கருடன் தொண்டையைக் கனைத்துக்கொண்டு, 'மனுஸ்மிருதி என்ன சொல்றது ஆசார்யரே..?' என்றான்.

பிராணேஸாசார்யார் தலையை அசைத்தார்.

'தர்மசாஸ்திரத்துலே ஒங்களுக்குத் தெரியாதது என்ன இருக்கு? அதுக்காக இல்ல நான் கேட்டது, என்ன?' அன்னக்கி என்ன, டீகாசார்யாரோட புண்யதினம், என்ன, மடத்துலே ஸ்ரீகுருக்கள் எதிர்ல ஒக்காந்துண்டு நீங்க வியாசராய மடத்தோட அந்த மஹாபண்டிதரோட, என்ன, நீங்க வாதாடினத நானும் கேட்டிருக்கேனே? 'பிம்போஸி, பிரதி பிம்போஸி'ங்கறத[15] மாத்வ

[15] *பிம்போஸி பிரதி பிம்போஸி:* உருவத் தோற்றமும் அதன் எதிரொளித் தோற்றமும்; சுட்டுப்பொருளும் அதன் எடுத்துக்காட்டும் எனவும் கொள்ளலாம்.

தர்மப் பிரகாரம் விளக்கம் சொல்லுங்கோன்னு நீங்க போட்ட சவாலுக்கு அவர் தத்தளிச்சுப் போயிட்டார், என்ன? நாலு மணிநேரம் நடந்தது அன்னைக்கு வாதம். அதனாலே ஓங்களுக்கு யோசனை சொல்றதுக்கு வந்தேன்னு நீங்க நெனைச்சுக்கப்படாது. ஓங்க முன்னால நான் துரும்பு, என்ன?'

தன்னைப் புகழ்ந்து அவன் பக்கமாகத் தன்னை இழுத்துக் கொள்வதற்குக் கருடன் முயற்சிப்பதைக் கண்டு ஆசார்யருக்கு அருவருப்பாக இருந்தது. 'தர்மசாஸ்திரத்தில் என்ன இருக்கிறது என்ன இல்லை என்பது இவனுக்கு வேண்டாம். தன் வாயிலிருந்து, 'ஆகட்டும்' என்று வந்தால் போதும்; அப்போது யாரும் தோஷம் கண்டுகொள்ள மாட்டார்களே' என்று தெரிந்து இப்படித் தன்னை அட்டத்தில் ஏற்றி வைக்கிறான். அதற்குக் காரணம், அந்தத் தங்க நகைகள். பெருந்தன்மையின் பலன் அதற்கு நேரெதிரானது. நாரணப்பா சொன்னதைப் போலவே, இப்போதுதான் புகழ்ச்சியில் கரைந்துபோகக் கூடாது. திடமாக நின்று தர்மசாஸ்திரம் என்ன சொல்கிறதோ அப்படியே செய்ய வேண்டும்.'

'முக்காலத்தையும் உணர்ந்த ரிஷிகள் இதைப்பத்தி யோசிக்காம இருந்திருக்க முடியுமா, என்ன?'

கருடனின் கேள்விக்குப் பதிலளிக்காமல் ஆசார்யார் படித்துக் கொண்டே போனார்.

'வேதாந்தம்னு அழைக்கறதுக்குக் காரணம், என்ன? அதனோட தத்துவத்தோட முடிவுன்னிட்டு நீங்களே சொல்லியிருக்கேள் இல்லையா ஆசார்யரே? வேதாந்தத்துலே பதில் இல்லாமலிருக்க முடியுமோ? ஒரு பிராமணனோட சவம் அக்ரஹாரத்துலே இருக்கும்போது, என்ன? பிராமணர்கள் தங்களோட பிராமணிய நியம நிஷ்டைகளைச் சம்பூர்ணமா நடத்திண்டு போறதுக்குத் தடையாயிருக்கறப்போ, என்ன? வெறும் சாப்பிட முடியல்லி யேன்னிட்டு, நான் இந்தப் பிரச்சினையைக் கௌப்பறேன்னு நீங்க நெனைக்கப்படாது, என்ன?'

பிராணேஸாசார்யார் இதற்கும் பதில் சொல்லவில்லை. தான் சொல்லிக்கொடுத்த வேதாந்தம், புராணம், தத்துவம் எல்லா வற்றையும் இப்போது, தனக்கே திருப்பிக் கொடுத்துக்கொண்டிருக் கிறான் கருடன். காரணம் தங்கநகைகள். 'அய்யோ! என்ன மனிதப் பிழைப்பு இது' என்று எண்ணிக் கொண்டார்.

'அப்புறம் நீங்க சொன்னது நெஜந்தான்னு பட்டது எனக்கு. அவன் பிராம்மணியத்த விட்டுட்டாலும் பிராம்மணியம் அவனை

விட்டுடலியே! நாம பகிஷ்காரம் பண்ணிடலியே. என்ன? பகிஷ்காரம் ஏதாவது செய்திருந்தோம்னா அவன் துலுக்கனாயிட்டு நாமெல்லாம் இந்த அக்ரஹாரத்தை விட்டுட்டுப் போக வேண்டிய தாயிருக்குமே! என்ன?'

'தர்மசாஸ்திரத்துலே என்ன சொல்லியிருக்கோ அப்படியே செய்யணுங்கிறதுதான் என்னோட முடிவு, கருடா...' என்று, அவனது பேச்சை நிறுத்தும்படி ஓலைச் சுவடிகளிலிருந்து தம்முடைய கண்களை எடுத்துச் சொல்லிவிட்டு, மீண்டும் படிக்கத் தொடங்கினார்.

'தர்மசாஸ்திரத்துலே சரியான பதில் கெடைக்கலேன்னு வச்சுக்குங்கோ! கெடைக்காதுன்னில்லே நான் சொல்றது, என்ன? ஒருவேளை, கெடைக்காமப் போனா, ஆபத் தர்மம்னு ஒண்ணு இருக்கிறதா நீங்களே முன்ன ஒருமுறை சொல்லியிருக்கேளே... ஒரு மனுஷ்யனோட உயிரைக் காப்பாத்தறதுக்கு, பசு மாம்சத்த கொடுக்கவேண்டி வந்துட்டா, அந்தப் பசு மாம்சத்துக்கும் தோஷமில்லேன்னிட்டு, என்ன? நீங்களே சொன்னதுதானே, என்ன? நீங்க சொன்ன ஒரு கதைப் பிரகாரம், விஸ்வாமித்ர ரிஷி, பூமியிலே பஞ்சம் தலைவிரிச்சு ஆடிண்டிருந்தப்போ, ஒருமுறை பசி பொறுக்கமுடியாம, உயிரைக் காப்பாத்திக்கறதே பரம தர்மம்னிட்டு, என்ன, செத்த நாயோட மாம்சத்தக்கூடத் தின்னப் போனாருன்னு... என்ன?'

'தெரியறது கருடா. இப்போ ஓம் மனசிலே இருக்கிறதச் சொல்லிடு...' என்று பிராணேஸாசார்யார் தலைவேதனை யோடு தாழைமடல் ஓலைச்சுவடிக் கிரந்தத்தை மூடிவிட்டுக் கேட்டார்.

'அப்படியெல்லாம் ஒண்ணும் இல்ல...' என்று கருடாசார்யா தரையைப் பார்த்தான். அதன் பிறகு, ஆசார்யருக்கு நீண்ட நமஸ்காரம் செய்து எழுந்து உட்கார்ந்து, 'சியாமண்ணன மிலிடரி யிலிருந்து திருப்பி எடுத்துட்டு வரலேன்னா, என் தகனத்தைப் பண்றவா யாரு சொல்லுங்கோ, ஆசார்யரே. ஒங்க அனுமதி கெடைச்சுட்டா என்ன...' என்று சொல்லிக்கொண்டிருக்கும் போதே லக்ஷ்மணாசார்யா வந்து நின்றான்.

***

தன் தங்கையின் கழுத்தில் இருந்திருக்க வேண்டிய நகைகள் யார் யாருக்கோ போய்விட்டதே என்றும், இந்த வேசி யினாலதானே அவள் செத்துப்போனாள் என்றும் கண்ணீர்விட்டுக்கொண்டே, வீட்டுக்கு வந்த லக்ஷ்மணாசார்யனின் மனைவி அனுசூயாவின்

கண்ணீர், படிப்படியாக நாரணப்பனுக்காகவும் சிந்தத் தொடங்கியது. எவ்வளவுதான் இருந்தாலும் அவன் தன் தாய்மாமனின் மகன் இல்லையா? 'மாமா உயிரோடு இருந்திருந்தா, தங்கை வாழ்ந் திருந்தா, அந்த கருடன் மாயமந்திரம் பண்ணாம இருந்திருந்தா, நம்ம நாரணப்பா இப்படிப் புத்திகெட்டு, அவ்வளவு பொன்னையும் வாரியிறைச்சிட்டு, இப்படிப் பரதேசியைப் போல யாருமில்லாத அனாதையப் போல செத்து தகனம் செய்ய முடியாம அழுகிண் டிருக்க வேண்டி வந்திருக்குமா?' என்று 'ஓ'வென்று அழத் தொடங்கினாள். 'அவன் என்ன தான் பண்ணியிருக்கட்டுமே... ரத்த சம்பந்தம் விட்டுப்போயிடுமா...' என்று சுவரில் சாய்ந்து கண்ணீர் சிந்தினாள். ஆனால், மறுவிநாடியே கண்ணெதிரில் குட்டை ஜடையை கெட்டியாகக் கட்டி, கம்மல் மூக்குத்திகளைப் போட்டுக் கொண்டு, நீளகுங்குமம் வைத்து, குள்ளமாக குண்டாக இருந்த மகள் லீலாவதி வரவும் இதயம் கல்லாயிற்று.

'ஏண்டீ.... ஸ்ரீபதி என்னைக்கு வரேன்னு சொல்லிட்டுப் போனாண்டி...' என்று பத்தாவது முறையாகக் கேட்டாள். லீலாவதி, 'தெரியாது' என்று சொன்னாள். பரதேசிப் பையன் என்று அவனுக்கு மகளைக் கொடுத்து கல்யாணம் பண்ணினால், தன் சொந்தக் காரனான நாரணப்பனே அவன் புத்தியைக் கெடுத்துவிட வேண்டுமா? அவள் வரையில், தன் முட்டையைத் தானே தின்னும் பாம்பாகிவிட்டான் நாரணப்பா. என்னென்ன சொன்னானோ தன் மருமகனைக் கெடுப்பதற்கு? வீட்டில் மாதத்திற்கு இரண்டு நாள் தங்கமாட்டான் ஸ்ரீபதி. 'யக்ஷகான'[16] கூத்துக்குழுவைப் பின் தொடர்ந்து பாரிஜாத புரத்து பையன்களோடு ஊரூராக அலைந்து கொண்டிருப்பான். அவளுக்கு துர்காபட்டனின் மனைவி மூலம் செய்தி எட்டியிருந்தது. ஒளிந்து மறைந்த ஸ்ரீபதி, நாரணப்பாவின் வீட்டுக்குப் போய்வந்தது தெரிந்தவுடனே, அவன் கெட்டுப் போனான் என்று எண்ணிக் கொண்டாள். கெட்டவழியில் இறங்கி விட்டானே என்று அங்கலாய்த்தாள். 'கடவுளே, என்னத்தை யெல்லாம் அவன் அங்கே குடிச்சானோ, தின்னானோ! அந்த சந்திரியோட ஒய்யாரத்துக்குப் பலியாகாத வங்க யாரும் இல்ல.' மருமகனுக்குத் தகுந்த பாடம் கற்றுக்கொடுக்க வேண்டும் என்று, அனுசூயா, மகளுக்குச் சொல்லிக் கொடுத்தாள். 'ஒன் ஆம்படையா னுக்கு ஒத்துக்காதே. இப்படி தொடையை அழுத்திண்டு கவுந்து

16 யக்ஷகான: தெற்கு கர்னாடகப் பகுதியில் செவ்வியல் கருப்பொருளை அடிப்படை யாகக் கொண்டு ஆடப்படும், மக்களால் பரவலாக விரும்பப்படும் ஒரு நாட்டிய நாடக வகை.

படுத்துண்டுடு; தானா புத்திவரும்.' லீலாவதி அப்படியே செய்தாள். கணவன் இரவு தன்னை அணைக்கவந்தால் 'கிசுகிசு மூட்றார், கடிக்கறார்' என்று அழுதுகொண்டே தாயின் பக்கத்தில் வந்து படுக்கத் தொடங்கினாள்.

ஸ்ரீபதிக்கு இதனால் புத்தி வந்ததாகத் தெரியவில்லை. அவள், முன்பு தன் கணவனைத் தன் மனம்போல் ஆட்டி வைத்த மாதிரி இப்போது நடக்கவில்லை. ஸ்ரீபதி, குடுமியை எடுத்துவிட்டு நாரணப்பாவைப்போலவே 'கிராப்' வைத்துக்கொண்டான். கையில் சேர்ந்த தட்சணை பணத்தில் ஒரு பேட்டரி விளக்கு வாங்கிக் கொண்டான். மாலை வேளைகளில் சீழ்க்கையடித்துக் கொண்டு அக்ரஹாரத்தைச் சுற்றத் தொடங்கினான்.

முன்பே காய்ச்சல் கட்டியினால் மெலிந்து, கண்கள் வீங்கிப் போய் இன்றைக்கோ நாளைக்கோ என்னும்படி இருந்த லக்ஷ்மணா சார்யா, வெய்யிலினாலும் பசியினாலும் இன்னும் சற்று சோர்ந்து நாராகி வீட்டுக்கு வந்து விழுந்தானோ இல்லையோ, அனுசூயா அவனைத் துளைக்கத் தொடங்கிவிட்டாள். 'என் தாய்மாமன் மகன்தானே நாரணப்பா? அவன் என்னதான் குலங்கெட்டுப் போயிருக்கட்டுமே; அவன் பொணத்தை சூத்திராள் எடுத்துப் போடறதுன்னா நான் உயிரை வச்சிண்டிருந்துதான் என்ன பிரயோஜனம்? பிராணேஸாசார்யருக்கு நல்ல மிருதுவான சுபாவம். கருடன், ஊரையே பாழ்பண்ணிண்டிருக்கிற அயோக்கியன், அசாத்தியன். ஓங்கமாதிரி சொத்தை இல்லே. அவன் எப்படியாவது தகனத்துக்கு அனுமதி வாங்கிட்டான்னா நகையெல்லாம், மொதல்லியே கர்வத்தோட திரியற சீதாதேவிக்கே போய்ச் சேர்ந்துடும். அவா கெட்டபுத்திக்கு ஏத்தமாதிரிதான் கடவுள் பண்ணியிருக்கான். இல்லேன்னா, சியாமா ஊரைவிட்டு ஓடிப் போய் பட்டாளத்துலே சேர்ந்திருப்பானா? இப்போ, எம்மாப் பிள்ளமேல, என் தாய் மாமன் மகன் நாரணப்பாமேல சொல்லிண் டிருக்காளே இவா, இவா பிள்ளை, சியாமா ஆசாரத்தைக் கடைபிடிச்சிண்டு வராங்கிறது என்ன நிச்சயம்? கருடன் போய் பிராணேஸாசார்யார் மனசை வளைச்சுப் போட்டுண்டுடறதுக்கு விட்டுடாதீங்கோ. நீங்களும் போங்கோ. அவன் இப்போ அங்கதான் இருப்பான். நீங்க இங்க தண்டத்துக்கு விழுந்து கெடக்கறேளே, நேக்குத் தெரியாதா?' என்று வெளியில் வந்து கருடாசார்யனின் வீட்டு முன்புறம் பின்புறம் எல்லாம் சோதித்து கணவனைக் கட்டாயப்படுத்தித் துரத்தினாள்.

***

சிவபூஜையில் கரடி வந்ததைப் போல வந்து நின்ற குசேலவடி வத்தவனான லக்ஷ்மணாசார்யாவைக் கண்டதும் கருடா சார்யாவுக்குக் கடுங்கோபமும் வீம்பும் ஏற்பட்டது. 'உஸ்,' 'உஸ்' என்று முன்புறத்து வயிற்றை ஒருகையினால் பிடித்துக்கொண்டு, இன்னொரு கையினால் தரையில் உட்கார்ந்தவனை விழுங்கி விடுவதைப் போலப் பார்த்தான். 'கருமிக்கெல்லாம் கருமி, கஞ்ச மகாக் கஞ்சன், தாய்னுகூடப் பாக்காத சண்டாளன்' என்றெல்லாம் திட்டித் தீர்க்க வேண்டும் என்னும் ஆசையைப் பிராணேஸா சார்யார் எதிரில் இருக்கிறாரே என்று அடக்கிக்கொண்டான். 'தேய்ச்சுக் குளிக்கிறதுக்கும் ஒரு கரண்டி எள்ளெண்ணையை வெலகுடுத்து வாங்காத வக்ரமுஷ்டி பிராமண அதமன் இவன்னு அக்ரஹாரத்துலே யாருக்குத்தான் தெரியாது? எண்ணை தேச்சிக்கோன்னு பொண்டாட்டி தொளைச்சாளான்னா, காலம்பற எழுந்து நாலு மைல் நடந்து கொங்கணிக்காரன் கடைக்குப் போவான். 'என்னடா காமத்து... நல்லெண்ண கொண்டுவந்திருக்கியா, எப்படி? என்ன வெல இப்போ? சரக்கு எப்பிடியிருக்கு? மக்கிப் போனதா என்ன, பாக்கலாம்'ன்னுட்டு கைநீட்டி ரெண்டு கரண்டி எண்ணெய எடுத்து விட்டுண்டு மோந்து பாக்கற மாதிரி நடிச்சு, 'பரவாயில்லே. இருந்தாலும் கலப்படம் தாம்பா; என்னைக்குப் புதுச்சரக்கு வரும்னு சொல்லு, நம்ம வீட்டுக்கு ஒரு டின்னு வேணுமாயிருக்கு'ன்னிட்டு தலையிலே அதத் தடவிப்பான். அப்புறம் மொளகாய் பையிலே கையப் போட்டு 'ஒரு மணங்கு என்ன வெல?' என்று விசாரிச்சுட்டு ஒரு புடி மொளகாய ஊர்க்கதை யெல்லாம் பேசிண்டே தன் பையிலே போட்டுக்குவான். அங்கேயிருந்து நேரா இன்னொரு மைல் நடந்து ஷெனாய் கடையிலே 'காமத்து கடையிலே ரொம்ப வெலப்பா'ன்னு காமத்தைத் திட்டி இன்னும் ரெண்டு கரண்டி எள் எண்ணெ, புடிமொளகாய். வீட்டுக்கு வந்து குளியல், சமையல். அப்புறம் அவங்க இவங்க தோட்டத்துக்குப் போய் வாழயெல அறுத்துண்டு வந்து, அதை ஒலத்தி தொன்ன பண்ணி வித்து அதுலெ கொஞ்சம் காசு வரும்படி. பூணூல் வித்து கொஞ்சம் பணம். சாப்பாட்டு அழைப்புக் குன்னு கழுகுமாதிரி காத்துண்டிருப்பான். இப்போ தங்க நகை மேல இவன் திருஷ்டி விழுந்திருக்கு. என்னவானாலும் சரி, இவனுக்கு அது கெடைக்காத மாதிரி பண்ணணும்!'

'நாராயணா, நாராயணா' என்று சொல்லிக்கொண்டே பெருமூச்சு விட்டவாறு வியர்வையைத் துடைத்துக் கொண்டே லக்ஷ்மணா

சார்யா, 'ஆசார்யரே, தர்மசாஸ்திரப் படி தடையேதும் இல்லேன்னா தகனம் செய்ய எனக் கொண்ணும் ஆட்சேபணையில்லே. என்னதான் இருந் தாலும் அவன் என் சகலபாடி இல்லியோ? ஓங்க சம்மதம் இருந்தா தகனம் செய்யிற உரிமை என்னைத்தவிர வேற யாருக்கும் இல்ல' என்று மூடியிருந்த கண்களைத் திறந்தான்.

கருடாசார்யா பதறிப் போனான். 'இதுக்கு என்ன அஸ்திரம் இருக்கு தன்னண்டே?' தகனம் பண்ற தகுதியப் பத்தி பிரச்சினை வர்றதுன்னா – என்ன – எனக்கும் ஒண்ணும் ஆட்சேபணையில்லே. நீயே பண்ணலாம். வேறொருத்தரோட பாவங்கள சுவீகரிச்சுக் கிறதுக்குத்தானே பிராமண ஜன்மம் எடுத்திருக்கிறது. ஆனா, அந்த நகைகள் மட்டும் கோர்ட்டுக்குத்தான் போகணும். இல்லேன்னா தர்மஸ்தலத்தோட நியாயப்படி எனக்கே சேரணும்.'

பிராணேஸாசார்யார் மிகவும் வேதனைக்குள்ளானார். ஒரு வேளை தகனப் பிரச்சினைக்கு ஒரு விடிவு ஏற்பட்டாலும் இந்தத் தங்க நகைகளுடைய பிரச்சினையைத் தீர்ப்பது சுலபமல்ல. நேரம் கழியக் கழிய, நொடிக்குநொடி தன் பொறுப்பு கூடிக்கொண்டே போகிறது. நாரணப்பாவின் சூளுரை திரிவிக்ரமபாதம்[17] போல வளர்ந்து கொண்டே போகிறது... அதற்குள்... ஏழைப் பிராமணன் தாசாசார்யாவின் தலைமையில் மற்ற ஏழைப் பிராமணர்களும் வந்துசேர்ந்தனர்.

'நேக்கு ஒடம்பு சரியில்லே – ஒங்களுக்குத் தெரியும். ஆகாரம் இல்லாம இருந்தா என் உயிருக்கே அபாயம். நீங்க ஒரு வழி காட்டணும். இல்லேன்னா ஆபத்தர்மப் பிரகாரம் என்ன பண்ணலாம்னாவது உத்தரவிடணும். பொணத்த அக்ரஹாரத்துலே வச்சுண்டு போஜனம் பண்ணலாமா எப்படீன்னு சொல்லுங்கோ. அதுவுமில்லாம இது நல்ல வெயில் காலம். இன்னொரு நாள் போச்சுன்னா, பொணம் அழுகிப்போயி கண்டிப்பா நாறப் போறது. என்வீடு அவன் ஆத்துக்குப் பக்கத்துலதான். யாருக்கும் அது நல்லதில்ல. அக்ரஹாரத்தோட நல்லதை எண்ணிப்பாத்து லக்ஷ்மணாசார்யா, இல்லே கருடாசார்யா ஒரு தீர்மானத்துக்கு வரணும்,' என்று தன் பேச்சை நிறுத்தி சுற்றிலும் பார்த்தான். நாரணப்பாவுக்குக் காமம் இருந்ததைப் போல தாசாசார்யனுக்குப் பசி. பசி அவனை இந்த நேரத்துக்குக் காப்பாற்றிற்று. பெரிய புத்தியைக் கொடுத்து பேச வைத்தது.

17 *திரிவிக்ரமபாதம்:* திருமாலின் 10 அவதாரங்களில் ஒன்றான வாமனனின் (குள்ள உருவத்தின்) பாதம்; குள்ளமான வாமனன் மூன்றடி அளப்பதற்காக வானளாவ உருவெடுத்த நிலையே திரிவிக்ரம நிலை.

‘நீங்க சொல்லிட்டாப் போறும், ஆசார்யரே! ஓங்க வாக்கு வேதவாக்கு. எங்களுக்குத் தங்கமும் வேண்டாம் ஒண்ணும் வேண்டாம். நீங்க சொல்லுங்கோ; நாங்க நாலுபேரு இந்த க்ஷணத்துலேயே அந்தப் பொணத்த தூக்கி எடுத்துண்டு போயி தகனம் பண்ணிட்டு வந்துடறோம். அந்தத் தங்கத்தை எங்க உபயமா மாருதிக்கு கிரீடம் பண்ணிப் போட்டுடுங்கோ.’

பிராணேஸாசார்யரின் உள்ளத்தில் சட்டென்று பொறிதட்டினாற் போல் பெருமிதம் பளிச்சிட்டது. கருடாசார் யாவும் லக்ஷ்மணா சார்யாவும் அதிர்ந்து போனார்கள். கருடாசார்யா தன் கெட்டிக் காரத்தனத்தையெல்லாம் செலவழித்து இந்தச் சந்தர்ப்பத்தில் என்ன பேச வேண்டும் என்பதை எண்ணிப் பார்த்தான். மாருதிக்குத் தங்கம் சேரட்டும் என்று தாசாசார்யா சொன்ன பேச்சுக்கு எதிராகப் பேசுவது பரமபாவம். அதனால் இப்போதுதான், என்ன சொன்னால் பொருத்தமாக இருக்கும்?

‘பாவம், ஆசார்யார் தர்மசாஸ்திரத்துலே சொன்ன மாதிரி செய்யட்டும். ஆகாதவா எப்பவும் இருந்துண்டே இருப்பா. ஆசார்யார் ஏதாவது துடுக்குத்தனமா அவசரப்பட்டுச் செய்துட்டா, என்ன, குருபெரியவளுக்கு அது தப்புன்னுபட்டுட்டா, என்ன? நம்ம எல்லாரோட கதி என்னவாகும் சொல்லு. பாவம், நாம ஆசார்யரோட பெருமைக்கும் பேருக்கும் பங்கம் வராம பாத்துக் கணும், என்ன? பாரிஜாதபுரத்தவாள தள்ளிவச்சிருக்கிறாப் போலவே அப்புறம் ஏதாவது நம்மளயும் ஜாதி பிராமணாள் தள்ளி வச்சுட்டா...?’ என்று கருடாசார்யா மிகவும் வினயமாக, உள்ளுக்குள் சிரித்துக்கொண்டே தாசாசார்யனின் பேச்சை ஏற்றுக் கொண்டவனைப் போல நடித்து சொன்னான். இந்த நயமான பேச்சில் உட்பொருள் புரியாத லக்ஷ்மணா சார்யாவுக்கும் மகிழ்ச்சியாக இருந்தது.

‘இப்போ நீங்க எல்லாம் ஆத்துக்குப் போங்கோ. நான் தர்ம சாஸ்திரத்த எல்லாம் தலைகீழா பொரட்டி இன்னைக்கு ராத்திரியெல்லாம் ஒக்காந்துண்டு இதுக்கு என்னதான் வழின்னு கண்டுபிடிக்கிறேன்’ என்று பிராணேஸாசார்யார் மிகவும் சோர்ந்து போய்ச் சொன்னார்.

***

மாலைநேரம் வந்தது. ஆனால் சந்தியாவந்தனமில்லை. சாப்பாடும் இல்லை. பிராணேஸாசார்யாருக்குச் செய்வதற்கு வேலையேதும் இல்லாமல், எதையோ பறிகொடுத்துவிட்டதைப் போல் உள்ளே

யிருந்து வெளியேயும் வெளியிலிருந்து உள்ளேயுமாக நடந்து கொண்டேயிருந்தார். வெளிவாசலில் உட்கார்ந்திருந்த சந்திரியிடம் 'உள்ளே வந்து உட்கார்' என்றார். மனைவியைக் குழந்தையைப் போல் இரண்டு கைகளிலும் தூக்கிக்கொண்டு புழக்கடைக்குக் கொண்டுபோய் சிறுநீர் கழிக்க வைத்து, கைகால் கழுவிவிட்டு, திரும்பவும் எடுத்துக் கொண்டுவந்து படுக்கையில் படுக்கவைத்தார். மாலை வேளை மருந்தைக் குடிக்க வைத்துவிட்டு, மீண்டும் நடுவீட்டில் வந்து லாந்தரின் வெளிச்சத்தில் சாஸ்திரங்களைப் புரட்டிப் பார்த்தபடி உட்கார்ந்தார்.

5

'சீர்நாளி' கிராமத்துக்கு முந்தினநாள் இரவு கேளூர் ஆட்டக் காரர்களின் 'ஜாம்பவந்தன் – கல்யாணம்' பார்க்கப் போயிருந்த ஸ்ரீபதிக்கு, நாரணப்பா சிவமொக்கேயிலிருந்து வந்தவன் நோயால் படுக்கையில் விழுந்துகிடந்ததும் தெரியாது; இறந்துபோனதும் தெரியாது; தெரிந்திருந்தால் அக்ரஹாரத்திலேயே ரகசியமாகத் தனக்கு மிகவும் நெருக்கமாகிவிட்ட நண்பனொருவனின் இறப்பினால் அவனுக்கு மிகவும் துக்கம் ஏற்பட்டிருக்கும். அவன் வீட்டைவிட்டுப் புறப்பட்டுப் போய் ஒரு வாரத்திற்கும் மேலாகிறது. கேளூர் ஆட்டக் குழுவின் பாகவதனோடு பழக்கம் ஏற்படுத்திக் கொண்டு அவர்கள் ஆட்டம் போடும் ஊர்களில் அவர்களோடு தங்கி, சாப்பிட்டு, இரவு கூத்தைப் பார்த்து, பகலில் தூங்குவான்; ஓய்வாக இருக்கும்போது சுற்றுப்புறங்களிலுள்ள சிற்றூர்களுக்குச் சென்று கூத்துக்காரர்களுக்குத் தாம்பூலம் கொடுத்து வரவேற்கும்படி பிரசாரம் செய்வான். இவ்வாறு 'சரச-குலச-சம்பாஷணை'களில் உலகத்தையே ஒருவாரம் மறந்திருந்து, அன்று இரவுதான் கையில் பேட்டரிவிளக்கைப் பிடித்துக்கொண்டு காட்டின் இருளில் தனக்குத் துணிவு வரவழைத்துக் கொள்ள, கூத்தில் வரும் ஒரு பாட்டை உரக்கப் பாடுவதாக எண்ணிக்கொண்டு, கத்திக் கொண்டே ஊருக்கு வந்துகொண்டிருந்தான். மேல்நோக்கி வாரிய அவனது 'கிராப்' மயிரை அவன் வெட்டிக்கொள்ளாமல் கழுத்து வரை வளர்த்திருப்பது, அவனுக்கொரு 'ஸ்திரீ பார்ட்'[18] வேஷத்தை

---
[18] ஸ்திரீபார்ட்: நாடகங்களில் வரும் பெண் பாத்திரங்கள், அப்பாத்திரங்களை ஏற்று நடிக்கும் நடிகர்கள்.

அடுத்த வருடம் கொடுப்பதாகப் பாகவதன் கொடுத்த வாக்குறுதியினால்தான். என்ன இருந்தாலும் பிராணேஸாசார்யார் திருத்திப் பழக்கிய நாக்கு இல்லையா? 'உன் சொல்லும் குரலும் சுருதி சுத்தமாயிருக்கு' என்று பாகவதன் பாராட்டியிருந்தான். அதுவும் இல்லாமல் ஆசார்யரிடம் ஓரளவுக்குச் சம்ஸ்கிருத தர்க்கபுராணம் பாடம் கேட்டதால், யக்ஷகானத்தின் கடினமான சம்பாஷணைகளுக்குத் தேவையான இலக்கிய–கலாச்சார ஞானமும் அவனிடம் இருந்தது. 'கூத்தில் ஒரு பார்ட்' கிடைத்த பிறகு, திதிவடை, திதிபாயசம், பலாப்பழப் பிண்டத்துக்காகவே வாழ்க்கை நடத்தும் பிராமணர்களின் கூட்டத்திலிருந்து ஓடிப்போய்விட வேண்டுமென்று எண்ணிய ஸ்ரீபதிக்கு மகிழ்ச்சி மேலிடவே, இருட்டில் காட்டில் நடப்பதும் பயம் தருவதாக இல்லை. அதோடு, பூசாரி சீனனுடைய குடிசையில் குடித்திருந்த கள்ளும் இதமாகத் தலைக்கு ஏறவே, காட்டின் பயங்கரமான அமைதியும்கூட அவனுக்குள் நடுக்கத்தை ஏற்படுத்தவில்லை. இரண்டு பாட்டில் கள்ளு; அழுத்தியவுடன் வெளிச்சத்தை வீசும், பட்டி – தொட்டி ஜனங்களுக்குப் பெரிய ஆச்சரியத்தைக் கொடுக்கும் பேட்டரி விளக்கு – இப்படிப் போதுமான பாதுகாப்போடு புறப்பட்ட பின்னால், பேய் எங்கே, பிசாசு எங்கே? தூர்வாசபுரம் நெருங்க நெருங்க அவனது உடல், தனக்காகக் காத்திருக்கும் 'சுகத்'தின் கற்பனையில் சூடேறியது. அவனது மனைவி தொடையை அழுத்திக்கொண்டு கவிழ்ந்து படுத்துக் கொண்டால்தான் என்ன? பெள்ளி இருக்கிறாளல்லவா? 'பெள்ளி பொலச்சியானா என்னவாம்?' நாரணப்பா சொல்வானே – காளியாயிருந்தா என்ன? களியாயிருந்தா என்ன? பெள்ளி காளியும் இல்லை; களியும் இல்லை. ஒட்டின கன்னம், வாடிய முலை, பருப்புக் கொழம்பு வாசனை வரும் வாயுள்ள எந்த பிராமணப் பொண்ணு அவளுக்குச் சமம்? கைக்கும் தொடைக்கும் திருப்தியாகக் கிடைக்கும், மணலிலேயும் மண்ணிலேயும் பிணைந்து புரளும் பாம்பைப் போல தன்னோடு புரளும் பெள்ளிக்கு என்ன குறை? இந்த நேரத்தில் அவள் குடிசையின் முன்னால் பானையில் காய்ச்சிய வெந்நீரில் குளித்து, அவளுடைய தகப்பன் கொண்டுவந்த புளிப்புக் கள்ளைக் குடித்து, சூடேறி பதமாக இருப்பாள்; ஸ்ருதி தட்டிய மிருதங்கத்தைப் போல! முழுக் கருப்பும் இல்லை; வெளுத்துப்போன வெள்ளையும் இல்லை – விதைக்குப் பதப் படுத்தி, இளம் வெய்யிலில் காய்ந்த மண்ணின் வண்ணம் அவளது உடல்; ஸ்ரீபதியின் தள்ளாடி நடந்த கால்கள் நின்றன. கிளர்ச்சியுற்றவனாக பேட்டரி அழுத்தி வெளிச்சம்போட்டு, வெளிச்சம் போட்டு அணைத்தான். மீண்டும் கொளுத்தி காட்டைச் சுற்றி

வெளிச்சத்தைப் பரப்பி ராட்சச வேடம் போட்டுவந்த கூத்துக் காரனைப்போல உடலை விரித்துக் குதித்துக்குதித்து ஆடினான். தை தை தகதை தை–தை தை; ஆடினான்... மண்டியிட்டு உட்கார்ந்து, தனக்கு முழங்காலின் மேல் சுற்றுவதற்கு வருகிறதா பார்க்கலாம் என்று முயன்று வட்டம் போட்டு, முழங்கால் நோவெடுத்து எழுந்து நின்றான். காட்டின் ஆளரவமற்ற நிலை, பேட்டரியின் வெளிச்சத்திற்குப் பயந்துபோன பறவைகள் எழுப்பிய, இறக்கைகளின் படபட ஓசை ஆகியவற்றால் அவனுக்கு மேலும் வெறி பொங்கிற்று. அழைத்தவுடனே வந்துநிற்கும் நவரச பாவனைகள். கோபமா, பயமா, வெறுப்பா, பக்தியா, காதலா – ஒன்றிலிருந்து ஒன்றிற்கு எளிதாகத் தாவுகிறது அவனது கற்பனை. இப்போது லக்ஷ்மீதேவி விடியலில் எழுந்து, 'யக்ஷகான' பாணியில் உதயராக கீர்த்தனையை சேஷசாயிக்குப் பாடிக்கொண்டிருக்கிறாள்...

எழுவாய் நாராயணனே...
எழுவாய் லக்ஷ்மீ ரமணா..
எழுவாய் ஐயனே பொழுது புலர்ந்தது...

ஸ்ரீபதியின் கண்ணில் கண்ணீர் நிரம்பிக் கொட்டுகின்றது. கருடன் வந்து எழுப்புகிறான். 'எழு நாராயணா!' நாரதன் வந்து தம்புரா வாசித்து எழுப்புகிறான் 'எழு லக்ஷ்மீ ரமணா!' எல்லா ஆவினம், புள்ளினம், வானர, கின்னர, கிம்புருடர், யக்ஷ, கந்தர்வர்களும் வேண்டிக் கொள்கின்றனர். 'எழுவாய் ஐயனே, பொழுது புலர்ந்தது!' ஸ்ரீபதி மீண்டும் நடன பாணியில், கட்டிய வேட்டியை சேலையைப் போல பிடித்து கைகளையசைத்து, கழுத்தை வளைத்து ஆடினான். சீனனின் கள்ளு தலைக்கு ஏறி இருக்கிறதல்லவா, நாரணப்பாவிடம் போய் இன்னும் கொஞ்சம் ஏற்றிக்கொள்ள வேண்டுமென்று எண்ணிக் கொண்டான். யக்ஷ கானத்தின் பெண்பாத்திரங்க ளெல்லாம் நினைவுக்கு வருகின்றன. 'புராணங்களில் பெண் மோகத்திற்குப் பலியாகாத ரிஷியே இல்லையே! விஸ்வாமித்திரனின் தவத்தைக் கலைத்த மேனகை – எப்படி இருந்திருக்க வேண்டும் அவள்? சந்திரியைவிட அழகாக இருந்திருக்க வேண்டும். யாருடைய கண்ணிற்கும், கிழிந்ததுணி உடுத்தி சாணம் எடுக்கவரும் பெள்ளியின் அழகு படாமல் போனது பரமஆச்சரியம். அதில் ஆச்சரியப்படவும் ஒன்றுமில்லை. பிராமணார்த்த மலடுங் களுடைய கண்ணுக்கு எதுதான் படப்போகிறது? எவ்வளவோ முறை குழந்தைகளுக்குச் சொல்வதைப் போல பிராணேஸாசார்யார் விளக்கியிருக்கிறார்! வேதவியாசர் எவ்வளவு சந்தோஷப் பட்டிருக்க வேண்டும்! அவர் உதயகாலத்தில் எழுந்து உஷையைக்

கண்டவுடன், பகவான் இந்தச் சொற்களை அவரது வாயினால் சொல்லவைக்கிறார், 'குளித்துத் தூய்மையடைந்த புஷ்பவதியின் தொடைகளைப் போல!' ஆஹா, எவ்வளவு ஆழமான கற்பனை! அழகான உபமேயம். ஆனால், பிராமணருக்கு அது வெறும் மந்திரம்; பிழைக்கிறதுக்கு ஒரு வழி. ராஜா வேஷம் போடும் குந்தாபுரத்து நாகப்பா எவ்வளவு கம்பீரமா பேசறான்: 'ஆஹா இந்தத் தும்பிகளா! பாரிஜாதம், சம்பங்கி, மல்லிகை, தாழை மலர்கள் மலர்ந்த இந்த வனமா! இங்கு தனியளாகி, வணக்கத்தோடுகூடிய முகத்தவளாக, துக்கத்தால் பாதிக்கப்பட்டு இருக்கும் அட ரமணீ, நீ யார்?' ஸ்ரீபதி புன்னகைத்தவாறு நடந்தான்.

'அக்ரஹாரத்துலேயே அழகை ரசிக்கக்கூடிய கண் இருக்கிறவங் கன்னா அது ரெண்டுபேர் மட்டுந்தான்: நாரணப்பனும் சந்திரியும். மகாரூபவதின்னா சந்திரிதான். இந்த நூறுமைல் சுத்துலேயும் அந்த மாதிரியான ஒரு வடிவழகிய காட்டுங்க... நீங்க சொல்றதை நான் ஏத்துக்கறேன்... துர்காபட்டனுக்கும் கொஞ்சங்கொஞ்சம் ரசனை இல்லாமலில்ல. ஆனா, எப்பவோ ஒரு தடவ, ஏமாந்த செட்டி பொம்மனாட்டிகளோட மார்மேல கை போடறதுக்கு மேல அதிகமா ஒண்ணும் செய்ய முடியாது அவனால. அப்படிப் பார்த்தா, நெஜமான ரசிகர்னா, பிராணேஸாசார்யார்தான். ஆயிரத்திலே ஒருத்தர் அந்த மாதிரி. அவர் தெனமும் சாயங்காலம் புராணத்தைப் படிச்சிட்டு அந்த ஸ்லோகங்களுக்கு ரம்யமா அர்த்தம் சொல்ற திறமைய கேட்டா எப்பேர்பட்ட மஹாமஹா பாகவதனும் வெக்கத்துனால தலைய தொங்கப் போட்டுக்கணும். எவ்வளவு நயமான பேச்சு, மிருதுவான சிரிப்பு, கண்ணுக்கு எடுப்பான உருவம்! குடுமி, திருமண், அக்ஷதை, ஜரிகைச்சால்வை பொருந்துறதுன்னா அவர் ஒருத்தருக்குத்தான். எட்டு மடங்கள்லேயும் தென்புலத்து மகா பண்டிதங்களோட வாதிட்டு ஜெயிச்சு வந்த அவர்கிட்டே பதினஞ்சு ஜரிகைச்சால்வைங்க இருக்காம்! ஆனா, அவர் அந்தப் பெருமையிலே பீத்திக்கிறவரு இல்லே. அவ்வளவு ரம்யமா காளிதாசனின் ஸ்திரீ வர்ணனைங்கள விவரமா விளக்கறாரே, அவருக்குச் சொந்தமா ஆசையே ஏற்படாதா? நான் முதல் முறையா, ஓடையிலே தண்ணியெடுத்து வந்த பெள்ளிய சம்போகிச்சது, ஆசார்யார் படிச்ச சாகுந்தலத்தக் கேட்டுத்தான். அடக்கமுடியாம எழுந்து போயிட்டேன். பானையிலே தண்ணி நெரச்சிகிட்டு தலைமேல தூக்கிகிட்டு, உடுத்தியிருந்த துண்டோட முந்தானை வெலகி நிலா வெளிச்சத்துலே, மண்ணுநெற மொலைகள ஆட்டி கிட்டு அடிபோட்டு வந்தவள் சகுந்தலையைப்

போலவே, எனக்குத் தெரிஞ்சா. ஆசார்யருடைய வர்ணனையை நானே நேரில் கண்டு, பட்டறிஞ்ச மாதிரியாச்சு.'

ஸ்ரீபதி வண்டித்தடத்திலிருந்து நேராக குன்றின் மேலிருந்த புலையர்களின் குடிசைகள் பக்கம் நடந்தான். அமாவாசை நெருக்கத்தின் காரிருள் இரவில் ஒரு குடிசை தீப்பற்றி எரிவது தெரிந்தது. அதன் வெளிச்சம் படிந்த சுற்றுப்புறத்தில் கருத்து மங்கிய உருவங்கள். தொலைவில் நின்று பார்த்தான்; உற்றுப் பார்த்தான். யாரும் குடிசைக்குப் பற்றிய தீயை அணைக்க முயற்சிப்பதாகத் தெரியவில்லை. வியந்துபோய் ஒரு பாறையின் மறைவில் நின்று காத்திருந்தான். மூங்கில் கழிகளால் கட்டி, பாய் மூடி, சோகை போர்த்திய குடிசை, வெய்யில் காலமானதால் நொடியில் தகதகவென்று எரிந்து தரை மட்டமாயிற்று. கருத்த உருவங்கள் தத்தம் குடிசைகளுக்குத் திரும்பின. எழுந்த நெருப்பின் அனலுக்கு, கூண்டுகளை விட்டு வெளியேறி பரிதாபத்தோடு கூக்குரலிட்ட பறவைகள் மீண்டும் கூண்டை அடைந்தன. ஸ்ரீபதி மெதுவாக அடி வைத்துச் சென்று பெள்ளியின் குடிசையிலிருந்து சற்று தொலைவில் நின்று கைதட்டினான்.

சுடுநீரில் தலைக்குக் குளித்து, இடுப்பில் வெறும் துண்டு மட்டும் கட்டி, இடுப்புக்குமேல் அம்மணமாக, கருங்கூந்தலின் திரளை முதுகின்மேலும் முகத்தின் மீதும் கலைத்துவிட்டுக் கொண்டிருந்த பெள்ளி மெதுவாக குடிசையிலிருந்து வெளிவந்து ஓசை எழுப்பாமல் தொலைவிலிருந்த புதரின் இடுக்கு வழியாக மறைந்து போனாள். அவள் மறையும்வரை ஒரு மரத்தின் பின்னால் நின்று காத்திருந்த ஸ்ரீபதி அங்கும் இங்கும் கண்களைச் சுழற்றிப் பார்த்து, யாரும் வெளியில் நடமாடவில்லை என்று உறுதிப்படுத்திக்கொண்டு, பெள்ளி மறைந்திருக்கும் பள்ளத்திற்குச் சென்று பேட்டரி விளக்கு ஏற்றி – அணைத்து – அவளைத் தழுவிக்கொண்டு வேட்கையோடு மூச்சு விட்டான்.

'சாமி, இன்னைக்கி வேணாம் சாமி.'

பெள்ளி இவ்வாறு சொல்லியதே இல்லை. ஸ்ரீபதிக்கு ஆச்சரிய மாக இருந்தது. ஆனால் அவள் பேச்சைப் பொருட்படுத்தாமல் இடுப்பில் சுற்றியிருந்த அவளது துண்டை அவிழ்த்தான்.

'பிள்ளனும் அவன் பொலைச்சியும், பேயடிச்சுதோ என்ன கதையோ, செத்துப் போயிடிச்சுங்க சாமி இன்னிக்கி.'

ஸ்ரீபதிக்கு, இப்போது பேச்சு வேண்டாம். மரக்கட்டையாக நின்றிருந்தவளை தரைக்கு இழுத்தான்.

‘ரெண்டும் செத்துப் போச்சிங்களேன்னு பொணங்கள அங்கயே உட்டுபுட்டு கொட்டாய்க்கே நெருப்பு வெச்சிப்புட்டோம். ஜொரம் வந்து செத்துதுங்க. மூடியிருந்த கண்ணு தொறக்கவே இல்ல.’

ஸ்ரீபதிக்கு அருவருப்பு; என்னமோ பேசுகிறாள்; எங்கேயோ இருக்கிறாள். அவ்வளவு ஆசையோடு வந்தால் யாரோ செத்துப் போனார்களென்று பிதற்றிக்கொண்டிருக்கிறாள். இந்த மாதிரியான நேரத்தில் இப்படிப் பேசுபவளே அல்ல அவள். பெய்யும் மழைக்கு வளையும் பயிரைப்போன்றவளே இவள்...

பெள்ளி துண்டை எடுத்துக் கட்டிக்கொண்டே... ‘சாமி, ஒரு விசயம். அப்பேர்ப்பட்ட ஆச்சரியத்த நான் கண்டதே இல்லே. எங்க கொட்டாய்லே என்னா இருக்குது துன்றதுக் குன்னு இந்தப் பெருச்சாளிங்க வருதோ? பாப்பாருங்க ஊட்ல இருக்கிற மாதிரியா எங்க கொட்டாயிலே இருக்கும்? இப்போ ஒரம்புற மாதிரி வந்து தங்க ஆரம்பிச்சிடுச்சிங்க. மோட்டுலேருந்து தொப்பு தொப்புன்னு உளுந்து, கிருகிருன்னு சுத்தி செத்துப்போகுதுங்க. நெருப்பு புடிச்ச கொட்டாயிலேருந்து உசிர புடிச்சினு ஓடறவங்க மாதிரி காட்டுலே உளுந்து எளுந்து ஓடிப்போவுதுங்க. இந்த மாதிரி அவஸ்தய நான் கண்டதேயில்ல. சாமியாடிய கூப்புட்டு தெய்வம் வரவளச்சி கேக்கணும்: பொலையருங்க சேரிக்குள்ளே எலிங்க வர்றது என்னாத்துக்கு? வெறகுகட்டு முறிஞ்சு போனமாதிரி லக்கன் ஏன் சாவணும் – எல்லாம் கேக்கணும்.’

ஸ்ரீபதி வேட்டியைக் கட்டிக்கொண்டு, சட்டையைப் போட்டுக் கொண்டு, சட்டைப்பையிலிருந்து சீப்பை எடுத்து தலையை வாரி, பேட்டரி கொளுத்தி, பார்த்துக் கொண்டே ஓட்டமாக நடந்து விட்டான். ‘பெள்ளி படுத்துக்கொள்ளத்தான் தகுதியே தவிர பேசுவதற்கல்ல. வாயைத் திறந்தால் பேய், பிசாசு, பூதம் தெய்வம் இவையேதான்.’

நாரணப்பாவைப் பார்க்கும் அவசரத்தில் வேட்டியை மேலே மடித்துக் கட்டிக்கொண்டு குன்றிலிருந்து இறங்கினான். ‘சாராயம் குடித்து இன்று இரவு அங்கேயே படுத்திருந்து காலையில் எழுந்து பாரிஜாதபுரத்து நாகராஜனின் வீட்டுக்குப் போனால் போதும்.’ மெதுவாக நாரணப்பனின் வீட்டு வெளிக்கதவின் எதிரில் நின்று கதவைத் தள்ளினான். தாழ்ப்பாள் போட்டிருக்கவில்லை. இப்போதுதான் அவன் வந்திருக்க வேண்டும் என்று மகிழ்ச்சியோடு உள்ளே போனான். பேட்டரி விளக்கை ஏற்றி, ‘நாரணப்பா, நாரணப்பா’ என்று அழைத்தான். பதில் இல்லை. ஏதோ கெட்ட நாற்றமடிப்பதைப் போலிருந்தது; வயிற்றைப்புரட்டிக் குமட்ட

வைக்கிறது, எதுவோ அழுகும் நாற்றம். மாடிமேல் ஏறி கதவைத் தட்டிப் பார்ப்பது என்று இருட்டிலேயே தனக்குப் பழக்கப்பட்ட படிகளின் பக்கம் நடந்தான். மூலை திரும்புவதற்குள் வெறுங் காலில், மெத்தென்று சில்லென்று இருந்த எதையோ 'பிசுக்'கென்று மிதிப்பதைப் போல் உணர்ந்து, பதறிப்போய் பேட்டரியைப் போட்டுப் பார்த்தான். 'அய்யோ... எலி.' காலை மேல்நோக்கி விரித்துக்கொண்டு மல்லாந்து செத்து விழுந்திருக்கும் எலி. அதன்மேல் உட்கார்ந்த ஈக்கள் பேட்டரி வெளிச்சத்திற்கு குய்யென்று பறந்தன. தடதடவென்று படியேறி மாடிக்குப் போய் பேட்டரி கொளுத்தினான். 'வெறுந்தரையின் மேல் ஏன் இப்படி இழுத்துப் போர்த்திக்கொண்டு நாரணப்பா படுத்திருக்கிறான்? மூக்குமுட்ட போட்டுக்கொண்டிருப்பான்' என்று மெல்லச் சிரித்துக் கொண்டு, 'நாரணப்பா, நாரணப்பா' என்று அவனை அசைத்தான். மீண்டும் எலியை மிதித்துவிட்டதைப் போன்ற சில்லென்ற தொடு உணர்வு ஏற்பட்டு சட்டென்று கையைப் பின்னுக்கு இழுத்துக் கொண்டு, பேட்டரியைக் கொளுத்தினான். மேலே குத்திட்டு நின்ற பார்வையற்ற திறந்த கண்கள்! பேட்டரி வெளிச்சத்தின் வட்டத் திற்குள் ஈ, புழு, நாற்றம்...

6

அக்ரஹாரத்திலேயே வயதில் மூத்தவளான அறுபதைத் தாண்டி பல ஆண்டுகள் கழிந்த பாட்டி லக்ஷ்மிதேவம்மா, வெளிவாசலை 'டர்'ரென்று திறந்து, 'ஹேய்' என்று ஏப்பம் விட்டாள். அக்ரஹாரத்தின் வீதியில் இறங்கி, கோலூன்றி நின்று இன்னொரு முறை 'ஹேய்' என்று ஏப்பம் விட்டாள். தூக்கம் வராத நேரங்களில் அல்லது மனம் நிம்மதியில்லாத போது இப்படி அவள் இரவெல்லாம் அக்ரஹாரத்தின் வீதியில் வந்து, மூன்றுமுறை மேலிருந்து கீழும், கீழிலிருந்து மேலுமாக அலைந்து, கருடாசார்யனின் வீட்டு முன்பு நின்று அவனது மகன், பேரன், தகப்பன் தலைமுறைகளை எல்லாம் அழைத்து, தேவ–தேவாதியரை சாட்சிக்கு இழுத்து, வாய்நிறைய சாபம் கொடுத்து, திரும்பவும் தன் வீட்டுக்கு வந்து, 'டர்'ரென்று மரக்கதவை இழுத்துச் சாத்திவிட்டு படுப்பது வழக்கம். அதிலும் அமாவாசை, பௌர்ணமி நெருங்க அவளுடைய சபிக்கும் சபலம் எல்லைமீறிப் போகும்.

அக்ரஹாரத்தில் பிரபலமான விஷயம், அவளுடைய கதவும் அவளுடைய ஏப்பமும்தான். இரண்டும் இந்த முனையிலிருந்து அந்தமுனைவரை கேட்கும். அவளுடைய கீர்த்தி நான்கு திக்குகளி லிருக்கும் எல்லாப் பிராமண அக்ரஹாரங்களிலும் பரவியிருந்தது. சிறுவயதிலேயே விதவையாகிவிட்ட அவளைச் சிலர் அவலட்சண லக்ஷ்மி தேவம்மா என்று கூப்பிடுவார்கள்.

அவள் எதிரில் வந்தால் நான்கு அடி பின்னால் நடந்து மீண்டும் பயணத்தைத் தொடங்கும் போக்கிரிப் பையன்களையும் பிராமணர் களையும் அவள் கோலை வீசித் துரத்துவாள்; சாபமிடுவாள். ஆனால் அவளுடைய பேச்சை யாரும் கணக்கில் எடுத்துக்கொள்ள மாட்டார்கள். சிறுவர்கள், இவளைப் புளியேப்ப லக்ஷ்மிதேவம்மா வென்றே கூப்பிடுவார்கள். ஆனால், பிரபலமாகிப் போன பெயர் என்னமோ, அரைக்கிறுக்கு லக்ஷ்மிதேவம்மா என்பதுதான். அவளுடைய கதையே ஒரு புராணம் போல; எட்டரை வயதுப் பெண்ணாக இருக்கும்போது திருமணம்; பத்தாவது வயதில் கணவனின் மரணம்; பதினைந்தாவதில் மாமனார்-மாமியார் பரலோகப் பதவியடைந்தனர். கெட்ட நட்சத்திரத்தவளென்று அக்ரஹாரமே தூற்றியது. அவளுக்கு இருபது வயது நிறைவதற்குள் அவளுடைய தாய்-தகப்பனார் 'குடுக்'கென்று கண்ணை மூடிவிட்டனர். எல்லாம் முடிந்தது. அதன்பிறகு அவளுக்கு இருந்த சொத்து, நகைகளை எல்லாம் கருடாசார்யாவின் தந்தை பொறுப் பேற்றுக்கொண்டு தன் வீட்டுக்குப் பாட்டியை அழைத்துக் கொண்டுபோய் பார்த்துக்கொண்டான். அவனுடைய வேலைகளே இப்படிப்பட்டதுதான்.

நாரணப்பனின் தந்தைக்கு விவேகம், விவகார அறிவு கொஞ்சம் குறைவுதான் என்று அவனது சொத்தைப் பராமரிக்கும் வேலையையும் இப்படியேதான் வசப்படுத்திக்கொண்டான். இப்படியே இருபத்தைந்து வருடங்கள் லக்ஷ்மிதேவம்மா காலத்தைக் கழித்தாள். தந்தை இறந்த பிறகு கருடனின் கைக்குப் பொறுப்பு வந்தது. அவளது மனைவியோ அரை வயிற்றுக்கும் சாப்பாடு போடாத கருமி. லக்ஷ்மிதேவம்மாவிற்கும் அவளுக்கும் தகராறு தொடங்கி அது கடைசியில் கைகலப்பில் முடியும். எனவே கணவனும் மனைவியும் சேர்ந்து லக்ஷ்மிதேவம்மாவை வெளியேற்றி விட்டனர். பாழடைந்து போன அவளது கணவனின் வீட்டில் கொண்டு தள்ளினர். அன்றிலிருந்து லக்ஷ்மிதேவம்மாவின் படுக்கை, சாப்பாடு எல்லாம் அங்கே தனியாகவே நடைபெற்று வருகிறது.

பிராணேஸாசார்யாரிடம் சென்று லக்ஷ்மி தேவம்மா முறை

யிட்டாள். அவர், கருடனை அழைத்து புத்திமதி சொன்னார். அதன்பிறகு அவன் அவளுக்கு மாதத்திற்கு ஒரு ரூபாய் வீதம் கொடுத்து வந்தான். அந்தப் பணம் அவளுக்கு எதற்குமே போதாது. இப்படியே, தன் நகை பணம் எல்லாவற்றையும் விழுங்கி விட்டவனின்மீது விஷத்தைக் கக்கினாள். பிராணேஸாசார்யார் அவ்வப் போது அக்ரஹாரத்தின் பிராமணர்களுக்கெல்லாம் புத்திமதி கூறி, அவளுக்குக் கொஞ்சம் அரிசி பெற்றுக்கொடுத்து வந்தார். இருந்தும், லக்ஷ்மிதேவம்மாவுக்கு வயதேறிக் கொண்டிருந்ததைப் போலவே, மனிதர்களின்மேல் இருந்த வெறுப்பும் நஞ்சைப் போல் ஏறிக்கொண்டிருந்தது.

லக்ஷ்மிதேவம்மா ஏப்பம்விட்டவாறே கருடாசார்யனின் வீட்டு முன்னால் நின்று வழக்கப்படி தன் திட்டுக்களால் தூற்றத் தொடங்கினாள்.

'ஒன்வீடு பாழாப்போக; ஒங்கண்ணுக்குக் கேடுவர; ஊரையே சுத்தி வாயிலே போட்டுண்டான்; நாரணப்பனோட தோப்பன் மேலே மாயமந்திரமெல்லாம் செய்தான். இவனோட தாலி அறுக்க. மரியாதை இருந்ததுன்னா எழுந்து வாயேண்டா. ஏழை வெதவை யோட சொத்தையெல்லாம் முழுங்கிட்டியே? ஒனக்கே தக்கும்னு நெனைச்சுண்டிருக்கியா? செத்த பின்னால பேயாமாறி ஒன் வீட்டுப் பிள்ளைகளையெல்லாம் புடிச்சு ஆட்டப் போறவ நாண்டா– தெரிஞ்சுக்கோ...'

மூச்சை இழுத்து ஏப்பம்விட்டு மீண்டும் தொடங்கினாள்:

'ஒன் சேட்டைகளாலதான் தங்கமாட்டம் இருந்த நாரணப்பா சண்டாளனா மாறிப்போனான். கூத்தியாளையும் வச்சுண்டான். 'நாங்க பிராமணங்க, நாங்க பிராமணங்கன்னு சொல்லிண்டு இருந்தவா எல்லாம், இப்போ அவன் பொணத்தை எடுக்காம ஒக்காந்திண்டிருக்கேளேடா; எங்கேடா போயிடுத்து உங்க பிராமணத்துவம்? சண்டாளனுங்களோட பயங்கரமான நரகத்துலே நீங்க விழுந்து சாகப் போறேள், தெரிஞ்சுதா? இந்த அக்ரஹாரத்துலே நான் பார்த்தாப்பலே, ஒரு பொணத்தை ராத்திரியெல்லாம் எரிக்காம வச்சிண்டிருந்தது உண்டா? ராமராமா! காலம் கெட்டுப் போயிடுத்துடா...கெட்டுப் போயிடுத்து. பிராமணத்துவம் நாச மாயிடுத்துடா நாசமாயிடுத்து. தலையை மழிச்சிண்டு எல்லாரும் முசல்மானாயிடுங்கோ! ஒங்களுக்கெதுக்குப் பிராமணியம்?' என்று கோலைத் தரையில் தட்டி மீண்டும் மூச்சிழுத்து 'ஹேய்' என்று ஏப்பம்விட்டாள்.

***

'அய்யய்யோ' என்று ஸ்ரீபதி நாரணப்பாவின் வீட்டுத்திண்ணை யிலிருந்து தாவி, கதவைத் தாளிடவும் மறந்து வீதியில் ஓடினான்.

'பாருங்கோ... பாருங்கோ.. பாருங்கோளேண்டா.. நாரணப்பா வோட பேய், பேய்' என்று அரைகிறுக்கு லக்ஷ்மிதேவம்மா ஒவ்வொரு வீட்டின் கதவையும் தட்டிக் கத்திக்கொண்டே, கோலையூன்றி ஊன்றி ஓடினாள். உயிரைக் கையில் பிடித்துக் கொண்டு ஆற்றைத் தாண்டி ஸ்ரீபதி பாரிஜாதபுரத்து நாகராஜனின் வீட்டிற்கு ஓடினான்.

***

ஓடிப்போனது ஸ்ரீபதியென்று தெரிந்துகொண்டவன் என்றால் அது பிராணேஸாசார்யாரின் திண்ணையில் படுத்திருந்த சந்திரி மட்டுமே. பசியினால் அவளுக்குத் தூக்கம் வரவில்லை. அவள் தனது வாழ்நாளில் உபவாசம் இருந்தவளில்லை; தனியாகத் திண்ணையின் மீது படுத்துப் பழக்கமில்லை; குந்தாபுரத்து வீட்டை விட்டு நாரணப்பாவிடம் சேர்ந்துகொண்ட பின்பு, எப்போதும் ஊதுவத்தியின் வாசனையில் கமகமத்துக் கொண்டிருக்கும் அறையில், பஞ்சுமெத்தையின் மீது சுகித்திருந்தவள் இப்போது பசி தாள முடியாமல் எழுந்து புழக்கடையின் வழியாக அவர்களின் தோட்டத்திற்குப் போனாள். பழுக்கட்டும் என்று மூடிவைத்திருந்த ரச வாழைக்குலையை எடுத்து வயிறு நிறையுமட்டும் தின்றாள். ஆற்றிலிறங்கி தண்ணீர் குடித்தாள். தன் வீட்டுக்குப் போகப் பயமாக இருந்தது. அவள் பிறந்ததிலிருந்து பிணத்தின் முகத்தைப் பார்த்த தில்லை. ஒருவேளை நாரணப்பாவின் உடல் தகனம் செய்யப்பட்டு இருந்தால் அவன் மேலிருந்த எல்லா அன்பும் உறவும் முட்டிமோதி வந்து, மனதார அழுது தீர்த்துக்கொண்டிருப்பாள். இப்போது, பயம் மட்டுமே அவளது இதயத்தைச் சூழ்ந்துகொண்டிருந்தது. பயமும் இனம்புரியாத குழப்பமும் மட்டுமே. நாரணப்பாவுக்குத் தகுந்தமுறையில் தகனம் ஆகாமலிருந்தால், அவன் பிசாசாகி விடக்கூடும். மேலும் அவனோடு பத்து வருடங்களாகச் சுகத்தை அனுபவித்துவிட்டு இப்போது அவனது பிணத்திற்குத் தக்க முறையில் தகனம் செய்து வைக்காமல் போனால்... உள்ளம் ஒப்பாது.

'நாரணப்பா பிராமணியத்தை விட்டுவிட்டான். உண்மைதான். முசல்மான்களோடு சாப்பிட்டான். நானும் சாப்பிட்டேன். ஆனால், எனக்குத் தடையில்லை. ஆசாரம் கெட்டுப்போகாது. தாசியாகப்

பிறந்த நான், இந்த நியமங்களுக்கெல்லாம் விலக்கு; வைதவ்யம்[19] (கைம்மை) இல்லா நித்திய சுமங்கலி. ஓடுகின்ற ஆற்றுக்குத் தோஷமுண்டா? தாகத்துக்கும் சரி, உடம்பின் மல அழுக்குகளைக் கழுவிக்கொள்ளவும் சரி, தெய்வத்தின் தலைமீது அபிஷேகம் செய்வதற்கும் சரி, எல்லாவற்றிற்கும் 'உம்', 'ஊஉம்' என்பதே இல்லை. என்னைப் போலவே... வாடுவதில்லை; வறண்டு போவதில்லை. இரண்டைப் பெற்றுவிட்டால் போதும்; தட்டைக் கன்னம், குழிவிழுந்த கண்கள்கொண்ட பிராமணப் பெண்களைப் போல தனது முலை தளர்ந்து தொங்கிவிடவில்லை. தான் வற்றாத, வாடாத தளர்ச்சியில்லாது தளதளக்கும் துங்கை. பத்துவருடம், குழந்தை யைப் போல உண்டான்.

தேன்கூட்டைத் தேடிவரும் ஆசைகொண்ட கரடியைப் போல பாய்ந்து, பாய்ந்து உண்டான். சிலபோது ரோஷம் கொண்ட வரிப்புலி போல ஆடினான். இப்போது அவனுக்கொரு தகனம் நடந்தேறிவிட்டால் போதும்; குந்தாபுரத்துக்குப் புறப்பட்டுப் போய் விடுவேன். அங்கு உட்கார்ந்து மனதார அழுது தீர்த்துவிடுவேன். இந்த பிராமணர்களின் கையினாலேயே நடத்திவைக்க வேண்டும். நாரணப்பா பிராமணியத்தை விட்டாலும் பிராமணியம் அவனை விட்டுவிட்டதா? முன்கோபக்காரன், பிடிவாதக்காரன், கிறுக்கன்; பகிஷ்காரம் பண்ணினால் முசல்மானாகிவிடுவேன் என்று எகிறிக் குதித்து, ஆடிக்களித்தவன். உள்ளத்திற்குள் என்ன இருந்ததோ – எனக்குத் தெரியாது. எவ்வளவுதான் ஆடட்டும், தன்னிடம் பிராணேஸாசார்யாரைப் பற்றி மட்டும் அவன் தகாத மொழியில் இகழ்ந்ததில்லை. துடுக்குத்தனமாக அன்று பேசிய தென்னமோ உண்மைதான். ஆனால், உள்ளுக்குள்ளே நடுங்கிப் போய்விட்டான். இப்போது சண்டையிட்டுப் பிறகு மறந்துவிடும், பொறுமை ஒன்றே உறுதியான உணர்வாகக்கொண்ட தன்னைப் போன்ற பெண்ணிற்கு, இந்த துவேஷத்தின் ஆழம் எந்தப் பாதாளகொக்கி[20] போட்டும் அறியமுடியாத ஒன்று. அவனிடம் வந்து சேர்ந்த தொடக்கத்திலேயே வேண்டிக்கொண்டேன்: 'என் கைச்சமையலைச் சாப்பிட வேண்டாம்; மாமிசம் தின்ன வேண்டாம்; நான் வேண்டுமானால் விட்டுவிடுகிறேன்; ஒருவேளை ஆசை வந்தாலும் ஷெட்டி வீட்டுக்குப் போய் மீன் தின்றுவிட்டு வருகிறேன்; அக்ரஹாரத்தில்

19 வைதவ்யம்: கணவனை இழந்த கைம்பெண்ணின் நிலை.

20 பாதாள கொக்கி: ஆழமான சேந்து கிணறுகளில் விழுந்துவிட்ட பொருட்களை எடுப்பதற்காகப் பயன்படும் கொக்கிக் கொத்துகள் கொண்டது. பாதாள கொலுசு, பாதாள கரண்டி என்றும் அழைக்கப்படும்.

வேண்டாம்.' கேட்கிற ஆளா நாரணப்பா? அடம்பிடித்தால் அடம்தான். பித்துப்பிடித்த அவனது மனைவி, என்றைக்கும், அவனது பிடிவாதத்தைத் தாங்கிக்கொண்டு தன்னைப் போல ஒத்துவாழும் சாமர்த்தியம் இல்லாதவள். தாய்வீட்டுக்குப் போய், தனக்குச் சாபம் போட்டுச் செத்தாள். இனியும் யாருக்கு வேண்டும் இந்தத் தொல்லைகள்? உடலை எரித்துவிட்டால் போதும். ஒரு கும்பிடு போட்டுவிட்டுப் போய்விடுவேன்...'

'வேடிக்கை என்னவென்றால், தன்னை இப்போது குடைந்து கொண்டிருக்கும் சங்கதி என்னவென்றால், ஒரு நாள்கூட எந்தக் கடவுளையும் வணங்காத நாரணப்பா, காய்ச்சல் நெற்றிக்கு ஏறியதுமே எப்படிப் புலம்பத் தொடங்கிவிட்டான்! நினைவு தப்பும்வரை 'அம்மா, பகவானே ராமச்சந்திரா, நாராயணா' என்று சொல்லிக் கொண்டிருந்தான்! 'ராமா ராமா' என்று கத்தினான். பாவியின் வாயிலிருந்து, சண்டாளனின் வாயிலிருந்து, வரும் சொற்களல்ல அவை. அவனுக்குள் மறைவாக என்ன இருந்ததோ, என்ன கதையோ? என் அறிவுக்கு எட்டவில்லை. இப்போது சாஸ்திர முறைகளின்படி தகனத்துக்கு வேண்டிய கருமங்கள் நடைபெறாமல் போனால், கட்டாயமாக அவன் பேயாகத்தான் அலையப் போகிறான். அவனுடைய உப்பைத் தின்ற நான்...'

'எல்லாம் பிராணேஸாசார்யரிடம் அடங்கியுள்ளது. எப்படிப் பட்ட சாந்தம்! கருணை!! கூத்துக்காரர்களின் ஆட்டத்தில் திரௌபதி அழைத்தவுடன் சிரித்துக்கொண்டே வரும் ஸ்ரீகிருஷ்ணனைப்போல, என்ன உருவம், என்ன உயரம், என்ன தேஜஸ்! பாவம், அவருக்கு உடல் இன்பம் என்னவென்றே தெரியவாய்ப்பில்லை. காய்ந்து போன குச்சியைப் போல் விழுந்துகிடக்கும் அவரது மனைவி – புண்ணியம் செய்தவள். இருந்தும், என்ன பொறுமை! என்ன திறமை! ஒருநாளும் தன்னைக் கண்ணெடுத்துப் பார்த்ததில்லை. அம்மா சொல்லிக்கொண்டிருப்பாள்; தாசிக் குலத்தில் பிறந்தவள் கர்ப்பதானத்தை எப்படிப்பட்டவர்களிடமிருந்து பெற்றுக்கொள்ள வேண்டும் என்று. அப்படிப்பட்ட உருவம், குணம், தேஜஸ் ஆசார்யருடையது. வரங்கேட்டு வந்திருக்கவேண்டும் அவ்வளவு தான் – அப்படிப்பட்ட பாக்கியம் பெறுவதற்கு...'

ரசவாழைப்பழத்தை வயிறு நிறைய தின்றிருந்ததால், சந்திரிக்குக் கண்ணிமைகள் கனத்துப்போய், உறக்கம் நெருங்கி நெருங்கிவந்து, நீங்கி, மீண்டும் வந்து, விலகி ஆட்டம் போடத் துவங்கியது. பிராணேஸாசார்யார் இன்னும் விழித்துக்கொண்டு, நடுவீட்டில் நடமாடிக் கொண்டிருப்பது, மந்திரங்களை உரக்கப் படிப்பது

இடையிடையே காதில் விழுந்து, அவர் விழித்துக்கொண்டிருக்கும் போதுதான் தூங்கிவிழுவது சரியல்ல என்று, அழுத்தும் உறக்கத்தை வலிந்து துரத்தியும், எதையெல்லாமோ எண்ணியும், வெளித் திண்ணையில் கையையே தலையணையாக்கி, நாணத்தினால் தொடைகளை வயிற்றோடு மடித்துக்கொண்டு சேலையைச் சரிசெய்து சுருண்டு படுத்தாள்.

***

எல்லாத் தாழைமடல் ஓலைச்சுவடி கிரந்தங்களையும் தொடக்கம் முதல் இறுதிவரை சோதித்தாயிற்று; தனது உள்மனத்திற்கு ஒப்பும் படியான பதில் மட்டும் கிடைக்கவேயில்லை. தர்மசாஸ்திரத்தில் இந்த நெருக்கடிக்கு, தான் சரியென்று ஏற்றுக்கொள்ளக்கூடிய முழுமையான பதில் இல்லையென்று ஒப்புக்கொள்ள பிராணேஸா சார்யருக்கு அச்சம். மடத்தில் மற்ற பண்டிதர்கள் 'உமக்குத் தெரிந்தது இவ்வளவுதானா' என்று இகழ்ந்து பரிகசித்தால், என்கிற அச்சமும் அவரை ஆட்டி வைக்காமலில்லை. 'ஆழ்ந்து படித்தறிந்த உனது ஞானம் இவ்வளவுதானா' என்று கேட்டுவிட்டால் என்ன செய்வது? என்ன போனாலும் மானம் போகக்கூடாது. போன மானத்தைத் திரும்பப் பெறமுடியாது என்று எண்ணியவாறே உட்கார்ந்தவர், தன் எண்ணங்களுக்காக வெட்கப்பட்டார்.

'இத்தகைய நிலைமையிலும் என்னுடைய புகழைப் பற்றியே நான் எண்ணிக்கொண்டிருக்கிறேனே; என்னுடைய அகங்காரம் நாசமாகப் போகட்டும்' என்று எண்ணி மீண்டும் பக்தியோடு ஓலைச்சுவடி கிரந்தங்களைப் பிரித்து, கண்மூடித் தியானித்து ஒரு ஓலையைப் பக்தியோடு எடுத்துப் படித்தார்; தீர்வு கிடைக்கவில்லை.

மீண்டும் ஒருமுறை கண்மூடி இன்னொரு சுவடியை அதே போன்று எடுத்தார்; அதிலும் இல்லை. சமையலறையில் படுத்திருந்த மனைவி புரண்டாள். எழுந்துபோய் அவளை எழுப்பி, தன்மேல் சாய்த்துக் கொண்டு எலுமிச்சைச் சாறு இரண்டு மிடறு குடிக்க வைத்தார். 'நாரணப்பனுக்குப் பதிலா நானே கண்ண மூடியிருந் தேன்னா நன்னாயிருந்திருக்கும்! நேக்கு ஏன்தான் சாவு வரமாட்டேங்கிறதோ! சுமங்கலியாவே...' என்று முனகிய மனைவிக்கு 'சே! விட்டேன்னு சொல்லு' என்று ஆறுதல் கூறி மீண்டும் நடுவீட்டிற்கு வந்து லாந்தரின் வெளிச்சத்தில் சிந்தனையில் முழுகிப் போனவராக உட்கார்ந்தார். 'சனாதன தர்மத்தில் பதில் இல்லையென்றால் நாரணப்பாவே வென்றதாகும்; நாமெல்லாம் தோற்றதாகும். இங்கு மூலமுதல் பிரச்சினை, நாரணப்பா வாழ்ந்த

போது, அவனைத் தாங்கள் தள்ளிவைக்கவில்லை என்பதாகும். அதற்குக் காரணம் அவன் காட்டிய மிரட்டல். அந்த மிரட்டலுக்குப் பயந்து இருந்துவிட்டதே, தர்மசாஸ்திரத்தைப் புறக்கணித்து விட்டதாகத்தானே அர்த்தம். பிராமணர்களின் தவசக்தி உலகத்தையே ஆண்டுகொண்டிருந்த காலத்தில் அத்தகைய மிரட்டலுக்குப் பணிய வேண்டிய தேவை இருக்கவில்லை. காலம் கெட்டுக்கொண்டே வந்ததினால்தானே இத்தகைய தர்மசங்கடங்கள் தோன்றத் தொடங்கி இருக்கின்றன...'

'அப்படிப்பார்த்தால், தான் முசல்மானாக மாறிவிடுவேன் என்று, முசல்மானாக மாறி இந்த அக்ரஹாரத்திலேயே வாழப் போகிறேன் என்று அவன் மிரட்டினதுதானே, தான் பகிஷ்காரத்தைக் கைவிட்டதற்கான ஒரே காரணம்? இல்லை, இரக்கமும்கூடத்தான் அதற்குக் காரணம். தன்னுடைய இருதயத்திலிருக்கும் அளவற்ற கருணை...' என்ற எண்ணம் தோன்றியவுடனே பிராணேஸா சார்யார் 'சே,சே இது ஆத்ம வஞ்சனை'யென்று தன்னைத் தானே நொந்துகொண்டார். அது களங்கமற்ற இரக்கம் இல்லை. அதன் பின்னால் பயங்கரமான பிடிவாதமும் இருந்தது. நாரணப்பாவின் பிடிவாதத்திற்குச் சற்றும் விட்டுக்கொடுத்துவிடக் கூடாது என்ற தனது அடம். அவனை வழிக்குக்கொண்டு வந்தே தீருவேன், என் புண்ணிய பலனால், தவசக்தியினால்; வாரத்தில் இரண்டு நாள் தான் கடைப்பிடிக்கும் உண்ணாநோன்பின் மகிமையால் அவனை நல்வழிக்குக் கொண்டுவந்தே தீருவேன் என்னும் தன்னுடைய அடக்கமில்லாத பிடிவாதம்.

இந்தப் பிடிவாதம் எடுத்த வடிவம்? என்னுடைய அன்பால், இரக்கத்தினால், தவசக்தியினால் உன்னை வழிக்குக்கொண்டு வருவேன் என்னும் திடமான உறுதியில், பிடிவாதம் எந்த அளவு? கருணையில் பிறந்த இரக்கம் எந்த அளவு? திடமான உறுதியின் மூலதர்மம், இரக்கம், கருணை என்றே தோன்றுகின்றது. இந்த உடல் மூப்படைந்த பின்பு காமம் அதைவிட்டுப் போகின்றது. ஆனால், இரக்கம், கருணை, பாசம் அவ்வளவு எளிதாக விட்டுவிடுவதில்லை. ஆகையினால் இந்த இரக்கம், கருணை, பாசம் போன்றவை மனிதனிடம் காமத்தைவிட ஆழமாகப் பற்றிக்கொண்டு வேர் விட்டிருக்கும் குணங்கள். இரக்க உணர்வு இப்படி ஆழமாக என்னிடமில்லாமலிருந்திருந்தால், கல்யாண நாளிலிருந்து படுத்த படியே கிடக்கும் மனைவியிடம் சலிப்பேற்பட்டு பிற பெண்களின் மோகத்திற்குப் பலியாகாமல் இருந்திருக்க முடியுமா? ஒருகாலும் இல்லை. இரக்க உணர்வே என் மனிதத்துவத்தை, பிராம்மணியத்தைக்

காப்பாற்றியுள்ளது.

‘கருணை-தர்மம்-மனிதாபிமானம்-பிராம்மணியம் எல்லாமே பெரிய பிரச்சினைகளாக இப்போது மாறி என்னை வாட்டு கின்றன. அடிப்படையாக உள்ள பிரச்சினை, நாரணப்பா ஏன் எல்லோருக்கும் கசப்பானான், விஷமானான்? முற்பிறவியின் புண்ணியம் இல்லாமல் பிராமணியத்தைப் பெறமுடியாது என்று கூறுகிறது சாஸ்திரம். அப்படியிருந்தால் எதற்காக நாரணப்பா தன் கையினாலேயே தன்னுடைய பிராமணியத்தைச் சாக்கடையில் எறிந்தான்? இது ஆச்சரியம்தான். கடைசியில் நம்முடைய குணத்துக்கு நாமே அடிபணிந்துவிடுகிறோம்.’ ரிக்வேதத்தின் கதையொன்று பிராணேஸாசார்யார் நினைவுக்கு வந்தது.

அந்தப் பிராமணனுக்குச் சூதாட்டத்தில் மோகம். தன்னுடைய போக்கை அவனால் எதற்காகவும் மாற்றிக்கொள்ள முடியவில்லை. ஒருமுறை ஒரு யாகசாலைக்குள் உயர்குல பிராமணர்கள் யாரும் அவனைவிடவில்லை. ‘சீ, சீ’ என்று துரத்திவிட்டனர் – நாயை வெளியே துரத்துவதைப் போல. அவன் தேவதேவாதியரை அழைத்து முறையிட்டான். ‘கடவுளே, எதற்காக என்னை நீ சூதாட்டக்காரனாகச் செய்தாய்? எதற்காக இப்படிப்பட்ட மோகத்தை எனக்குக் கொடுத்தாய்? அஷ்டதிக்குப்பாலகரே[21], பதில் சொல்லுங்கள். இந்திரன், யமன், வருணபகவான்களே, வாருங்கள், பதில் சொல்லுங்கள்.’

இங்கு யாகசாலையில் ஆகுதியை[22] வைத்துக்கொண்டு இரு பிறப்பாளர்கள்[23] அக்னி, இந்திரன், யமன், வருணன் முதலானவர்களை அழைத்தனர். ‘வாருங்கள், எங்களுடைய பலிப்பொருட்களை (ஹவிஸ்ஸை[24]) ஏற்றுக்கொள்ளுங்கள்.’

ஆனால் தேவர்கள் சென்றது, அந்த சூதாடி அழைத்த இடத்திற்குத்தான். அதனால், தம்முடைய பிராமணியக் கர்வத்தைக் கைவிட்டு இருபிறப்பாளர்கள் எல்லோரும் அங்கே போக வேண்டிய

[21] *அஷ்டதிக்குப்பாலர்:* எட்டுத் திசைகளையும் காக்கும் காவல் தெய்வங்கள்.

[22] *ஆகுதி:* யாகங்கள், ஹோமங்கள் வளர்க்கப்படும்போது பலிப் பொருளாக தீயில் இடப்படும் பொருட்கள்.

[23] இரு பிறப்பாளார்கள்: இருமுறை பிறப்பவர்கள் *(த்விஜ)*. இந்துமத அடிப்படையில் பிராமணர்கள். (வைஷ்யர், க்ஷத்ரியர் கியோருக்கும்கூட பொருந்தும்) பறவைகள், பாம்பு (முட்டையாகத் தாய் வயிற்றிலிருந்து மீண்டும் பறவையாக பாம்பாக மாறுவதால்) மற்றும் சந்திரனுக்கும் பொருந்தும்.

[24] *ஹவிஸ்:* யாகத்தின்போது தீயில் சொரியப்படும் பால், நெய் போன்ற பொருட்கள்.

தாயிற்று – கெட்டுப்போனவனின் இடத்திற்கு. தர்மத்தின் ஆழத்தை அறிவது கடினம். மேலும் அந்தப் பெரும்பாவி, சண்டாளன் சாகும் போது 'நாராயணா' என்று பரமபத முக்தியைப் பெற்றுக் கொண்டான். 'ஏழு பிறவியிலும் என் பக்தர்களாகவே பிறக்கிறீர் களா? அல்லது மூன்று பிறவியில் என் எதிரிகளாக இருந்து என்னை வந்து அடைகிறீர்களா? என்றால், ஜய விஜயர்கள்[25] எதிரிகளாகி விரைவாகப் பரமபதம்[26] அடையவே விரும்பினார்களாம்! பூஜைபுனஸ்காரக் கருமங்களில் சந்தனத்தைப் போல தேயும் நம்மைப் போன்றவர்களின் வாழ்க்கைக்கு முக்தி கிடைக்க பிறப்பு மேல் பிறப்பு! தர்மத்தின் மறைபொருள் விளங்கிவிடுவதில்லை, அவ்வளவு எளிதாக. நாரணப்பாவின் உள்ளுயிர் எந்தச் சாதனையில் துவங்கியதோ! ஆடாத ஆட்டமெல்லாம் ஆடி, ஆர்ப்பாட்டம் செய்து 'டொக்'கென்று உயிரை விட்டுவிட்டான்...

'இந்த நெருக்கடியில், ஆபத்தர்மம்[27] என்னவென்று அறியும் சக்தியைக் கடவுள் எனக்குக் கொடுத்தால்...' பிராணேஸா சார்யருக்குச் சட்டென்று குழப்பத்திலிருந்து ஒரு குறிப்பு பளிச்சிட்டது போலாகி ஒரு புதியவழி தோன்றியது. மயிர்க் கால்கள் சிலிர்த்துப் போய்ப் புல்லரித்துப்போனார். காலையில் எழுந்து குளியல் முதலானவற்றை முடித்துக்கொண்டு போய், மாருதியைக் கேட்பது, 'வாயுபுத்ரா, இத்தகைய நெருக்கடியில், எது சரியானது?' வெற்றிக் களிப்பில் உள்வீட்டுக்குள் அங்குமிங்குமாக நடந்தார். 'சே, இளம்வயதுப் பெண்ணொருத்தி பாய்கூட இல்லாமல் வெளித்திண்ணையில் படுத்திருக்கிறாளே!' என்று அனுதாபம் தோன்றி ஒரு போர்வை, பாய், தலையணை எடுத்துக் கொண்டு, வெளியே வந்து, 'சந்திரி' என்றார்.

தன் தாய் எப்போதோ சொல்லியிருந்த அறிவுரையையே நினைத்துக்கொண்டிருந்த சந்திரி சட்டென்று எழுந்து உட்கார்ந்து, நாணத்தினால் தலைமேல் முந்தானையை இழுத்துவிட்டுக் கொண்டாள். இருட்டில் இப்படி பெண்ணொருத்தியின் எதிரில் நிற்பது சரியில்லை என்று எண்ணி பிராணேஸாசார்யார், 'இந்தப் பாய் தலையணைய எடுத்துக்கோ' என்று சொல்லிவிட்டுத் திரும்பினார். சந்திரிக்குப் பேச்சே எழவில்லை. படிக்கட்டுகளைத்

[25] *ஜய விஜயர்கள்:* வைகுண்டத்தில் திருமாலின் இருப்பிடத்தின் வாயிற்காப்பாளர்கள்.

[26] *பரமபதம்:* இறைவனடி, பரந்தாமனின் நிழலடி.

[27] ஆபத்தர்மம்: நெருக்கடிக் காலங்களில் சமய/ஆகம விதிகளிலிருந்து அளிக்கப்படும் விதிவிலக்கு.

தாண்டி உள்ளே சென்ற பிராணேஸாசார்யார் நின்று, கையில் பிடித்திருந்த லாந்தர் வெளிச்சத்தில், மொட்டுப்போல கூச்சத்தோடு கூம்பி உட்கார்ந்திருந்த சந்திரியைப் பார்த்து, மாருதியின் கட்டளையைப் பெறப்போகும் தம்முடைய முடிவைப் பற்றி வெற்றிப்பெருமிதத்தோடு தெரிவித்துவிட்டு, நடுவீட்டிற்குச் சென்றார். உள்ளே வந்தவுடனே, சட்டென்று இன்னொரு எண்ணம் அவருக்குத் தோன்றியது. சந்திரி கழட்டிக் கொடுத்திருந்த நகை மூட்டையைத் திரும்பவும் எடுத்துவந்து, 'சந்திரி' என்றார். சந்திரி மீண்டும் பதற்றத்தோடு எழுந்து உட்கார்ந்தாள்.

'இந்தா சந்திரி ஒன் பெருந்தன்மையான குணத்துனாலே, சவதகனப் பிரச்சினை இன்னுங்கொஞ்சம் சிக்கலாப் போயிடுத்து. ஆபத்தர்மத்து பிரகாரம் நடந்துக்க வேண்டியது பிராமணரோட கடமை. இந்தத் தங்கம் ஒன்னண்டயே இருக்கட்டும். அவன் காலமாயிட்ட பின்னாலே பாவம் ஒன்னோட வாழ்க்கையும் நடக்கணும் இல்லையா,' என்று சொல்லி, அவள் அருகில் லாந்தரைப் பிடித்து நின்று, வெளிச்சத்தில் குவிந்து, தம்முடைய முகத்தை நோக்கியே ஆவலோடு மேலெழுந்த அகலமான கருமையான அவளது கண்களை கருணை ததும்பப் பார்த்து, தங்க நகைகளை அவளின் கைகளில் வைத்துவிட்டு உள்ளே சென்றார்.

7

தாசாசார்யன் பசி தாளமுடியாமல் சங்கடத்தோடு 'நாராயணா, நாராயணா' என்று சொல்லிக்கொண்டு, 'உஸ், உஸ்' என்று வயிற்றைத் தடவிக்கொண்டு படுக்கையில் புரண்டான். அவன் மகன், தூக்கம் வராமல் தாயை எழுப்பினான். 'அம்மா, கெட்ட நாத்தம், துர்நாத்தம்' என்றான். பசி வேதனையிலிருந்த தாசா சாரியனுக்கு எந்த நாற்றமும் தெரியவில்லை. ஆனால், அவன் மனைவி, 'ஆமான்னா.!' என்றாள். 'இவரே, துர்நாத்தம்னா' என்று கணவனைத் தட்டித்தட்டிச் சொன்னாள். 'வெய்யக் காலம் – பொணம் அழுகி, நாத்தம் அக்ரஹாரம் முழுக்கப் பரவிண்டிருக்கு' என்றாள். அரைக்கிறுக்கு லக்ஷ்மிதேவம்மா 'நாரணப்பாவோட பேய், பிசாசு' என்று கூக்குரலிட்டதைக் கேட்டு 'ஓ' வென்று கத்தி விட்டாள். நாரணப்பாவின் பிணந்தான் பேயாகி அலைந்து

திரிந்து துர்நாற்றத்தைப் பரப்பிக்கொண்டிருக்கின்றதோ என்று நடுங்கினாள்.

***

குடிசையில் துர்நாற்றமெடுத்து பெள்ளிக்குத் தூக்கம் வராமல் எழுந்து உட்கார்ந்தாள். கன்னங்கரிய இருட்டில் எதுவும் தெரிய வில்லை. வெளியே வந்தாள். புலயனையும் புலச்சியையும் குடிசை யோடு நெருப்பு வைத்துக் கொளுத்திய சாம்பலில் நெருப்புப் பொறிகள் காற்றில் பறந்துகொண்டிருந்தன. தூரத்தில், புதர் ஒன்றில் கூட்டமாக மின்மினிப் பூச்சிகள் மின்னிக்கொண்டு இருந்ததைக் கண்டு மெதுவாக அவைகளின் அருகில் சென்று, உடுத்தியிருந்த துண்டை அவிழ்த்து, சில்லென்று வீசிய காற்றில் இதமாக அம்மணமாக நின்று, துண்டைக் கவனமாக வீசி, மினுக் மினுக்கென்று வெளிச்சத்தை வீசிக்கொண்டிருந்த மின்மினிப் பூச்சிகளைத் துண்டில் பிடித்து, தடதடவென்று ஓடித் தன் குடிசையில் நுழைந்து, குடிசைக்குள் அவைகளை உதறினாள். மினுக்மினுக்கென்று அவை குடிசைக்குள் மங்கிய வெளிச்சத்தைத் தந்தவாறே பறந்தன. பெள்ளி, கையில் தரையைத் தட்டித் தடவித் தேடினாள். வேதனையோடிருந்த அவளுடைய தாயும் தகப்பனும், பெள்ளியின் தடவிக்கொண்டிருந்த கைபட்டு, 'உஸ் சி, த்சு! இந்த நேரத்துலே இந்தப்பீடை என்னா பண்ணுது' என்று முனகினர். 'எலி செத்து கெட்ட நாத்தம் – ச்சே' என்று பெள்ளி தடுமாறி, மூலையில் அசையாமல் சுருண்டு கொண்டிருந்த எலியைக் கண்டு, மின்மினிப் பூச்சிகளின் வெளிச்சத்தில் உற்றுப்பார்த்து – 'அய்யோயப்பா' என்று பதறி எழுந்து வால்பக்கமாகப் பிடித்து எடுத்து அதை வெளியே எறிந்துவிட்டு, 'இந்தப்பாடா ஓடறதுக்கும் சாவறதுக்கும் என்னா வந்திச்சோ இந்த பீடைபுடிச்ச எலிங்களுக்கு' என்று சபித்துவிட்டு, துண்டை உடுத்திக்கொண்டு, தரையில் சாய்ந்து படுத்துத் தூங்கிப் போனாள்.

***

வயிற்றில் கபகபவென்று கிளறிக்கொண்டிருக்கும் பசியால் தூக்கம் வராமல் கண் சிவந்துபோன தாசாசார்யா, வெங்கட ரமணாசார்யா, ஸ்ரீநிவாசாசார்யா, குண்டா சார்யா, ஹநுமந்தாசார்யா, லக்ஷ்மணா சார்யா, கருடாசார்யா, துர்காபட்டன் முதலானோர் காலையில் எழுந்து முகம் கழுவிக்கொண்டு அக்ரஹாரத்திற்கு எப்படிப்பட்ட கெட்ட காலம் வந்திருக்கப்பா என்று நாரணப்பாவைச் சபித்துக்

கொண்டே திண்ணைக்கு வந்தனர். வீட்டுக்குள் துர்நாற்றமென்று, குழந்தைகள் வாசலிலும் புழக்கடையிலும் ஆடிக்கொண்டிருந்தனர். பெண்களுக்குப் பயம். தெருவில் அலைந்து திரிந்துகொண்டிருக்கும் நாரணப்பாவின் பேய், பிள்ளைகளை ஏதாவது தாக்கிவிட்டால் என்ன செய்வது? உள்ளே வர ஒப்பாத பிள்ளைகளை ஒன்றிரண்டு சாத்தி உள்ளே தள்ளி தாழ்ப்பாள் போட்டாகிவிட்டது. இப்படிப் பட்டபகலில் வீட்டுக்கதவை, தாழ்ப்பாள் போட்டு என்றைக்கும் மூடிவைத்ததில்லை. வாசற்படியில் கோலமில்லாமல், வாசலுக்கு சாணநீர் தெளிக்காமல், பொழுதுவிடிந்தும் அக்ரஹாரத்தில் பொழுது புலர்ந்ததாகவே தெரியவில்லை; வீதியே வெறிச்சென்று கிடந்தது. ஒவ்வொரு வீட்டு இருட்டறைக்குள்ளும் எங்கோ ஒரு பிணம் கிடப்பதைப் போலவே அவர்கள் உணர்ந்தனர். திண்ணையில் தலைமீது கைவைத்துக்கொண்டு உட்கார்ந்த பிராமணர்களுக்கு என்ன செய்வது என்று எதுவும் தோன்றாமல் கையைப் பிசைந்து கொண்டிருந்தனர்.

வெங்கடரமணாசார்யனின் துடுக்குப்பிள்ளைகள் மட்டும் தாயின் அதட்டலையும் மீறி, பயமுறுத்தலை உதறித்தள்ளிவிட்டு புழக்கடையில் நின்று, குடுகுடுவென்று உக்ராண அறையிலிருந்து புழக்கடைக்கு ஓடிக்கொண்டிருந்த எலிகளை எண்ணி, கைதட்டி ஆடிக்கொண்டிருந்தனர். தகப்பனார் வள்ளத்தினால்[28] நெல்லை அளக்கும் போது எண்ணும் வழக்கப்படி வேடிக்கையாக அவர்களின் கணக்கும் நடந்துகொண்டிருந்தது.

'லாபம்..லாபம்.. ரெண்டோ ரெண்டு.. மூணோ மூணு... நாலோ... நாலு அஞ்சோ அஞ்சி.. ஆறோ ஆறு.. ஏழோ ஏழு... இன்னொண்ணோ இன்னொண்ணு..'

துடைப்பத்தை எடுத்துக்கொண்டு அடிக்கவந்த தாயிடம் 'பாரும்மா பாரு.. எட்டோ எட்டு.. ஒம்பதோ ஒம்பது... பத்தோ பத்து' கைதட்டி ஆடிக்கொண்டே 'பாரும்மா பாரு... பத்தாம் எலி பாரு' என்று பரிகாசம் செய்தனர்.

தாய்க்கு எரிச்சலாக இருந்தது.

'கொட்டிண்ட சாதம் ஒங்களுக்கு தலைக்கு ஏறிடுத்தா, என்ன? சனியன்! எலிங்களை என்னத்த எண்ணிண்டிருக்கிறது? உள்ள போங்கோ; இல்லேன்னா செமத்தியா பொளந்துடுவேன்! தெரிஞ்சுதோ? உக்ராணத்துள்ள எல்லாம் இதுகளே நெறைஞ்சுண்டிருக்கு. அரிசி, பருப்பு எல்லாத்துலேயும் அதுங்களோடு புழுக்கைதான் நெறைஞ்சி

[28] வள்ளம் (மரக்கால்): 8 படி கொள்ளும் ஒரு அளக்கும் கருவி.

நாறிண்டிருக்கு' என்று முனகிக்கொண்டே பிள்ளைகளைத் துரத்தி உள்ளே தள்ளி கதவை அடைத்தாள். உள்ளே ஒரு எலி சட்டென்று அவர்கள் முன்னால் தோன்றி, பிள்ளைகள் தட்டாமாலை சுற்றி ஓடுவதைப்போன்று தன்னைத் தானே சுற்றிச் சுழன்று, மல்லாந்து சாய்ந்ததைக் கண்டு, பையன்கள் 'ஓஹோ ஹோ' என்று கும்மாள மிட்டனர்.

***

மெதுவாகப் பிராமணர்கள் தங்களது திண்ணையிலிருந்து இறங்கி, மூக்கை மூடிக்கொண்டு பிராணேஸாசார்யரின் வீட்டை நோக்கி நடந்தனர். துர்காபட்டன் எல்லாரையும் முந்திக்கொண்டு 'அரைக்கிறுக்குப் பாட்டி கத்தினது நிஜமாகவும் இருக்கலாமில்லே, ஆசார்யரே!' என்று கேட்டான். பிராமணரெல்லாம் அதற்குப் பயந்துகொண்டே 'என்னன்னு பாத்துடலாம்' என்று மெதுவாக நாரணப்பாவின் வீட்டுக்கு எதிரில்வந்து நின்று திறந்திறந்த வெளிவாசலைப் பார்த்து பீதிக்குள்ளாயினர். அவன் பிணம் பேயாகி அலைந்து திரிவது உண்மைதான். அவன் சவம் தகனம் ஆகவில்லை யென்றால் அவன் பிரம்மராக்ஷசனாகி[29] அக்ரஹாரத்தை வாட்டப் போவது உறுதி. தாசாசார்யா கண்ணீர் கலங்கும் கண்களோடு பிராமணர்களைத் திட்டியவாறு கூறினான். 'தங்கநகை ஆசையினாலே நாம பாழாப்போனோம். நான் அப்பவே சொன்னேனில்லியோ? அது பிராமணப் பொணம். விதிப்படி ஸ்ராத்தம் பண்ணாமப் போனா பேயா – பிசாசா அலையும்னு. ஏழைப்பேச்சு அம்பலம் ஏறுமா? சொல்லுங்கோ. வெய்யில் காலத்துலே அது அழுகி நாறாம இருக்குமோ? எவ்வளவு நாளைக்கின்னு உபவாசம் இருந்து சாக முடியும் பொணத்தை அப்படியே வச்சுண்டு?'

பசியினால் நொந்து போயிருந்த துர்காபட்டன் சொன்னான் 'என்ன மாத்வரோ நீங்கள்லாம்? ஒங்களோடது என்ன ஆசாரமோ? இந்த மாதிரியான சந்தர்ப்பத்துலேகூட ஒங்க தலையிலே எந்த உபாயமும் தோணாமப் போயிடுத்தே!'

சாந்தமாகிப் போன கருடன், 'எனக்கொண்ணும் தடையோ ஆட்சேபணையோ இல்லப்பா, பிராணேஸாசார்யார் சரின்னு சொல்லிட்டாப் போறும், என்ன? நகைப் பிரச்சினை ஒரு பக்கம் இருக்கட்டும்; அதை அப்புறமாவே பாத்துக்கலாம். என்ன?

[29] பிரம்மராக்ஷசன்: ராட்சதனான பிராமணன். பிற பிராமணர்களின் மனைவிகளையும் உடமைகளையும் கவர்ந்து செல்பவன். தன் வாழ்நாள் முழுவதும் தர்மவழியில் நடக்காமல் அக்கிரமங்கள் புரிவதிலே காலத்தைக் கழித்தவன்.

மொதல்ல பொணத்த ஸ்மசானத்துக்குக் கொண்டு போயிடணும். என்ன?.. நம்ம பிராமணியத்த பிராணேஸாசார்யார் காப்பாத் திட்டா போறும்...' என்றான்.

எல்லோரும் சேர்ந்து பிராணேஸாசார்யரிடம் போய் நடுக் கூடத்தில் விநயத்தோடு நின்றனர். ஆசார்யார் மனைவியைத் தூக்கி புழக்கடைக்குக் கொண்டு சென்று சிறுநீர் கழிக்கவைத்து, முகம் கழுவி, மருந்து புகட்டிவிட்டு வெளியே வந்தார். கூடியிருந்த பிராமணர்களைப் பார்த்துத்தான் இரவு செய்த முடிவை விளக்கினார். கருடன் துயரம் தோய்ந்த குரலில் – 'நம்ம பிராமணியம் ஒங்க கையிலேதான் இருக்கு. பொணத்தை எடுத்துட்டோம்னா என்ன, இல்லே எடுக்கலேன்னா என்ன, மொத்தத்துலே நம்ம மேலே பழிவராம காப்பாத்தணும். மாருதியோட கட்டளையை நீங்க கொண்டு வர்றவரைக்கும் நாங்க இங்கேயே காத்திண்டிருப்போம்' என்று பிராமணர்கள் எல்லோரின் அபிப்பிராயத்தையும் முன்வைத் தான். ஆசார்யார் புறப்பட்டு, 'கொழந்தைக்குத் தோஷமில்லே, சாப்பிடலாம் தெரியுமோன்னா' என்றார்.

கையில் பூக்குடலையை எடுத்துக்கொண்டு அக்ரஹாரத்தின் மரங்களிலிருந்த பாரிஜாதம், மல்லிகை, சம்பங்கி முதலிய பூக்களைப் பறித்து நிரப்பிக்கொண்டார். கூடை நிறைய துளசியை நிரப்பிக் கொண்டார். ஆற்றில் குளித்துவிட்டு, ஈரமான மடிவஸ்திரம்[30] அணிந்து, பூணூலை மாற்றிக் கொண்டார். ஆற்றைக் கடந்து, காட்டு வழியில் நடந்து, இரண்டு மைல்களுக்கப்பால் காட்டின் அமைதியில் தனிமையில் நின்றிருந்த மாருதியின் கோவிலுக்கு வந்தார். கோவில் கிணற்றிலிருந்து தண்ணீர் சேந்தி, வழியில் எங்காவது தீட்டுப் பட்டிருக்கும் என்று இரண்டு குடம் நீரைத் தலையில் வார்த்துக் கொண்டார். இன்னொரு குடம் தண்ணீர் எடுத்துக் கொண்டு போய், ஆளுயர மாருதி சிலை மீதிருந்த உலர்ந்த துளசி, மலர்களை எடுத்துவிட்டு, தண்ணீர்விட்டு சுத்தமாகக் கழுவினார். அதன்பிறகு உட்கார்ந்து ஒரு மணிநேரம் மந்திர உச்சாடனம் செய்து சந்தனத்தை அரைத்தார். அரைத்த சந்தனத்தை மாருதியின் உடம்பில் பூசி, பூ, துளசிகளினால் சிலைமுழுக்க அலங்கரித்தார். கண்மூடி தியானித்து, தமது மனதின் சங்கடங்களையெல்லாம் முறையிட்டு – 'ஆகட்டும் என்று உனது ஆணையானால் வலது

[30] *மடிவஸ்திரம்:* பூஜை போன்ற புண்யகாரியங்களுக்கு முன்பாக அல்லது ஈமச்சடங்கு போன்றவற்றிற்குப் பிறகு, பிராமணர்கள் குளித்தபின் உடுத்தும் ஈரமான வேட்டி/ சேலை.

பக்கம் பிரசாதத்தை அருள் செய்; தகமை வேண்டாம் என்றால் இடதுபக்கம் பிரசாதத்தைக் கொடு. சிறுமதி என்பதனால் ஆபத்தர்மம் என்னவென்று தெரியாமல் உன்னிடம் ஓடிவந்தேன்' என்று கண் மூடியிருந்தவர் பக்தியோடு உறுதி எடுத்துக்கொண்டு, கற்பூர ஆரத்தியின் ஒளியில் மாருதியைப் பார்த்தவாறு உட்கார்ந்தார்.

காலை பத்து மணிக்குள்ளாகவே கடுமையான வெயிலேறி யிருந்ததால், கோவிலின் இருட்டிற்குள்ளும் புழுக்கமாகி, வியர்த்து, ஆசார்யார் இன்னொரு குடம் நீரை ஊற்றிக்கொண்டு ஈர உடம்போடு உட்கார்ந்தார். 'ஒன்னோட ஆணை கிடைக்கும் வரையிலும் நான் எழுந்திருக்கப் போறதில்லை' என்றார்.

***

பிராணேஸாசார்யார் வீட்டைவிட்டுப் புறப்பட்ட உடனே, மற்ற பிராமணர்களின் கடுகடுப்பான முகங்களைப் பார்க்க அஞ்சிய சந்திரி, திரும்பவும் தோட்டத்திற்குச் சென்று மடிநிறைய ரசவாழைப் பழங்களைக் கட்டிக் கொண்டு, ஆற்றில் சுத்தமாகக் குளித்து, தன் பட்டுப் போன்ற கருங்கூந்தல் கற்றையை ஈரமான உடம்பின்மேல் தொங்கவிட்டு, உடம்பில் ஒட்டிக்கொண்ட ஈரப்புடவையில் நடந்து மாருதி கோவிலுக்குச் சற்று தொலைவில் ஒரு மரத்தில் சாய்ந்து உட்கார்ந்தாள். தொலைவில் கோவிலிலிருந்து ஆசார்யார் அடித்த மணியோசை காதில் விழுந்தது. கோவில் மணியின் புனிதமான ஒலியினால் நேற்று இரவு அவளைப் பேசமுடியாமல் செய்த அந்த அனுபவம் மீண்டும் ஏற்பட்டது: தன்னுடைய தாய் சொன்ன சொல்லைதான் நினைத்துப் பார்க்கும்போதே, இருட்டில் லாந்தர் விளக்கு பிடித்து பாய்–தலையணைகளைக் கொண்டுவந்த ஆசார்யார் மெதுவாக, 'சந்திரி' என்று அழைக்கவேண்டுமா? சட்டென்று, தனக்கு இப்போது முப்பது நிறைகிறது என்பது நினைவுக்குவந்து நாரணப்பா வோடுதான் பத்துவருடம் வாழ்ந்தும் மகப்பேறு கிடைக்கவில்லையே என்று மருகத் தொடங்கினாள். மகன் இருந் திருந்தால், அவனை ஒரு பெரிய இசைக் கலைஞனாகப் பண்ணியிருக்கலாம். மகள் இருந்திருந்தால், பரதநாட்டியம் கற்றுக் கொடுத்திருக்கலாம். எல்லாம் இருந்தும் தனக்கு எதுவும் இல்லாமல் போனதே என்று எண்ணி மரங்களின் மீது 'சர்'ரென்று பறந்துவந்து உட்கார்ந்த சின்னஞ்சிறு பறவைகளைப் பார்த்தவாறு உட்கார்ந்து இருந்தாள்.

8

தாசாசார்யனுக்கு தான் இனியும் சாப்பிடாமலிருந்தால் செத்துப் போய்விடுவோம் என்று பயமாகிவிட்டது. எரியும் நெருப்பில் ஊற்றிய நெய்யாக, குழந்தைகளுக்கென்று காய்ச்சிக்கொண்டிருந்த கஞ்சியின் வாசனை வேறு. வாயில் ஊறிய எச்சிலைத் துப்பினான், விழுங்கினான். கடைசியில் பொறுக்க முடியாமல் எழுந்து புறப்பட்டான். யார் கண்ணுக்கும் படாமல் எரிந்துகொண்டிருந்த வெய்யிலில் துங்கை ஆற்றில் இறங்கி குளித்துவிட்டு, பாரிஜாத புரத்தை நோக்கி நடந்தான். இறுதியில் பெரியவீட்டு மஞ்சையாவின் வீட்டுப்பந்தல் நிழலில் நின்றான். 'எப்படி வாயைத் திறந்து கேட்பது? ஜன்மத்தில் ஒருநாளும் அவன் இந்தக் கீழ்க்குல பிராமணர்களின் வீடுகளில் தண்ணீர்கூடத் தொட்டதில்லை. பிறவியில்தான், பிராமணக் கருமங்கள் செய்து வயிற்றைக் கழுவ வேண்டிய பிராமணன். மற்றவர்களுக்குத் தெரிந்தால் என்ன கதி? ஆனால், யோசனையைவிட விரைவாக அவன் கால்கள் அவனை அவல் உப்புமா தின்று கொண்டிருந்த மஞ்சையாவின் எதிரில் கொண்டு சென்று நிறுத்தின.

'ஓஹோஹோ வரவேணும் ஆசார்யரே! என்ன இந்தப் பக்கமாக வந்திட்டிருக்கிறீங்க? பிராணேஸாசார்யார் ஏதாவது ஒரு முடிவுக்கு வந்தாரா – என்ன கதை? பாவம், அவன் பொணத்த எடுக்க லேன்னா ஒங்க யாருக்கும் சாப்பாடு இல்லே, இல்லையா? ஒக்காருங்கோ, சிரம பரிகாரம், தாகசந்தி பண்ணிக்கலாமில்லே இவளே! ஆசார்யருக்கும் மணைய போடேன்!' என்று மஞ்சையா உபசரித்தான்.

உப்புமாவையே பார்த்துக்கொண்டு சுயநினைவே இல்லா தவனைப்போல தாசாசார்யா நின்றுவிட்டான். மஞ்சையா அவனை இரக்கத்தோடு பார்த்தான் 'தலை சுத்தறதா, ஆசார்யரே! கொஞ்சம் பானகம் கரைக்கச் சொல்லட்டுமா?'

தாசாசார்யா, 'உம்' என்றும் சொல்லாமல் போட்ட மணைமேல் குத்துக்கால் போட்டு உட்கார்ந்து யோசித்தான். 'எப்படி, எப்படி வாயாரக் கேட்பது?' துணிவை வரவழைத்துக்கொண்டு, சுற்றிச்

சுற்றிப் பேசத் துவங்கினான். மஞ்சையா, உப்புமாவைத் தின்றபடியே கேட்டுக்கொண்டிருந்தான்.

‘நேத்து எங்களவா, இங்கெவந்து பேசின தோரணை நேக்கு கொஞ்சங்கூட பிடிக்கலே, மஞ்சையா!’

‘சே, சே, சே.. அப்படியெல்லாம் ஒண்ணும் இல்ல. நீங்க வருத்தப்படாதீங்க’ என்றான் மஞ்சையா ஒரு பேச்சுக்காக.

‘அப்படிப்பாத்தா, இந்தக் கலியுகத்துலே நெஜம்மான பிராமணா எவ்வளவு பேர் இருக்கா, சொல்லுங்கோ மஞ்சையா!’

‘ஆமாம், உண்மைதான் – ஆசார்யரே, காலம் கெட்டுப் போச்சு – உண்மை.’

‘எதுக்குச் சொன்னேன்னா – நேம-நிஷ்டையிலே எந்த பிராமணருக்கு நீங்க கொறைச்சல்னு நான் கேக்கறேன்... என்ன மஞ்சையா சொல்றேள்? காசு-பணம் பாக்காம, தகனம் பண்றேன்னு நீங்க சொல்றேள்... எங்க அக்ரஹாரத்து கருடனும் லக்ஷ்மணனும் காக்கைகளைப்போல தங்கநகைக்காக சண்டை போடறா.’

‘அய்யோ, அய்யோ இல்லையா பின்னே!’ என்று யாருடைய மனத் தாங்கலையும் பெறவிரும்பாத மஞ்சையா பிடிகொடுக்காமல் பேசினான்.

‘ஒங்ககிட்டே மட்டும் ரகசியமாக ஒண்ணு சொல்லி வைக்கிறேன் மஞ்சையா. எல்லாரும் சொல்றது என்னன்னா கருடன் மாயமந்திரம் பண்ணிட்டதனாலதான் நாரணப்பன் கெட்ட வழியிலே எறங்கிட்டான்னு. அதோட பலனாகத்தான் அவனோட சொந்த மகனே மிலிடரியிலே சேர்ந்துட்டானாம். அந்த அனாத, லக்ஷ்மி தேவம்மாவோட நகை-பணத்தை எல்லாம்கூட முழுங்கி ஏப்பம் விட்டுட்டான் இல்லியோ?..’

மஞ்சையன் உள்ளுக்குள் மகிழ்ந்துகொண்டாலும் வாய் திறக்க வில்லை.

‘இப்போ, யார் நெஜமான பிராமணனா இருக்காங்கிறதுக்கு இதச் சொன்னனே தவிர, கருடன் பேரிலே எனக் கொண்ணும் துவேஷமில்லே. வருஷத்துக்கு ஒருமுறை குரு பெரியவாளிடம் பஞ்சமுத்ராதாரணம்[31] பண்ணிண்ட ஒடனே பாவம் எல்லாம் எரிஞ்சுபோயிடுமா என்ன? தாங்களே பண்ண முடியாத வேலைய,

[31] பஞ்ச முத்ராதாரணம்: மத வழிபாட்டின் போதும் பக்தி செலுத்தும் போதும் கைவிரல்களால் கடைப்பிடிக்க வேண்டிய ஐவகை முத்திரைகள் (சைகைகள்).

ஓங்களக்கொண்டு பண்ண வைக்கணமுன்னு அவா நெனைச்சதே நேக்கு கொஞ்சங்கூட பிடிக்கலே. நீங்க என்னதான் சொல்லுங்கோ மஞ்சையா, நெஜமான பிராமணர்னா நம்ம பிராணேஸா சார்யார்தான். அதென்ன தேஜஸ்! அதென்ன தவம்ங்கறேன்!! த்சு, த்சு, த்சு, த்சு...'

'இல்லையா, இல்லையா பின்னே, ஆமாம்....' என்று மஞ்சையா ஆமோதித்து 'ஸ்நானம் பண்ணிட்டீங்களா... ஆசார்யரே?' என்று கேட்டான்.

தாசாசார்யன் முகம் சிரொட்டி அகலத்திற்கு விரிய மகிழ்ச்சி யடைந்தான். 'ஓ! நதியிலே குளிச்சிட்டுத்தான் இந்தப் பக்கம் வந்தேன்' என்றான்.

'அப்படின்னா ஏதாவது கொஞ்சம் சாப்பிடுங்கோ ஆசார்யரே!'

'நேக்கு ஒண்ணும் ஓங்க உபசாரத்தை ஏத்துக்கிறதுலே தடை யில்லை. ஆனா, எங்க அக்ரஹாரத்து குடிகெடுப்பானுங்க எவனுக்காவது, எப்படியாவது தெரிஞ்சுதுன்னா என் பிராமண அர்த்தத்துக்குப் பழியேற்படுத்திடுவாளே, மஞ்சையா?'

கவலையோடு தாசாசார்யா சொன்னதைக் கேட்ட மஞ்சையா, மெதுவாக அருகில் வந்து, இன்னொரு மேற்குல அக்ரஹாரத்து பிராமணன் தங்களிடம் தின்பதற்காக வந்திருக்கிறானே என்று உள்ளுக்குள் மிகவும் மகிழ்ந்து போய்: 'நீங்க இங்கே சாப்பிட்டீங் கன்னு நாங்க எதுக்கு சொல்லப் போறோம் ஆசார்யரே? எழுந்திருங்கோ... எழுந்திருங்கோ... கைகால் கழுவிக்குங்கோ.. ஏ... இவளே! இங்க கொஞ்சம் உப்புமாவு...!'

உப்புமாவைப் பற்றிச் சொன்னவுடனே, தாசாசார்யனின் வயிற்றுக்குள் 'கர்... கொர்... கொடார்...!' என்று குடல் புரண்டு தயாரானது. ஆனால் சமைத்த எதையும் தொடவும் அஞ்சிய தாசாசார்யா, 'வேண்டாம்... வேண்டாம். என் ஒடம்புக்கு உப்புமாவு ஒத்துக்கிறதில்லே... கொஞ்சூண்டு வெறும் அவல், வெல்லம், பால் இருந்தா போறும்!' என்றான்.

மஞ்சய்யாவும் புரிந்துகொண்டு உள்ளுக்குள் சிரித்துக்கொண்டார். ஆசார்யனுக்குக் கைகால் கழுவ தண்ணீர் கொடுத்து, கமுக்கமாகச் சமையலறையிலேயே உட்கார வைத்தான். தானே உடன் உட்கார்ந்து உபசரித்து, பால், வெல்லம், அவல், வாழைப்பழம், தேன் கொண்டுவந்து சாப்பிடவைத்தான். உண்ணும் போதே எல்லாவற்றையும் மறந்து மகிழ்ந்துபோன தாசாசார்யனிடம், கடைசியில், 'ஒரு கரண்டியிலே என்ன வந்துடப்போறது' என்று

வற்புறுத்தி ஒரு கரண்டி உப்புமாவைச் சாப்பிட வைத்துவிட்டான். அதன்பிறகு மேலும் நான்கு கரண்டி உப்புமாவை வேடிக்கையாக மஞ்சய்யாவின் மனைவி பரிமாறியதும் 'பரமாத்மா' என்று வயிற்றை நீவிக்கொண்டே தாசாசார்யா 'வேண்டாம்' என்று சொல்லாமல் தின்றுவைத்தான். சொல்ல வேண்டுமே என்பதற்காகப் 'போறும் போறும், ஒங்களுக்கு இருக்கட்டும்' என்று கையை இலைக்குக் குறுக்காக வைப்பதைப் போல் நடித்தான். அவ்வளவுதான்!

9

பெள்ளிக்கு மாறாக அன்று சின்னி சாணம் வார வந்தாள். காரணம் கேட்காமலேயே, 'பெள்ளி அவங்க அப்பனும் அம்மாளும் காச்சிலு வந்து படுத்துனுகிறாங்க' என்றாள் அக்ரஹாரத்துப் பெண்களிடம். தங்கள்பாடே பெரும்பாடாக இருந்த பிராமணத்திகள் சின்னியின் பேச்சைக் காதில் போட்டுக்கொள்ளவில்லை. ஆனால், சின்னி சாணத்தை வாரியவாறே, யார் கேட்டாலும் சரி கேட்காமல் போனாலும் சரியென்று தன் சேரியின் கதையைச் சொல்லிக் கொண்டாள். 'சௌடா செத்தான். அவன் ஊட்டுக்காரியும் செத்துட்டா. குடிசக்கி நெருப்பு வெச்சி அவுங்களையும் கொளுத் திட்டோம்மா. தெய்வத்துக்குக் கோவம் வந்துகிதோ என்னா கதையோ!' கருடாசார்யனின் மனைவி சீதாதேவி இடுப்பின் மீது கை வைத்துக்கொண்டு தன் மகனைப் பற்றியே எண்ணிக் கொண்டிருந்தாள். மிலிடரியிலே சேர்ந்துட்ட ஓடுகாலி பயலுக்கு ஏதாவது ஆயிட்டா என்ன கதி? சின்னி தொலைவில் நின்று, 'எம்மா... எம்மா, துன்றதுக்கு எதுனா இருந்தா ஒரு புடி போடுங்கம்மா' என்று வேண்டினாள். சீதாதேவி உள்ளே சென்று வெற்றிலை, பாக்கு, புகையிலையைத் தூக்கிப் போட்டுவிட்டு அங்கேயே நின்றாள், மீண்டும் அதே யோசனையில் மூழ்கியவாறு. சின்னி புகையிலை, வெற்றிலைபாக்கைத் தன் மடியில் கட்டிக் கொண்டே, 'எம்மா.. எம்மாம் எலிங்க இப்பிடி பொறப் பட்டுனுகீதுங்க வெளியோ! என்னுமோ கண்ணால ஊர்கோலம் போற மாதிரி! அது என்னா வாழ்வோ அதுங்களுக்கு' என்று கூடையில் சாணத்தை அள்ளிச் சுமந்துகொண்டு நடந்து போனாள்.

குடிசைக்குத் திரும்பிவந்தவள் பெள்ளிக்குக் கொஞ்சம் புகையிலையைக் கிள்ளிக்கொடுக்கலாமே என்று அவள் குடிசையின்

பக்கம் நடந்தாள். தொலைவிலிருந்தே பெள்ளியின் குடிசையில் அவள் தாயும் தந்தையும் கூக்குரலிடுவது கேட்டது. 'ஐயே! ஜொரம் வந்துட்டா எப்பிடிக் கத்றாங்க இவுங்க. இவுங்கள பேய்-கீய் அடிச்சிடுச்சா என்னா!' என்று சொல்லிக்கொண்டே 'பெள்ளி!!' என்று அழைத்துக்கொண்டே வந்து பார்த்தால், பெள்ளி அம்மாவின் பக்கத்தில் தலைமீது கை வைத்துக்கொண்டு உட்கார்ந்திருந்தாள். 'அக்ரஹாரத்துலயும் எப்பிடி எலிங்க ஊர்கோலம் போவுதுங்க தெரியுமா?' என்று சொல்ல வந்தவள், மலைத்துப் போய் நின்று விட்டாள். புகையிலையைக் கிள்ளி, 'இந்தா, வாயிலே போட்டுக்கோ... அம்மா குடுத்தாங்க' என்று உட்கார்ந்தாள். பெள்ளி புகையிலையைக் கசக்கி வாயில் போட்டுக்கொண்டே, 'சாமியாடிக்கு ஒடம்பு மேல தெய்வம் வந்தா கேக்கணும். எனுக்கு என்னுமோ பயமாவுதும்மே.. எலிங்க இப்பிடி பொலச்சேரிக்குப் படையாட்டம் வர்றதுன்னா என்னா அர்த்தம்? சௌடனும் அவன் பொண்டாட்டியும் டக்குன்னு உசுர உட்றதுன்னா என்னா அர்த்தம்? எங்க அப்பன்-ஆயிய இப்பிடி பேயடிக்கிறதுன்னா என்னா அர்த்தம்? கேக்கணும்' என்றாள்.

'ஐயே... நீ ஒருத்தி சும்மாயிரும்மே' என்று சின்னி பெள்ளிக்கு ஆறுதல் சொன்னாள்.

***

நடுப்பகல் இரண்டு மணி சமயத்திற்குச் சூரியன், தகதகவென்று நெற்றியின்மீது, கோபத்தில் சிவன் திறந்த நெற்றிக் கண்ணைப் போல எரிந்து, ஏற்கனவே பசியினால் பாதி உயிர் போயிருந்த பிராமணர் களைப் பார்வை மங்கச் செய்து, நிலைகுலையச் செய்தது. பிராணேஸாசார்யரின் வருகையை எதிர்பார்த்து, பேந்தப் பேந்த வீதியில், தகதகவென்று காயும் வெய்யிலைப் பார்த்தவாறு உட்கார்ந்திருந்த அவர்களின் கண்களின் முன்பு, கானல்நீர் நாட்டிய மாடியது. தாங்கமுடியாத பயமும் பசியும் வயிற்றுக்குள் பூதத்தைப் போல ஒடுங்கிப்போய், என்னவென்றே விளங்காத கலவரம் மட்டுமாக மாறி, மாருதியின் கட்டளையைப் பெறப் போன பிராணேஸாசார்யார் ஒருவரையே சுற்றிச்சுற்றி பிராமணர்களின் உயிரும் எண்ணமும் வௌவால்களைப் போல தொங்கிக்கொண்டி ருந்தன. ஏதோ ஒரு நம்பிக்கை. இன்னொரு இரவு நாரணப்பாவின் பிணத்தை வைத்துக்கொண்டிருக்க வேண்டிய சந்தர்ப்பம் வராது என்று. உக்கிராணத்து அரிசிக் கிடங்குகளில் செத்து விழுந்திருந்த எலியை வாலைப் பிடித்தெடுத்து முந்தானையால் மூக்கை

மூடிக்கொண்டு, வெளியே எறியலாமென்று போன சீதாதேவி, சர்ரென்று ஒரு கழுகு பாய்ந்துவந்து தங்கள் வீட்டுக் கூரையின்மீது உட்கார்ந்ததைப் பார்த்து, 'அய்யய்யோ.. ஏன்னா.. ஏன்னா' என்று கூக்குரலிட்டாள்.

கழுகு இப்படி வீட்டின்மேல் வந்து உட்கார்வது சாவின் சகுனம். முன்பு எப்போதும் இப்படி நடந்ததில்லை. கருடாசார்யா ஓடிவந்து கழுகைப் பார்த்ததும் திடுக்கிட்டுப் போனான். சீதாதேவி, 'அய்யோ, என் பிள்ளைக்கி என்னாயிடுத்தோ...' என்று அழத் தொடங்கி விட்டாள். கருடாசார்யா, தான் முந்தினநாள் 'மாருதிக்குத் தங்கநகை சேரட்டும்' என்று தாசாசார்யன் சொன்னதை மனதுக் குள்ளாகவே எதிர்த்ததனால்தான் இப்படியாகியிருக்க வேண்டும் என்று அச்சத்தினால் அதிர்ந்துபோய் மனைவியின் கையைப் பிடித்துக்கொண்டு எழுந்து உள்ளே வந்து, காணிக்கையைத் தெய்வத்தின் முன்பு வைத்து, வணங்கி 'தப்பாயிடுத்துப்பா.. உன்னோட தங்கம் உனக்கே இருக் கட்டும். என்னை மன்னிச்சுடு' என்று பிரார்த்தித்தான். மீண்டும் வெளியே வந்து கழுகைத் துரத்துவதற்காக 'உஸ், உஸ்' என்றான்.

சீதாதேவி எறிந்திருந்த எலியைக் கூரைக்குக் கொண்டு போய் கொத்திக் கொண்டிருந்த கழுகு பயமில்லாமல், வெட்கமில்லாத விருந்தாளியைப் போல, உட்கார்ந்திருந்தது. கருடாசார்யா கண்ணைக் கூசும் வெய்யிலில் தலையைத் தூக்கிப் பார்த்தான். என்னத்தைப் பார்ப்பது! கழுகு, கழுகு, கழுகு – நீலவானம் நிறைய மிதந்து கொண்டும் பறந்து கொண்டும் வட்டவட்டமாகச் சுற்றிக் கீழே பாய்ந்து வந்துகொண்டும் இருந்தன கழுகுகள். 'இவளே... இங்கே பாருடீ' என்று கத்தினான். சீதாதேவி ஓடிவந்து, நெற்றி யின்மீது கைவைத்து கண்களை உயர்த்தி, 'உஸ்,' என்று பெருமூச்சு விட்டாள். அவர்கள் பார்த்துக்கொண்டிருக்கும் போதே, தங்கள் வீட்டின்மேல் உட்கார்ந்த கழுகு நாட்டியக் காரியைப் போல கழுத்தை வளைத்து, சுற்றிலும் பார்த்து, 'பர்' என்று அவர்களின் காலடியில் பாய்ந்து, உக்கிராணத்திலிருந்து புழக்கடைக்கு ஓடி வந்துகொண்டிருந்த எலியொன்றைக் கொத்திக் கவ்விக்கொண்டு, பறந்து வீட்டின்மேல் உட்கார்ந்தது. தம்பதிகளின் உயிர் ஒருவிநாடி, என்றுமே நடுங்கியிராத அளவுக்கு, சேர்ந்தே நடுங்கி, இருவரும் உட்கார்ந்துவிட்டனர்.

வானத்தில் பறந்து கொண்டிருந்த கழுகுகளில் ஒன்று இறங்கி நாரணப்பாவின் வீட்டின்மேல் உட்கார்ந்தது. கழுத்தைத் தூக்கி அதன் ராட்சத இறக்கைகளைப் படபடவென்று அடித்து சமநிலைக்கு

வந்து, அக்ரஹாரத்தையெல்லாம் கழுகுக்கண்களால் நோட்ட மிட்டது. அதன்பிறகு பறந்துகொண்டிருந்த கழுகுகளெல்லாம் இறங்கி, வீட்டுக்கு இரண்டிரண்டாக, முதலிலேயே திட்டமிட்டுக் கொண்டதைப் போல வந்து உட்கார்ந்தன. 'குய்'யென்று கீழே பறப்பது; எலியொன்றைக் கால்களால் பற்றி, அலகால் கொத்தி எடுத்துக்கொண்டு கூரையின்மீது போய் உட்கார்ந்து கொத்திக் கொத்தித் தின்பது – ஸ்மசானத்தில் இருக்கவேண்டிய பிணந் தின்னிக் கழுகுகள். இப்படி, பிரளயகாலத்திலிருப்பதைப் போல, அக்ரஹாரத்திற்குள் இறங்கியதைக் கண்டு, அக்ரஹாரத்தில் பெரியவர்களும் வாயடைத்துப் போனவர்களாய் வீதியில்வந்து நிறைந்தனர்.

எல்லோருடைய வீட்டின்மீதும் கழுகுகள் உட்கார்ந்த தைக் கண்டு, சீதாதேவி, 'இது வெறும் என் மகன் ஷேமத்தைப் பத்திய சகுனம் மட்டுமில்லே' என்று தன்னையே தேற்றிக்கொண்டாள். இனம்புரியாத அச்சத்தால் அக்ரஹாரத்தின் பிராமணர்கள், பெண்கள், குழந்தைகள் அசந்து நின்றிருந்தது இரண்டு விநாடிகளே. முதலில் துர்காபட்டன் கழுகுகளைப் பயமுறுத்துவதற்காக 'ஹோ, ஹோ, ஹோ' என்று கத்தினான். எதுவும் அசையவில்லை. எல்லாப் பிராமணர்களும் ஒரே குரலில் 'ஓ'வென்று கத்தினர். அதற்கும் அசையவில்லை. 'உப்புமா' சாப்பிட்டுவிட்டு அப்பொழுதுதான் வந்து அவர்களின் பின்னால் நின்ற தாசாசார்யனுக்கு ஓர் உபாயம் தோன்றிற்று. 'சேமக்கலம், சேகண்டி கொண்டுவந்து அடியுங்கோ!' என்றான். பையன்களுக்கு உற்சாகமேற்பட்டு, பூஜையறைக்குள் போய் பஞ்சலோக சேமக்கலங்களையும்[32] சங்குகளையும் கொண்டு வந்தனர். மஹாமங்களாரத்தியின்[33] போது எழும்பும் பயங்கர மங்கலஒலி போர் முரசைப் போல முழங்கி நடுப்பகலில் சுடும் மௌனத்தை உடைத்து சுக்குநூறாக்கியது. ஐந்நூறு மைல் பரப்பளவிலிருந்த அக்ரஹாரத்து ஜனங்களுக்குத் தூர்வாச வனத்தில் முரசொலி, பூஜை மங்களாரத்தி நடந்துகொண்டிருக்க வேண்டுமென்னும் மனமயக்கத்தை ஏற்படுத்தியது. பிணக் கழுகுகள் ஆச்சரியப்பட்டவை போல அப்படியும் இப்படியும்

---

[32] பஞ்சலோக சேகண்டி/சேமக்கலம்: ஐந்து உலோகங்களினாலான தாளம் போன்ற இசைக்கருவி. வட்டமான தட்டைப் போன்ற இக்கருவியின்மீது கட்டையால் அடித்து ஒலி எழுப்புவர்.

[33] மஹா மங்களார்த்தி: மங்களவாத்தியங்கள் முழங்க, சங்கு ஊத, மலர்கள் தூவி, பழவகைகளைப் படைத்து கற்பூரம் கொளுத்தி இறைவனுக்கு வழங்கும் தீபாராதனை.

பார்த்து, இறக்கைகளை விரித்து, எலிகளைக் கவ்வியபடி பறந்தன. வானத்தில் மிதந்தபடி, பகலில் மின்னும் நட்சத்திரங்களாயின. 'நாராயணா' என்று சோர்ந்துபோன பிராமணர்கள் திண்ணைப் படி ஏறி, போர்த்தியிருந்த துணியினால் மூக்கை மூடிக்கொண்டு, வியர்வையைத் துடைத்துக்கொண்டனர். சீதாதேவியும் அனுசூயாவும் அவர்களின் கணவர்மார்களிடம் சென்று, 'நகைங்களோட விஷயம் பாழாப் போகட்டும், கண்டவா ஆஸ்தி நமக்கெதுக்கு? மொதல்ல பொணத்தை எடுத்துத் தகனம் பண்ணுங்கோ. நாரணப்பாவோட பேய்தான் இந்தக் கழுகுங்களைக் கூப்புடறது' என்று கண்ணீர் விட்டு வேண்டிக்கொண்டனர். காற்று வீசாமலிருந்ததினால், வீட்டுக்கு வீடு நிறைந்திருந்த புழுக்கம், பயம், பசியிலிருந்தவர்களை உருவில்லாத பேயைப் போன்று வாட்டின. ஜென்ம ஜென்மத்திற்கும் விடுபட முடியாத நரகத்தில் இருப்பதைப் போன்று உணரவைத்து, நேமநிஷ்டையுள்ள பிராமணர்கள் சோர்ந்து கலங்கிப் போயினர்.

***

பிற்பகல் வெய்யில் சூடேறியதும் மரத்தின் நிழலில் உட்கார்ந்திருந்த சந்திரிக்குப் பசியெடுத்தது. மடியிலிருந்த ரசவாழைப் பழத்தைக் கையிலெடுத்தவள், கோவிலில் பிராணேஸாசார்யார் பசித்து பூஜையில் உட்கார்ந்திருக்கும் போது, தான் மட்டும் எப்படித் தின்பது என்று வெறுமனே இருந்துவிட்டாள். தொலைவிலிருந்து, சங்கு–சேகண்டிகளின் ஒலி கேட்டு, ஆச்சரியப்பட்டாள். சுற்றிலும் கண்ணை ஓட்டினாள். காற்று வீசாமல் மரத்தின் இலைகள் ஆடாமல் அசையாமல் இருந்தன; அசைந்து கொண்டிருந்தவை என்றால் தொலைவில் நிர்மலமான நீல வானத்தில் பறந்துகொண்டிருந்த கழுகுகள் மட்டுமே. பிராணேஸாசார்யார் மீண்டும் ஒரு குடம் தண்ணீரைக் கொடகொடவென்று உடம்பின்மேல் கொட்டிக் கொண்டதைக் கண்டு, 'என்னால எவ்வளவு தொந்தரவு' என்று வேதனைப்பட்டாள். அவள் எண்ணுவதற்குள்ளாகவே அவளது கை வாழைப் பழமொன்றை உரித்து, திறந்த அவளது வாயில் போட்டது. 'எனக்குத் தோஷமில்லே' என்று சமாதானம் சொல்லிக் கொண்டாள்.

***

மீண்டும் மீண்டும் கழுகுகள் அடம்பிடித்து வந்து உட்கார்ந்தன! பிராமணர்கள் திரும்பவும் வெளியில் வந்து சேகண்டி அடித்து சங்கு ஊதினர். சாயங்காலம் வரையில் இந்தப் போர் நடந்தது. சோர்ந்து

போனவர்கள் பிராமணர்கள் மட்டுமே; எதிர்பார்ப்போடு காத்திருந்தும் பிராணேஸாசார்யாரின் வரவு காணவேயில்லையே! இன்னொரு இரவை எப்படித்தான் கழிப்பதோ என்று சங்கடமான எண்ணமே திரும்பவும் பூதாகரமாக எழுந்துவந்து அக்ரஹாரத்தில் இருள் கவிழ்ந்தது; கழுகுகள் மறைந்துபோயின.

•

10

பிரசாதத்தை எதிர்பார்த்து காத்துக்கொண்டு உட்கார்ந்திருந்த பிராணேஸாசார்யார் தளர்ந்து சோர்ந்தார். 'எரிக்காமல் பிணம் அழுகிக்கொண்டிருக்கிறது; மாருதீ, எவ்வளவு நேரம் தான் உன்னுடைய சோதனை!' மன்றாடினார். 'வேண்டாம் என்பதுதான் உனது ஆணையானால் இடப்பக்க பிரசாதத்தையாவது கருணை செய்' என்று வேண்டினார்; முறையிட்டார். கடவுளர்கள் மீது காதலாகிப் பாடும் கீர்த்தனைகளைப் பாடினார். குழந்தையாக மாறினார்; மனைவியானார்; தாயானார். கடவுளை நிந்திக்கும், அவனது நூற்றுயொரு தப்புகளைச் சொல்லிக் கொண்டாடும் கீர்த்தனைகளையெல்லாம் நினைத்தார். ஆளுயர மாருதி, உள்ளங்கையின் மீது லக்ஷ்மணனின் உயிரைக் காக்கும் சஞ்சீவி மூலிகையுள்ள மலையைத் தூக்கி அசைவற்று நின்றான். நெடுங் கிடையாக வீழ்ந்து வணங்கிய பிராணேஸாசார்யார் அழுது புலம்பினார். மாலை நேரமாயிற்று. இருளும் கவிழ்ந்தது. தூண்டாமணி விளக்கின் வெளிச்சத்தில் மலரலங்காரனாகக் காட்சி யளித்த மாருதி மசியவில்லை; இடப்பக்க பிரசாதத்தையும் கொடுக்க வில்லை; வலப்பக்க பிரசாதத்தையும் அருளவில்லை. 'தர்ம சாஸ்திரத்திலும் எனக்குப் பதில் கிடைக்கவில்லை; உன்னிட மிருந்தும் கிடைக்கவில்லை. அப்படியென்றால் நான் தகுதி யற்றவனா' என்று சந்தேகப்பட்டார்.

'எந்த முகத்தோடு என்மேல் நம்பிக்கை வைத்திருப்பவர்களைத் திரும்பச் சென்று பார்ப்பது' என்று அவமானத்தால் குன்றிப் போனார். 'என்னையே சோதிக்கிறாயா இறைவா' என்று மாருதியைக் குறைபட்டுக் கொண்டார்.

இருள், காரிருளானதும், இது தேய்பிறை பருவம் என்று உணர்ந்து 'இதை எனக்காக வைத்த சோதனையென்று எண்ண வேண்டாமப்பா, அழுகிக்கொண்டிருக்கும் பிணத்தை எண்ணிப்பார்'

என்று புத்திமதியும் சொன்னார். மாருதி எதற்கும் மசியாமல் மலையின் பக்கம் முகத்தைத் திருப்பி நின்றான். ஆசார்யாருக்குச் சட்டென்று தன் மனைவிக்கு மருந்து கொடுக்க வேண்டுமென்ற நினைவு வந்தது. கண்களில் நீர் வருவதொன்றுதான் மீதம். ஏமாற்றத்தோடு.எழுந்து நின்றார். கால்கள், நெடுநேரம் உட்கார்ந் திருந்ததினால் மரத்துப்போயிருந்தன. தளர்ந்து போனவராக மெள்ளமெள்ள நடந்தார்.

சற்று தொலைவு நடந்தபிறகு காரிருள் கவிந்த காட்டில் பின்புறமிருந்து யாரோ நடந்துவருவது போன்ற காலடியோசை கேட்டு நின்றார். தொடர்ந்து, கைவளையின் ஒலி. உற்றுக் கேட்டார். 'யாரு?' என்றார். காத்துநின்றார்.

'நானு' கூச்சத்தோடு மெதுவாகக் குரல் கொடுத்தாள் சந்திரி.

பிராணேஸாசார்யாருக்குச் சட்டென்று காட்டு மையிருட்டில் இப்படிப் பெண்ணொருத்தியின் அருகில் நின்றுகொண்டிருப்பதை உணர்ந்து உடல் நடுங்குவதைப் போலிருந்தது. ஏதாவது பேச வேண்டுமே என்பதற்காக வார்த்தைகளைத் தேடி கிடைக்காமல் தன்னுடைய நிலையை எண்ணி துயரம் மேலிட்டு, 'மாருதி... மாருதி..' என்று முணுமுணுத்துக்கொண்டே நின்றார்.

சந்திரிக்கு அவரின் மிருதுவான நடுங்கும் குரலைக் கேட்டு இரக்கம் மேலோங்கி வந்தது. பாவம், பசித்துக் களைத்துத் தனக்காக அலைந்து கஷ்டங்களை ஏற்று, சோர்ந்து போயிருக்கிறான் பிராமணன். அவரது கால்களைக் கெட்டியாகப் பற்றி விழுந்து வணங்க வேண்டும் போல் இருந்தது. மறுவிநாடியே முன்னால் வந்து விழுந்தாள். தெளிவாக எதுவும் தெரியாத காரிருளில் துக்கம் மேலிட அவள் விழுந்து வணங்கியபோது, பாதத்திற்குத் தலை வைத்து வணங்க எண்ணி அவள் சாய்ந்தபோது மிக நெருங்கியிருந்த அவரது முழங்கால்களே அவளது மார்பில் பட்டன. தட்டுத் தடுமாறிய வேகத்தில் ரவிக்கையின் பொத்தான்கள் அறுந்து போயின. தன்னையறியாமல் அவரது தொடைகளின் மீது தலைவைத்து கால்களைக் கட்டிக்கொண்டாள். பொங்கிவந்த பக்தி, பெண்ணின்பத்தையே அறியாத பிராமணன் என்னும் இரக்கம், இந்த அக்ரஹாரத்தில் உங்களைத் தவிர என்னைப் பற்றிக் கவலைப்பட யாரும் இல்லையே என்னும் துணையற்ற நிலை எல்லாம் சேர்ந்து அழுதாள். பிராணேஸாசார்யாருக்குப் பச்சாதாபம்! சட்டென்று, வேற்றுப் பெண்ணான இளமை பொங்கும் பெண் ஒருத்தியின் இறுக்கமான நெருக்கத்தினால் தடுமாறிப்போய், ஆசீர்வதிப்பதற்காகக் குனிந்து கைநீட்டினார். நீட்டிய கையில்

அவளின் சூடான மூச்சும் கண்ணீரும் பட்டு, உடம்பெல்லாம் புல்லரித்து, புளகாங்கிதமடைந்து, பரவசமாகி அவளது கலைந்த கூந்தலை நீவிவிட்டார். ஆசீர்வாத்திற்கான சம்ஸ்கிருதச் சொற்கள் வாயிலிருந்து வெளிவரவில்லை. தன் தலைக்கூந்தலின் மீது அவரது கை அசைந்ததினால் சந்திரி மேலும் உணர்ச்சி மேலிட்டவளாக, அவரது கைகளைக் கெட்டியாகப் பிடித்து எழுந்து நின்று மணிப் புறாவைப் போன்று படபடவென்று அடித்துக்கொண்ட தன் மார்பின் மீது வைத்து அழுத்திக்கொண்டாள்.

தன் கைகள் என்றும் தொட்டுணராத பூப்போன்ற பெண்ணின் வாளிப்பான முலைகளின்மீது கைகள் பட்டவுடனே பிராணேஸா சார்யாருக்கு மயக்கம் வருவதைப் போலிருந்தது. கனவில் மிதப்பதைப் போல் கைபட்ட இடத்தை மெதுவாக அழுத்தினார். விரல்கள் முலைகளை வருடின. உடனே சந்திரி, கால் வலுவிழந்து போன ஆசார்யரை அணைத்து மெதுவாக உட்காரவைத்தாள். ஆசார்யருக்கு இவ்வளவு நேரம் தெரியாதிருந்த வயிற்றுப் பசி 'விர்'ரென்று எழும்பியது. சங்கடத்தோடு அவர், 'அம்மா' என்றார். சந்திரி, அவரைத் தன் மார்மேல் சாய்த்துக்கொண்டு மடியிலிருந்து ரசவாழைப்பழங்களை எடுத்து உரித்து, ஊட்டினாள். அதன்பிறகு தன் புடவையை அவிழ்த்து விரித்து பிராணேஸாசார்யரைத் தழுவிக் கொண்டு படுத்து 'ஓ'வென்று கதறிவிட்டாள்.

பகுதி இரண்டு

11

ஆசாரியருக்கு விழிப்பு வந்தபோது நடுஇரவு. அவரது தலை சந்திரியின் தொடைகளின் மேலிருந்தது. கன்னம் அவளின் அம்மணமான அடிவயிற்றை அழுத்திக்கொண்டிருந்தது. சந்திரி தன் விரல்களினால் அவரின் தலை, காது, கன்னங்களை வருடிக் கொண்டிருந்தாள்.

தானே தனக்கு திடீரென்று அறிமுகமில்லாத அந்நியனாகி விட்டதைப் போலாகி கண்விழித்த ஆசார்யார் எண்ணிப் பார்த்தார். எங்கேயிருக்கிறேன்? இங்கே எப்படி வந்தேன்? இது என்ன இருட்டு? இது எந்தக் காடு? இவள் யார்?

தன் சிறுவயதுப் பருவத்திற்கு ஒருமுறை திரும்பிவிட்டதைப் போல் எண்ணினார்; தாயின் மடிமீது படுத்து ஆயாசத்தைத் தீர்த்துக்கொண்டது நினைவுக்கு வந்தது. வியந்து போய்ப் பார்த்தார். தோகை விரித்த மயிலைப் போன்ற அக்ஷய நட்சத்திர இரவு; சப்தரிஷி மண்டலம், வசிஷ்டரின் பக்கத்தில் நாணி மின்னிக் கொண்டிருக்கும் அருந்ததி; கீழே புல்லின், பச்சை மண்ணின், விஷ்ணுகாந்தி மலரின், மரவல்லியின், பெண்ணின் வியர்த்த உடம்பின் மணம். இருண்ட வானம். நிறைவோடு நின்றிருக்கும் மரங்கள். கனவோ என்று கண்ணைக் கசக்கிக் கொண்டார். எங்கிருந்து இங்கே வந்தேன்? எங்கே போகவேண்டுமென்று வந்து மறந்துவிட்டேன் என்று குழம்பினார். 'சந்திரி' என்று அழைத்து முழு விழிப்படைந்தார். உற்றுநோக்கினார். காட்டில், மௌன அமைதியில் ரகசியங்களைச் சொல்வதைப் போல, 'மசமச' வென்னும் காரிருள். 'கள கள' என்னும் ஓசை 'மினுக், மினுக்' என்னும் ஒளியாகி, கூட்டம் கூட்டமாக மின்மினிப் பூச்சிகள், தேரைப்போல் புதர்களிலிருந்து வெளியே வந்து காட்சியளித்தன. கண் நிறையும்படி, காது நிறையும்படி உற்றுக்கேட்டு, பார்த்தார். சுற்றிலும் கூட்டம் கூட்டமாக மின்மினிப் பூச்சிகளின் தேரோட்டம்; 'சந்திரி' என்று அவள் வயிற்றைத் தொட்டு எழுந்து உட்கார்ந்தார்.

பிராணேஸாசார்யார், எங்கே தன்னைச் சினந்து திட்டுவாரோ, சபித்துவிடுவாரோ என்று சந்திரிக்குப் பயம். மேலும், தான் பலன்

77

அடைந்தவளாயிருப்பேனோ என்னும் ஆவல், ஏக்கம்; தான் புண்ணியவதியானேன் என்னும் நன்றியுணர்வு. இருந்தாலும் அவள் எதுவும் பேசவில்லை.

பிராணேஸாசார்யாரும் நீண்ட நேரம் எதுவும் பேசவில்லை. கடைசியில், எழுந்து நின்று சொன்னார்; 'சந்திரி, எழுந்திரு போகலாம். நாளைக்குக் காலம்பற பிராமணா கூடும்போது இப்படி நடந்ததுன்னு சொல்லிடலாம். நீயே சொல்லிடு. அக்ரஹாரத்துக்கு, ஒரு தீர்மானம் பண்ணி சொல்ற அதிகாரத்தை நான்...' என்ன சொன்னால் சரியாக இருக்கும் என்று தெரியாமல் பிராணேஸா சார்யார் தடுமாறி நின்றார்.

'இழந்துட்டேன். நாளைக்கு எனக்குத் தைரியம் வரலேன்னா நீயே... நீயே சொல்லிடணும். என்னைக் கேட்டா... சவதகனம் பண்றதுக்கு நான் சித்தமா இருக்கேன். மற்ற பிராமணர்களுக்குச் சொல்ற அதிகாரம் எனக்கு இல்லே. அவ்வளவுதான்.'

பேசிவிட்ட பிறகு, பிராணேஸாசார்யாருக்கு, தனது களைப்பு எல்லாம், சோர்வெல்லாம் பறந்து போனது போலிருந்தது.

***

ஒன்றாகவே ஆற்றைத் தாண்டி, வெட்கமாக இருந்ததினால் பிராணேஸாசார்யாரை முன்னால் போகவிட்டு, தான் பின்தங்கி நடந்து, அக்ரஹாரத்தை அடைந்த சந்திரிக்குக் குழப்பமும் பயமும் ஏற்பட்டது. 'தான் செய்வதெல்லாம் இப்படியாகிறதே! நல்ல எண்ணத்தோடு தங்கநகைகளைக் கொடுத்தேன்; அப்படியாயிற்று. இப்போது அவருடைய சவஅடக்கம் செய்வதற்கென்று முயற்சித்துக் கொண்டிருந்த ஆசார்யரை...' ஆனால், இயல்பிலேயே சுகவாசி யான சந்திரிக்கு, ஆத்மவஞ்சனையாகத் தன்னையே தூற்றிக் கொள்ளும் வழக்கமான பேச்சுகள் அறிமுகமாயிருக்கவில்லை. நடந்துபோனவற்றில் குற்றங்குறை கண்டு குமுறிக்கொண்டிருப்பது அவள் இயல்புக்குத் தெரியாத ஒன்று. இருட்டில் அக்ரஹாரத் தெருவில் நடந்துகொண்டிருக்கும் போது, அந்த இருண்ட காட்டினுள் நின்றது, வணங்கியது, கொடுத்தது, பெற்றது அனைத்தும் மூடிவைத்த நறுமண மலரைப் போல, புனிதமான உணர்வுகளை, நினைவுகளை மட்டும் எழுப்புகின்றன. 'பாவம், ஆசார்யருக்கு இப்படிப் படுகிறதோ, இல்லையோ! இனியும் அவரது வீட்டுத் திண்ணையில், போயிருந்து மறுபடியும் அவரது மனதுக்கு வேதனை தரக்கூடாது. அதுவுமல்லாமல், தன் வாழ்க்கையில் தற்செயலாகத் தேடிவந்த இந்த நற்பயனை, ஆசார்யார் சொன்னதைப் போல

அக்ரஹாரத்து மலட்டுப் பிராமணர்களின் முன்னால் சொல்லி, தெருவிற்கிழுத்து ஆசார்யாரின் மானத்தை எடுக்கக்கூடியவளா நான்? சரி, ஆனால், இப்போது என்னுடைய கதி? ஆசார்யரிடம் போவது சரியல்ல; இப்போது பிணமாகிக் கிடக்கும் தன்னைக் கொண்டவன் வீட்டுக்குப் போகவும் பயம். என்ன செய்வது?'

எவ்வளவுதான் இருந்தாலும், தன்னோடு தொடர்புகொண்டு விட்டவரல்லவா என்று, துணிவை வரவழைத்துக் கொண்டாள். அங்கே போய்ப் பார்ப்பது; பயமில்லாமலிருந்தால், சாவடி முற்றத்தில் படுத்திருப்பது, இல்லையென்றால் ஆசார்யரின் திண்ணைக்கே திரும்பி வருவது, ஆபத்து நேரத்தில் என்ன செய்ய முடியும் என்று எண்ணிக்கொண்டே நேராகத் தன் வீட்டுக்குப் போனாள். பந்தலின் கீழ் நின்று கவனித்தாள். நாய் குரைத்த ஒலியைக் கேட்டு எல்லா இரவுகளைப் போலவே இதுவும் ஓர் இரவு என்று எண்ணிக்கொண்டு திண்ணைப்படியிலே ஏறினாள். கை வைத்ததும் கதவு திறந்துகொண்டதை உணர்ந்து: 'அய்யோ கடவுளே, நாயி நரி ஏதாவது நொழைஞ்சி அவர் பொணத்த...' என்ற தவிப்பேற்பட்டு, பயத்தையெல்லாம் மறந்து, நொடியில் உள்ளே நுழைந்து, பழக்கம் காரணமாக மாடத்திலிருந்த நெருப்புப் பெட்டியை எடுத்து லாந்தர் விளக்கை ஏற்றினாள். கெட்டநாற்றம். செத்து அழுகிக் கொண்டிருந்த எலி. 'தனக்காக அக்ரஹாரத்தி லெல்லாம் கெட்டபெயர் வாங்கிக்கொண்ட நாரணப்பாவின் பிணத்தை அனாதையாக விட்டுவிட்டேனே' என்று துயரப்பட்டு மாடிப்படி ஏறிச் சென்றாள். சாம்பிராணிப் புகை போடவேண்டு மென்று எண்ணிக்கொண்டாள். பிணம் நாறிக் கொண்டிருந்தது. ஊதிப்போய் விகாரமாக உருமாறிக் கிடக்கும் பிணத்தின் முகத்தைப் பார்த்ததும் வயிறெல்லாம் கலங்கிப்போய், திடீரென்று கூக்குரலிட்டு வெளியே ஓடினாள். 'அங்கே, மேலேயிருப்பதற்கும், தன்னை விரும்பி வைத்துக்கொண்டிருந்தவருக்கும் எந்த சம்பந்தமும் இல்லை, இல்லை' என்று அவளது உயிர் கூக்குரலிட்டது. லாந்தரைப் பிடித்து ஆவேசம்கொண்டவளைப் போல, சந்திரி ஒரே வேகத்தோடு ஒரு மைல் தொலைவு நடந்து, கௌடர்கள் குப்பத்துப்பக்கம் போனாள். தங்கள் வீட்டிற்குக் கோழிமுட்டை கொண்டுவந்து கொடுக்கும் வண்டிக்கார சேஷப்பா வீட்டை, வாசல் முற்றத்தில் கட்டியிருந்த வெள்ளை எருதுகளைக்கொண்டு அடையாளம் கண்டு, உள்ளே போனாள். எருதுகள், பழக்கமில்லாத உருவம் ஒன்றைக் கண்டு எழுந்து நின்று 'புஷ்' என்று மூச்சுவிட்டு கயிற்றை இழுத்தன. நாய் குரைத்தது. சேஷப்பா எழுந்து வந்தான்.

சந்திரி பதற்றத்தோடு நடந்ததை விவரித்து, 'நீ வண்டி கட்டிகிட்டு வந்து பொணத்தை சுடுகாட்டுக்கு எடுத்துனு போவணும்; வீட்டிலேயே வெறகு கட்டை இருக்குது – எரிச்சிடலாம்' என்று சொன்னாள்.

கள்ளைக் குடித்துவிட்டு போதையில் தூங்கிக் கொண்டி ருந்த சேஷப்பா, பயந்துபோய் 'சந்திரம்மா, என்னால ஆவாதும்மா. பாப்பாருங்க பொணத்த, நான் தொட்டு நரகத்துக்குப் போவணுமா? கோடிகோடியா குடுத்தாலும் வேணாம்மா. பயமாருந்தா, இந்த ஏழைங்க குடிசையிலே படுத்துனுருந்து விடியகாலம் எழுந்து போங்கம்மா' என்று உபசரித்தான்.

சந்திரி எதுவும் பேசாமல் தெருவில் வந்து நின்றாள். 'என்ன செய்வேன்?' ஒரே ஒரு எண்ணம் அவளுக்குத் தெளிவாகியது. 'அங்கே அது அழுகிக்கொண்டிருக்கிறது. நாறிக் கொண்டிருக்கிறது; ஊதிப்போயிருக்கிறது. அது, தான் ஆசையோடு கூடியிருந்த நாரணப்பா இல்லை; பிராமணனும் இல்லை; சூத்திரனும் இல்லை. பிணம்! அழுகி நாறுகின்ற பிணம்.

நேராக நடந்து முசல்மான்களிருந்த பேட்டைக்குப் போனாள். பணம் கொடுப்பதாகச் சொன்னாள். பங்கட மீன் வியாபாரம் செய்துவந்த அஹமத் பியாரி, 'ஒருமுறை கையில் பணமில்லாத போது, எருதுகளை வாங்க கடன் கொடுத்த புண்ணியவான் அவர்' என்று நினைத்துப் பார்த்து, 'ஹை' என்று எருதின் வாலை முறுக்கிய வாறே தயங்காமல் யாருக்கும் தெரியாமல் வண்டி கட்டிக் கொண்டுவந்து பிணத்தையும் விறகுக் கட்டைகளையும் ஒன்றாக ஏற்றிக்கொண்டு, யாரும் கண்டுபிடித்துவிட முடியாதபடி சுடுகாட்டுக்கு ஓட்டிச்சென்று, இருட்டிலேயே தகதகவென்று நெருப்புவைத்து எரித்து சாம்பலாக்கிவிட்டு போயேவிட்டான். சந்திரி, இரண்டு சொட்டுக் கண்ணீர்விட்டு, வீட்டுக்குத் திரும்பி வந்து, கைப்பையில் தன்னுடைய சில பட்டுப்புடவைகளையும் பெட்டியிலிருந்த ரொக்கப் பணத்தையும் ஆசார்யார் திருப்பித் தந்த தங்க நகைகளையும் மூட்டையாகக் கட்டிக்கொண்டு வெளியே வந்தாள். பிராணேஸாசார் யாரை எழுப்பி, அவரது காலில் விழுந்து வணங்கிப் போக வேண்டுமென்னும் தன் ஆசையை அடக்கிக் கொண்டு, காலையில் குந்தாபுரத்துக்கு 'பஸ்' வண்டி பிடிப்பது என்று, பஸ் போகும் பாதையை நோக்கி காட்டு வழியில் மூட்டையைத் தூக்கிக்கொண்டு புறப்பட்டுவிட்டாள்.

12

இங்கு, பாரிஜாதபுரத்தில் பெரிய வீட்டு மஞ்சய்யாவின் பரந்த மாடியில், ஸ்ரீபதி, கணேசன், கங்கண்ணன், மஞ்சுநாத் மற்றும் நான்கைந்து அக்ரஹாரத்து இளைஞர்கள் குலேபகாவலி நாடகத் தயாரிப்பில் ஈடுபட்டிருந்தனர். அவர்களின் நடுவில் இருந்த ஹார்மோனியம், நாரணப்பா அவர்களின் நாடகக் கம்பெனியின் பயனுக்கென்று கொடுத்திருந்தது. ஒவ்வொரு நாடகத்திற்கும் அவன் கட்டாயம் வருகை தந்தே ஆகவேண்டும். அவனுடைய ஆதரவும் ஊக்கமும் இல்லாமலிருந்தால் பாரிஜாத நாடக மண்டலி தோன்றியிருக்காது. தூண்டிவிட்டு உற்சாக மூட்டியவன் அவன்; மேலும் இளைஞர்கள் திரட்டிய பணத்தோடு தானும் கணிசமான பணம் போட்டு சிவ மொக்கெயிலிருந்து காட்சி ஜோடனைகள், திரைச்சீலைகள் முதலியவற்றை அவனே வாங்கி வந்தான்.

நாடகத்தின் நடிப்பு, அமைப்பு போன்றவை பற்றியும் மற்ற வேலைகளைப் பற்றியும் அவனே சொல்லிக் கொடுப்பான். சுற்று வட்டாரத்திலேயே கிராமபோன் இருந்தது அவனிடம் மட்டும் தான். இரண்ணய்யனின் கம்பெனி நாடகப்பாடல்களின் இசைத் தட்டுகளெல்லாம் அவனிடமிருந்தன. அவற்றையெல்லாம் இந்த இளைஞர்களுக்குப் போட்டுக் கேட்க வைத்தான். ஓரளவுக்குக் காங்கிரஸ் பற்றிய செய்திகளையும் அங்குமிங்குமாகக் கேட்டுக் கொண்டுவந்து, இளைஞர்களுக்குக் கதர் ஜிப்பா, பைஜாமா வெள்ளைத் தொப்பி அணியும் பாணியைக் கற்றுத் தந்தான். அதனால்தான், அவனது சாவு இப்போது இளைஞர்களுக்கு மிகவும் வேதனையையும் வருத்தத்தையும் ஏற்படுத்தியிருந்தது. ஆனால், பெரியவர்களின் பயத்தினால் எவரும் எதுவும் செய்யமுடியாம லிருந்தார்கள். எல்லாக் கதவுகளையும் அடைத்துவிட்டு, 'பாஷிங்-ஷோ' சிகரெட் பற்றவைத்து, புகைத்து, அரைமனதோடு ஒத்திகை நடந்துகொண்டிருந்தது. யக்ஷகானத்தின் மீது விருப்பம் ஸ்ரீபதிக்கு; இந்த நாடகத்தில் பாத்திரம் எதுவும் இல்லை ஆனாலும் வண்ணம் பூசி நடைபெறும் எல்லா வேலைகளிலும் அவனுக்குப் பித்துதான். 'பிராக்டீசு' நடைபெறும் போதே ஒரு மரத்தட்டு நிறைய குவித்து

வைத்த தாளித்த அவல், குடம் நிறைய சூடான காபி விசாரிப்பும் நடந்து கொண்டிருந்தது இரவு பன்னிரண்டு மணிவரையிலும். இடையிடையில் நாரணப்பனை நினைவுபடுத்திக் கொண்டும் அவல், காபியை காலிசெய்து கொண்டும், 'பிராக்டீசு' நடந்தது. முடிந்த பின்னால், நாகராஜ், கணேசனுக்குக் கண்சிமிட்டி சைகை செய்தான். கணேசன், பக்கத்தில் உட்கார்ந்திருந்த பெண்வேடம் போடும் மஞ்சு நாதனைத் தூண்டினான். மஞ்சுநாதன் அதைப் பூக்கட்டி (ஓதுவார்)[34] கங்கண்ணனிடம் சேர்த்தான். கங்கண்ணன் ஸ்ரீபதியின் வேட்டியைப் பிடித்து இழுத்தான். இந்த உள் சைகை முடிந்தபின்பு மற்ற இளைஞர்களை, இன்றைய 'பிராக்டீசு' போதுமென்று அனுப்பிவைத்தனர். எல்லோரும் போனபின்பு, நாகராஜன் கதவை மூடி சுறுசுறுப்பாக டிரங்கின் மூடியைத் திறந்து, இரண்டு புட்டி சாராயத்தை எடுத்து வைத்தான். 'நம்ம வாத்தியாரான நாரணப்பாவின் நினைவுக்கு' என்று தங்களுக்குப் பிடித்த நடிகர் இரண்ணய்யனின் பாட்டை முணுமுணுத்தனர். அதன் பிறகு யாருக்கும் தெரியாதவாறு புட்டிகளை ஒரு பையில் வைத்துக்கொண்டனர். வாழையிலையில் அவலைக் கட்டிக் கொண்டனர். மெதுவாக ஓசைப்படாமல் கண்ணாடிக் குவளை களை எடுத்து வைத்துக் கொண்டனர். 'ரெடி' என்றனர். ஒவ்வொருவ ராகப் படியிறங்கிக் கொண்டிருக்கும் போது மஞ்சுநாதன் 'ஹோல்டான்' என்று நிறுத்தி ஒரு எலுமிச்சம்பழத்தை ஜேபியில் போட்டுக் கொண்டான்.

இந்த இளைஞர்கள் மெதுவாக வெளிக்கதவைச் சாத்திக் கொண்டு அக்ரஹாரத்தைத் தாண்டி தங்களின் திருட்டுத் தனத்து நடவடிக்கைகளுக்குப் பெருமைப்பட்டுக்கொண்டு அமாவாசை இருட்டில் ஸ்ரீபதியின் பேட்டரி விளக்கு வெளிச்சத்தில் ஆற்றுப் பக்கம் நடந்தனர்.

'என்னப்பா, நம்ம குரு ஒரு பாட்டில் குடிச்சாலும் லயம் தப்பாம தபலா வாசிப்பாரேப்பா!' என்று நாரணப்பாவை நாகராஜன் வழியில் நினைவுபடுத்தினான். விரிந்து பரந்திருக்கும் மணற் பரப்பின்மீது வந்து வட்டமாக உட்கார்ந்து, நடுவில் புட்டிகளையும், குவளைகளையும், அவலையும் வைத்துக்கொண்டனர். தாங்கள் ஐந்து பேர் மட்டுமே இந்த உலகம் முழுவதிலும் இருப்பதைப் போல எண்ணிக்கொண்டு, நட்சத்திரங்களின் முன்னிலையில் தங்களின்

[34] பூக்கட்டி: 'மிலேரு' என்று கன்னடத்தில் அழைக்கப்படும் ஓதுவார் போன்ற ஒரு சாதியினர். கீழ்க்குலத்தவராகக் கருதப்பட்டாலும் பிராமணர்களின் கூடா ஒழுக்கத்தில் பிறந்தவர்கள் என பெருமை பாராட்டிக்கொள்ளும் கதையும் உண்டு.

அக்ரஹாரத்து வாமனத்தனங்களையெல்லாம் சாராயத்தைக் குடிப்பதன் மூலம் களைந்துவிட்டு திரிவிக்ரமர்களாகும்[35] முயற்சியில் இறங்கினர். அவர்களின் பேச்சுக்கு இடையில் ஏற்படும் அமைதியில், ஆறு, சலசலவென்று ஓடி இளைஞர்களுக்குத் தனிமைப் பயத்தைப் போக்கி துணிவைக் கொடுத்தது.

சாராயம் இதமாகத் தலைக்கு ஏறஏற ஸ்ரீபதி குரல் நடுங்கிய வனாகச் சொன்னான். 'நம்ம ஆத்ம நண்பன் செத்துப் போயிட்டானே...'

'ஆமாம், போயிட்டானேப்பா...' அவலைக் கையி லெடுத்துக் கொண்டே நாகராஜா சொன்னான். 'நம்ம கம்பெனியோட ஒரு தூணே முறிஞ்சிபோனது மாதிரிதான். அவனைப் போல தபலா மேலதாளம் புடிக்கிறவங்க இந்த சுத்துவட்டாரத்துல யாரு இருக்கிறாங்க?'

எவ்வளவுதான் எலுமிச்சம்பழம் பிழிந்திருந்தும் போதை தலைக்கு ஏறிப்போயிருந்த மஞ்சுநாத் எதையோ சொல்ல முயன்று 'சந்திரி, சந்திரி' என்றான்.

ஸ்ரீபதிக்கு உற்சாகமேற்பட்டது. 'யாரு என்ன வேணா சொல்லட்டும். எந்த பிராமணனாவது எதையாவது ஔரட்டும் தெரியுதா – சத்தியம் பண்ணி சொல்றேன், என்னன்றீங்க? சந்திரியப் போல அழகி, வாட்டசாட்டமான பொம்பள இந்த நூறு மைலுக்குள்ளே இருந்தா காட்டுங்க பாக்கலாம். அப்படி யாராவது இருந்தா, ஜாதியவே உட்டுட்றேன். தாசியானா என்னய்யா! நாரணப்பங்கிட்டே பொண்டாட்டியவிட நல்லபடியாவே நடந்து கிட்டாளா இல்லையா? சொல்லுங்க பாக்கலாம். அவன் குடிச்சிட்டு வாந்தி எடுத்துட்டா தொடச்சிவிட்டா. நம்ம வாந்தியையும்கூட கழுவிவிட்டாளாயில்லையா? நடுராத்திரியிலே வந்து அவன் எழுப்பினாலும் முணுமுணுக்காம சிரிச்சிகிட்டே சமையல் பண்ணி போடுவா. எந்தப் பிராமணப் பொம்பள அப்படி பண்றாப்பா? எல்லாம் சிடுமூஞ்சி முண்டைங்க. 'தூத்' என்றான்.

மஞ்சுநாத் தனக்குத் தெரிந்திருந்த மூன்று ஆங்கிலச் சொற்களில் ஒன்றாக 'எஸ்'ஸைத் திரும்பத்திரும்ப சொல்லிக்கொண்டிருந்தான்.

'குடிச்சவுடனே மஞ்சுநாதனுக்கு இங்கிலீஷ் வந்துடும்' என்று நாகராஜா சிரித்தான்.

பேச்சு மீண்டும் பெண்களைப் பற்றியே புரண்டது. சூத்ரப் பெண்களில் யாரெல்லாம் நன்றாக இருக்கிறார்கள் என்று கணக்குப்

35 *திரிவிக்ரமர்: வாமனாவதாரம் எடுத்த திருமால்.*

போட்டார்கள். பெள்ளிக்கும் தனக்குமுள்ள தொடர்பு நாரணப்பன் ஒருவனுக்கு மட்டுமே தெரிந்திருந்தனால் ஸ்ரீபதி மௌனமாக அவர்களின் பேச்சைக் கேட்டுக்கொண்டிருந்தான். பெள்ளி இவர்களின் கண்ணுக்கு அதிகமாகத் தென்படமாட்டாள். தென்பட்டாலும் பொலைச்சி என்று பயப்படுவார்கள்! நல்லதே ஆயிற்று!

இன்னொரு புட்டியின் மூடியைத் திறந்துகொண்டிருந்த ஸ்ரீபதி, 'நம்ம தோஸ்த்[36] செத்து சவஅடக்கம் இல்லாம அழுகிட்டு கெடக்கும்போது நாம எவ்வளவு ஜாலியா இருக்கிறோம்பா....!' என்று அழத் தொடங்கினான். எல்லா இளைஞர்களுக்கும் தொற்று நோயைப் போல அழுகை அவனிடமிருந்து பரவிற்று. ஒருவரையொருவர் தழுவிக் கொண்டனர்.

ஸ்ரீபதி சொன்னான், 'இங்க ஆம்பளைங்க யார்யாருன்னு சொல்லுங்க.'

'நான், நான், நான், நான்' என்று நான்கு பேரும் முழங்கினர். பெண்வேடம் போடும், பெண்ணின் முகச்சாயலுள்ள மஞ்சுநாதனை நாகராஜா 'சே, சே, நீ சதாரமே, நீ சகுந்தலை' என்று முத்தம் கொடுத்தான்.

'நீங்க ஆம்பிளைங்கன்னா நான் சொல்றபடி செய்யுங்க. செய்தீங்கன்னா 'பேஷ்' ஆம்பளைங்கதான்னு ஒத்துப்பேன். தெரியுதா? அவன் நம்ம நண்பன். அவன் குடுத்திருக்கிறதுக்கு பதிலாக நாம என்ன குடுத்திருக்கிறோம்? அந்தப் பொணத்த யாரும் கண்டுபிடிக்க முடியாதபடி எடுத்துண்டு போயி எரிச்சுப்புடலாம். என்ன சொல்றீங்க? சொல்லுங்க' என்று ஸ்ரீபதி உற்சாகம் ஏற்படும் வகையில் பேசி எல்லோருடைய கிளாசுகளிலும் சாராயத்தை நிரப்பினான். எல்லோரும் அதைக் கடகடவென்று குடித்துவிட்டு கொஞ்சமும் தயங்காமல், பேட்டரி வெளிச்சத்தைக் காட்டியவாறு நடந்த ஸ்ரீபதியின் தலைமையில் தள்ளாடித் தள்ளாடி ஆற்றைத் தாண்டினர். இருட்டில் ஒரு ஜீவராசியையும் பார்க்க முடியவில்லை. குடித்த சாராயம் தலைக்கேறிய போதையில், அக்ரஹாரத்தில் நுழைந்து நண்பனின் வீட்டுக்குப் போய் கதவைத் தள்ளினர். நேராக பயமில்லாமல் உள்ளே சென்றனர். சாராய போதையில் துர்நாற்றத்தைப் பொருட்படுத்தாமல், நேராக மாடி ஏறினர். ஸ்ரீபதி பேட்டரியை ஏற்றினான். எங்கே? எங்கே? நாரணப்பாவின் பிணத்தையே காணோமே! ஐந்து பேருக்கும் இருந்தாற் போலிருந்து குலை நடுக்கமெடுத்தது. 'ஹா! நாரணப்பா

[36] தோஸ்த்: நண்பன்.

பேயாகிப் போயிட்டிருக்கிறான்' என்றான் நாகராஜா. அவன் சொன்னதுதான் தாமதம், சாராயப்புட்டி, பை எல்லாவற்றையும் எறிந்துவிட்டு 'ஐயோ, செத்தோம், பிழைத்தோம்' என்று ஐவரும் வெளியே ஓடிவந்தனர்.

தூக்கம் வராமல் 'டர்'ரென்று கதவைத் திறந்து சபிப்பதற்காக அக்ரஹாரத்துத் தெருவுக்கு வந்திருந்த அரைக்கிறுக்கு லக்ஷ்மி தேவம்மா பிசாசுங்களைப் 'பாருங்கடா... பாருங்கடா' என்று கூக்குரலிட்டு 'ஹேய்' என்று ஏப்பம்விட்டாள்.

13

இரவு நீண்டநேரம் ஆனபிறகும் பிராணேஸாசார்யார் வராமலிருந்ததைக் கண்டு கலங்கிப்போன பிராமணர்கள் கதவு, ஜன்னல்களையெல்லாம் பாதுகாப்பாக மூடிக்கொண்டு, குடலைப் பிடுங்கி எறிவதைப் போன்ற நாற்றத்தில் மூக்கை மூடிக்கொண்டு படுத்தனர். உறக்கம் வரவில்லை. பசிக் களைப்பிலும் பயபீதியிலும் சில்லென்றிருந்த தரையின்மீது புரண்டனர். வேறொரு உலகத்திலிருந்து வந்ததைப் போன்று, நடு இரவுக்குமேல், காலடி ஓசைகள், வண்டி உருளையின் ஒலிகள், எருதுகளின் குளம்படி ஓசைகள், லக்ஷ்மிதேவம்மாவின் ஊளையிடும் நாயைப் போன்ற குரூரமான கூக்குரல், ஏப்பம் – உயிரே நடுங்கிப் போய், அக்ரஹாரம், ஆளரவமற்ற சுடுகாடாகிவிட்டதைப் போல், காக்கும் கடவுளே கைவிட்டுவிட்டதைப் போல் என்றெல்லாம் தோன்ற வைத்து, ஒவ்வொரு வீட்டிலும் குழந்தைகள், தாய் தகப்பனார் எல்லோரும் ஒவ்வொரு உருண்டையாகி ஒருவரையொருவர் தழுவிக்கொண்டு இருட்டில் நடுங்கிக்கொண்டிருந்தனர்.

இருள் நீங்கி சூரியனின் ஒளிக்கற்றைகள், கூரைகளி லிருந்த ஓட்டைகள் வழியாக இறங்கி, இருண்ட வீடுகளில் சின்னஞ்சிறு ஒளிவட்டங்களாகி துணிவைக் கொடுத்த பிறகு, எல்லோரும் மெதுவாக எழுந்து, தயங்கித் தயங்கி, கதவின் பின்னாலிருந்து எட்டிப் பார்த்தனர்; கழுகு, பிணத்திண்ணிக் கழுகு. மீண்டும் ஒவ்வொரு வீட்டின்மீதும் காகங்களைத் துரத்தியபடி பிடிவாதத் தோடு உட்கார்ந்திருக்கும் கழுகுகள். 'உஸ்'ஸென்றனர். கைதட்டினர். என்ன செய்தும் அசையாமலிருந்ததைக் கண்டு

ஏமாற்றமடைந்து சங்குகளை ஊதி, பஞ்சலோக மணிகளை அடித்தனர். துவாதசியைப் போன்று விடியல்காலையிலேயே மங்கள ஒலிகேட்டு பிராணேஸாசார்யார் வெளியே வந்து பார்த்து மனவேதனைக்குள்ளானார். தன்னால் விடைகாண முடியாத நெருக்கடியில், 'என்ன செய்வது, என்ன செய்வது' என்று கைகளைப் பிசைந்தவாறு உள்முற்றத்திற்கும் வெளிவாசலுக்குமாக அலைந்து கொண்டிருந்தார். உள்ளறையில் நோயால் வேதனைப்பட்டுக் கொண்டிருந்த மனைவிக்கு வழக்கம்போல மருந்தைக் கொடுக்கும் போது கைநடுங்கி மருந்து சிந்தியது. கனவில், சர்ரென்று முடி வில்லாத பாதாளத்திற்குள் முழுகிக்கொண்டிருப்பதாக உணரும் போதும், உறக்கத்திலேயே விசுக்கென்று கால்களை மேலே இழுத்துக்கொண்டு மடித்துக்கொள்வதைப் போன்ற அனுபவம் ஏற்பட்டது. தனது கடமையின், இல்லற தர்மத்தின், ஆத்மத் தியாகத்தின் அடையாளமாக, உயிருள்ள காட்சியாக இருந்து ஒடுங்கிப்போன மனைவியின் குழிவிழுந்த கண்களைப் பார்த்து, பார்வைநிலை குத்திப்போன விழிகளைக் கண்டார். அவளது உதட்டருகே மருந்தைக் கொண்டுபோனபோது, கால் நூற்றாண்டு நோயாளி, மருத்துவ உறவின் அடிப்படையான, கருணையின் தேய்ந்துபோன வழித்தட முடிவில், ஒரு பாதாளத்தைக் கண்டு விட்டதைப் போலிருந்தது. வெட்கத்தால் உடல்கூசி, அருவருப்புத் தோன்றி நடுங்கினார். மூக்கைக் குடைந்த துர்நாற்றமெல்லாம் இந்த மூலத்திலிருந்துதான் வருகிறதோ என்று மலைத்துப் போனார்.

கிளையிலிருந்து கிளைக்குத் தாவும்போது, தழுவிக்கொண்டிருந்த தாயின் வயிற்றிலிருந்து கைநழுவிப்போன குரங்குக் குட்டியைப் போலதான் இது நாள்வரை தழுவிக் கொண்டிருந்த சம்பிராதய ஆசார-தர்மங்களிலிருந்து கைநழுவி இடறி விழுந்துவிட்டதாகத் தோன்றியது. உயிர்க்களையற்று, ஆதரவற்று கருணைக்காக ஏங்கும் பிச்சைக்காரியைப் போல் அங்கு படுக்கையாகக் கிடந்த மனைவி யைக் காப்பாற்றுவதற்கென்று, தர்மத்தை, புனிதக் கடமையை நானாகத் தழுவிக்கொண்டேனா அல்லது காலங்காலமாக வந்த சம்பிராதய வழியிலான ஆசாரத்தினால், கர்மத்தினால் வந்த தர்மம் என்னைக் கைப்பிடித்து இந்த வழியில் நடத்தியதா என்று ஐயம் தோன்றியது. இவளை மணந்துகொண்டபோது எனக்குப் பதினாறு; அவளுக்குப் பன்னிரண்டு வயது. துறவியாக வேண்டும் என்னும் ஆணவ முடிவோடிருந்த பையன், வேண்டுமென்றே பிறவி நோயாளியான அவளை மணந்துகொண்டேன். நன்றிக்கடன்

பட்ட மாமனாரின் வீட்டிலேயே அவளை விட்டுவிட்டு, காசிக்குப் போய் வேதாந்த சிரோமணியாகித்[37] திரும்பிவந்தேன். ஆசை அவா துறந்து, காமமற்று கடமைகளைச் செய்யும் வாழ்க்கையை நடத்து வதற்குத் தனக்கு சக்தியுண்டா இல்லையா என்று சோதித்துக் கொள்வதற்காக, பகவான் இங்கே இவளை நோயாளியாகச் செய்து என் கையில் கொடுத்திருக்கிறான் என்று எண்ணி மகிழ்ச்சியோடு அவளுக்குப் பணிவிடைபுரியத் தொடங்கினேன். நானே சமையல் செய்து, அவளுக்கும் ரவைக்கஞ்சி காய்ச்சிக் குடிக்கவைத்து கடவுளுக்காகப் பூஜை முதலியவற்றையும் ஒன்று தவறாமல் நடத்தி, நாள்தோறும் சாயங்காலம் ராமாயணம், மகாபாரதம், பாகவதம் முதலானவற்றைப் பிராமணர்களுக்குப் படித்து விளக்கம் சொல்லி என் தவப் பலனைக் கருமியைப் போல சேர்த்துக்கொண்டே வந்தேன். இம்மாதம் இலட்சம் காயத்திரி, அடுத்த மாதம் இன்னொரு இலட்சம் காயத்திரி, ஏகாதசிக்கு இன்னுமிரண்டு இலட்சம் – கோடி, கோடி இவ்வாறே துளசிமணி மாலையில் மணிக்குமணி தவத்தின் கணக்கைப் பார்த்தேன்.

ஒருமுறை ஒரு ஸ்மார்த்த பண்டிதன் வந்து வாதிட்டான் 'நற்குடி பிறந்த ஞானமுள்ள சாத்வீகர்களுக்கு[38] மட்டுமே 'வீடு'பேறு கிடைக்குமென்று வேற்றுமை பாராட்டும் உங்கள் மாத்வமதக் கருத்து ஏமாற்றம் தரும் வாதமல்லவா?' அதற்கு ஆசார்யார் தர்க்கவாதம் செய்தார். 'ஏமாற்றம் என்றால் என்ன? எதற்காகவாவது ஆசைப்பட்டு அது கிடைக்காமல் போவதுதானே? அஞ்ஞான (தாமஸ[39]) செயல்பாடுள்ளவனுக்கு வீடுபேற்றைப் பற்றி ஆசையே இல்லையாதலால் அவனுக்கு மோட்சப்பேறு கிடைக்காமல் போவது நிராசை அல்ல. நான் ஞானவானாகிவிடுவேன் என்பது பொய்; நான் ஞானவானாக இருந்தேன் என்பது மட்டுமே உண்மை. பரமாத்மனின் தயைக்காகப் புலம்புகின்றவர் இந்த ஞானவான்கள், சாத்வீக குணமுள்ளவர்கள் மட்டுமே!'

அதேபோல்தான், 'நான் உயர்குல உத்தமனாக (சாத்வீகனாக) பிறந்திருக்கிறேன், இந்த நோயாளி மனைவி என் நற்செயல் களுக்கான (சாத்வீகத்தன்மையின்) வேள்வி நிலம்' என்று எண்ணி அவர் வீடுபேற்றிற்கான முயற்சியில் ஈடுபட்டிருந்தார். அதேபோல

37 *வேதாந்த சிரோமணி:* வேதங்களில் கரைகண்டவர். காசிவேதபாட சாலையில் வழங்கப்படும் ஒரு பட்டம் (சிரோமணி: தலையில் அணியும் ஒளி மிகுந்த மணி).

38 *சாத்வீகம்:* மென்மையான தன்மை; நல்ல குணம். இக்குணத்தைப் பெற்றவர்கள், சாத்வீகர்.

39 *தாமஸம்:* அறியாமை, மூடத்தனம், இருள் போன்ற தன்மைகள்.

நாரணப்பா தம்முடைய நற்செயலுக்கொரு சோதனை என்றும் எண்ணியிருந்தார். இப்போது அவருக்குத் தனது எல்லா நம்பிக்கைகளும் தலைகீழாகி பதினாறாவது வயதில்தான் புறப்பட்ட இடத்திற்கே திரும்பி வந்துவிட்டதைப் போலத் தோன்றியது. எங்கே வழி?

படுகுழியின் முனைக்குக்கொண்டு செல்லும் வழி எங்கே? எதுவும் புரியாமல் மனைவியின் அருகில் உட்கார்ந்து குளிப்பாட்டலாம் என்று வழக்கம் போலவே அவளைத் தூக்கினார். சங்கு, சேகண்டிகளின் வழக்கத்திற்கு மாறான ஒலிகளால் பாதிக்கப்பட்டவராக, குளியலறைக்குக் கொண்டு சென்று குளிப்பாட்டும் போது, அவளது வற்றிய மார்பு, மொட்டை மூக்கு, குட்டைக் கூந்தல் கண்டு அருவருப்பாயிற்று. கழுகுகளைத் துரத்துவதற்காகச் சங்கு சேகண்டிகளின் மங்கள ஒலி எழுப்பிக்கொண்டிருந்த பிராமணர்களிடம் 'நிறுத்துங்கோ, நிறுத்துங்கோ' என்று கத்திவிட வேண்டுமென்று தோன்றியது. முதல்முறையாகத் தன் கண்ணுக்கு அழகும் அழகற்றதும் தெரிகின்றது; அதற்கான கற்பனைகள் வருகின்றன. இதுவரை, காவியங்களில் படித்த சௌகர்யத்தை அவர் வாழ்க்கையில் தேடியதேயில்லை. 'நறுமணமெல்லாம் கடவுள் பாதத்தைச் சேரும் மலர்களுடையது; பெண்ணழகெல்லாம் நாராயணனின் பாத சேவை செய்யும் லக்ஷ்மியினுடையது; கலவியின்பம் ஆடை திருடும் கிருஷ்ணனுடையது' என்று கொண்டிருந்தார். அவையெல்லாவற்றிலும் ஒரு பங்கு இப்போது தனக்கும் வேண்டும் போல இருக்கிறது. மனைவியின் உடம்பைத் துடைத்து, படுக்கை விரித்து கிடத்திவிட்டு திண்ணைக்கு வந்தார். சங்கு சேகண்டியின் ஒலி சட்டென்று நின்றுபோய் காது 'குய்'யென்று மௌனத்தின் மடுவிற்குள் இறங்கியதைப் போலிருந்தது. 'இங்கு எதற்காக வந்தேன்? சந்திரி இங்கே இருப்பாளோ என்று தேடி வந்தேனா?' ஆனால், சந்திரி அங்கே இருக்கவில்லை. 'படுத்த படுக்கையாக இருப்பவள், காட்டில் சட்டென்று என் கையை தன் முலைகளின் மீது அழுத்திக்கொண்டவள் – இருவருமே என்னைவிட்டுப் போய் விட்டார்களா?' முதல்முறையாகக் கேட்பாரற்ற அனாதையைப் போன்ற உணர்வு அவர் உள்ளத்தில் எழுந்தது.

கழுகுகளை ஓட்டிவிட்ட பிராமணர்கள் பேயடித்ததைப் போன்றிருந்த தங்கள் முகங்களை உயர்த்தி, சேர்ந்துவந்து திண்ணையில் ஏறி, ஏதோ கேட்பதைப் போல பிராணேஸாசார்யாரின் முகத்தையே பார்த்தனர். ஆசார்யார் பதில் கூறாமல் காலம் கடத்துவதைக்கண்டு அவர்களுக்கு மேலும் பயமாயிற்று.

தன்னிடமிருந்து வழிகாட்டுதலை எதிர்பார்த்து, தங்களின் பிராமணியத்தையெல்லாம் மூட்டையாகக் கட்டி தன் தலைமீது சுமத்தி அனாதைகளைப் போல தன்னையே பார்த்துக் கொண்டிருந்த கண்களைக்கண்டு, ஆசார்யருக்கு இரக்கத்தோடு கூடவே, வழி காட்ட வேண்டிய தன் பொறுப்பு அதிகாரம் ஆகியவற்றை இழந்துபோய், தான் எல்லாவற்றிலிருந்தும் விடுபட்டவனானேன் என்று ஆறுதலாகவும் இருந்தது. 'நான் எப்படிப்பட்டவன்? உங்களைப் போலவே ஒரு சாதாரண ஆள் – கோபதாபங் களுடைய பிறவி' என்று தோன்றி மகிழ்ச்சியாக இருந்தது. இது வினயமா? அகங்காரம் அழிந்த அடையாளமா? தன் முதலாவது பாடமா? ஆசைகள் உதயமானது போலிருந்தது. 'சந்திரீ – இங்கே வா, சொல்லு! என்னை இந்தத் தளைகளிலிருந்து காப்பாற்று! ஆசான் என்னும் சுமையை இறக்கு!' என்று மனத்திற்குள்ளாகவே சொல்லிக்கொண்டு சுற்றிலும் தேடினார். 'இல்லை – அவள் இல்லை. இங்கே எங்கும் இல்லை. ஊர்வசியைப் போலவே நடந்து கொண்டாள்! தானாகவே வாய்விட்டுச் சொல்ல, நாரணப்பா பெற்ற சுகத்தில் நானும் பங்குபெற்றேன்' என்று தம் வாயாலேயே சொல்லி விட பயமேற்பட்டது. கை, கால் வியர்த்து சில்லிட்டுப் போயிற்று.

மனிதனாக மட்டுமே உள்ளவனுக்கு, இயல்பாக பொய் சொல்ல வேண்டும், மறைத்து வைக்கவேண்டும், தன்னுடைய நலனைப் பற்றியும் அக்கறைகொள்ள வேண்டும் என்று ஏற்படும் ஆசை முதன்முதலாக அவருக்குள்ளும் கிளர்ந்தெழுந்தது. இவர்கள் தன்மீது வைத்த நம்பிக்கை, மரியாதைகளைக் கெடுத்துக்கொள்ளும் துணிவு தனக்கு இல்லை. இது இரக்கமா, தன்னலச் சிந்தனையா, பழக்கமா, அஞ்ஞானமா (தாமசமா) துரோகமா. மனதில்பட்ட பயிற்சியில் வந்த மந்திரம் மனதை வசப்படுத்திக்கொண்டது; 'பாபோஹம், பாபகர்மோஹம், பாபாத்மா, பாபஸம்பவஹ.'[40] இல்லை, இல்லை அதுவும் பொய். முதலில் மனப்பாடமாகியுள்ள மந்திரங்களை யெல்லாம் மறக்க வேண்டும். சின்னஞ் சிறுவனைப் போல கலகல வென்றிருக்கும் மனதைப் பெறவேண்டும். சந்திரியைத் தொட்டு அனுபவித்தபோது 'பாபோஹம்' என்று தோன்றவில்லை. இப்போது சந்திரி இங்கே, தன்னுடைய மானத்தை, மரியாதையைக் கெடுக்க இல்லையே என்று மகிழ்ச்சியே ஏற்பட்டது. விழித்தெழுந்த பிறகு வரும் உணர்வே வேறு; தன்னிலை மறந்தபோது தோன்றுவது

[40] *பாபோஹம், பாபகர்மோஹம்; பாபாத்மா, பாபசம்பவஹ:* நான் பாவமே உருவானவன். என் செய்கைகள் பாவமாயிருக்கின்றன; என் ஆத்மாவும் பாவம் செய்திருக்கிறது. நான்தான் பாவங்களின் மூலம்; உற்பத்தி ஸ்தானம்.

வேறு. இந்த வாழ்க்கையே இரண்டுங்கெட்டான் என்று தெரிந்தது. இப்போது நான் உண்மையிலேயே, விதியின் கையில் சிக்கி யுள்ளேன் என்று தோன்றுகிறது. இந்தச் சங்கடத்திலிருந்து விடுபட மீண்டும் அறிவுகெட்டு அவளைத் தழுவிக்கொண்டு சங்கடத்தில் விழித்தெழ வேண்டும். பாதுகாப்பு பெற அவளிடமே போக வேண்டும். சக்கரம், கர்ம சக்கரம்[41], இது ரஜோ குணம்[42]; காமத்தை நான் விட்டாலும் காமம் என்னை விடவில்லை.

குழம்பிப்போய் எதுவும் பேசமுடியாமல், உட்கார்ந்திருந்த பிராமணர்களைவிட்டு, பூஜை அறைக்குப் போனார். கடவுள் துதி பாடினார். பழக்கப்படி 'உண்மையைச் சொல்லாமலிருந்தால் மடியில் கட்டிக்கொண்ட நெருப்புத் துண்டைப் போல் எரிந்தால்... இனிமேல் என்றைக்கும் மாருதியின் முகத்தை என்னால் பார்க்க முடியாது; களங்கமுற்ற மனதோடு நோயாளியான மனைவிக்குப் பணிவிடை செய்ய முடியாது; தெய்வமே, இந்தச் சங்கடத்திலிருந்து என்னைக் காப்பாற்றப்பா! சந்திரி வந்திருக்கிறாளா, சொல்லி விடுவாளோ!' என்று பதற்றத்தோடும் பயத்தோடும் வெளியே வந்தார். பிராமணர்கள் காத்துக்கொண்டிருந்தார்கள். மீண்டும் பிணந்தின்னும் கழுகுகள் வந்து வீடுகளின்மீது உட்கார்ந்திருந்தன. ஆசார்யார் கண்மூடி மூச்சிழுத்து தைரியத்தை வரவழைத்துக் கொண்டார். ஆனால், வெளிவந்த வார்த்தைகள் மட்டும் 'நான் தோத்துட்டேன். மாருதியின் கட்டளை கெடைக்கலே! எனக்கு எதுவும் தெரியலே. இப்போ நீங்க ஒங்க மனசுக்குத் தோணறதைப் பண்ணுங்கோ.'

பிராமணர்கள் எல்லோரும் அதிர்ச்சியில் 'ஹா' என்றனர். 'சே சே' என்றான் கருடாசார்யா. நேற்று வயிறுநிறைய தின்றிருந்ததினால் சற்று தெம்போடிருந்த தாசாசார்யா சொன்னான், 'அப்படீன்னா என்ன பண்றது? கைமரத்து அக்ரஹாரத்துக்குப் போவோம். அங்கே பண்டிதர் சுப்பண்ணாசார்யாரைக் கேட்டுப்பார்க்கலாம். நம்ம ஆசார்யருக்குத் தெரியாதது அவருக்குத் தெரிஞ்சிருக்கும் னுட்டு சொல்லலே. அவருக்கும் தெரியாமப் போயிட்டா, நேரா நடந்து மடத்துக்கே போயி சுவாமிகளையே கேட்டுடலாம். இந்த துர்நாத்தத்துலே சவத்தை வச்சுண்டு சாப்பாடு தண்ணியில்லாம அக்ரஹாரத்துலேயே கெடக்க முடியமா? குருவைத் தர்சனம்

[41] *கர்ம சக்கரம்:* வினைவலிக் கோட்பாடு. முற்பகல் செய்யின் பிற்பகல் விளையும் எனும் ஊழ்வினைக் கோட்பாடு.

[42] *ரஜோகுணம்:* அளவிலா வேட்கைகொள்வது, ஆற்றலுடன் திகழ்வது.

பண்ணமாதிரியும் ஆகும். அதுவுமில்லாம திரயோதசி நாள், மடத்துலே ஆராதனையும் வேற இருக்கு. என்ன சொல்றேள்? கைமரத்துக்கு நடந்து பூணூலை மாத்திண்டுடலாம். அங்கே பிராமணாள், 'சாப்பிட வாங்கோ'ன்னு சொல்லாம இருப்பாளா? பொணம் இருக்கிற அக்ரஹாரத்துலே சாப்பிடக்கூடா துன்னு நியமம் இருக்கே ஒழிய, கைமரத்துலே என்ன தோஷம்? என்ன சொல்றேள்?'

எல்லாப் பிராமணர்களும் 'சரி சரி' என்று ஒப்பினர். லக்ஷ்மணாசார்யா நினைத்துக்கொண்டான்: 'கைமரத்துலே வெங்கண்ணாசார்யா ஒரு நூறு தொன்னை, ஒரு ஆயிரம் காய்ஞ்ச எலை வேணும்னு சொல்லியிருந்தான். எடுத்துண்டு போய் கொடுத்த மாதிரியும் ஆச்சு. கருடாசார்யனுக்கும் ஸ்ரீகுருக்களிடம் சற்று விவகாரம் பேசவேண்டியிருந்தது. பிராணேஸாசார்யாருக்கு இந்த யோசனையினால் பெரியதொரு சுமை இறங்கி, களைப்பாறியதைப் போலிருந்தது.

தாசாசார்யா தன்னுடைய பேச்சை எல்லோரும் ஏற்றுக் கொண்டதைக் கண்டு, மிகவும் மகிழ்ந்துபோனவனாக, 'மூணு நாளைக்காவது நாம அக்ரஹாரத்தைவிட்டு இருக்கவேண்டி இருக்கும். பொம்மனாட்டிகள், தொழந்தைகள் கதி என்னாறது? இப்போதைக்கு அவாளை அவா அம்மா வீட்டுக்கு அனுப்பிடுவோம்!' என்றான். அதற்கும் எல்லோரும் ஒப்புக்கொண்டனர்.

14

வீட்டுக்குத் திரும்பிய துர்காபட்டன் 'இந்தத் தாலியறுத்த மாத்வனுங்களோட சேர்ந்ததுனால நானுங்கெட்டேன்' என்று எண்ணிக்கொண்டே, வண்டி வைத்துக்கொண்டு மனைவி மக்க ளோடு அவனது மாமியாரின் ஊருக்குப் போய்விட்டான். லக்ஷ்மணாசார்யா வாழையிலை தொன்னைகளைக் கட்டிக் கொண்டு, தாசாசார்யா வழியில் உதவுமென்று வறுத்த கடலையைக் கட்டிக்கொண்டு, பெண்கள் பிள்ளைகளைத் தாய்வீட்டுக்கு என்று எழுப்பி, லக்ஷ்மி தேவம்மாவை லக்ஷ்மணனின் மாமியார் வீட்டுக்கு அனுப்பிவைத்து, பிராமணர்கள் எல்லோரும் பிராணேஸா சார்யாருடைய திண்ணையில் வந்துசேர்வதற்குள் ஆசார்யரின்

மனைவி வீட்டுவிலக்காகிவிட்டிருந்தாள். ‘படுக்கையிலேயே கிடக்கும் இவளை நான் விட்டுட்டு வர்றமாதிரியில்லே. நீங்க புறப்படுங்கோ’ என்று ஆசார்யார் சொன்னார். ‘சரி’ என்று பிராமணர்கள் வெளியே வந்து, வீடுகளின் மீது உட்கார்ந்திருந்த கழுகுகளைப் பொருட்படுத்தாமல் விருவிருவென்று கைமரத்து வழிநோக்கி நடக்கத் துவங்கிவிட்டனர்.

கைமரம் சேரும்போது நடுப்பகலின் அனல் குறைந்து மாலையாயிருந்தது. குளித்து பூணூல் மாற்றி, கோபி சந்தனம் முதலானவற்றைப் பூசி, சுப்பண்ணாசார்யரின் திண்ணையின் மீது உட்கார்ந்தனர். ‘முதலில் சாப்பாடாகட்டும்’ என்றார் பண்டிதர். அந்தக் குறிப்புக்காகவே காத்திருந்த பிராமணர்கள் சுடச்சுட சாதத்தையும் குழம்பையும் உள்ளேயிருக்கும் பரமாத்மனைச் சென்றடையும்படி வயிறார உண்டு, இதமான ஆயாசத்தோடு, சுப்பண்ணா சார்யரைச் சுற்றி அமர்ந்தனர். சுப்பண்ணாசார்யார் ஜோதிடரானதால் நாரணப்பா இறந்த வேளை, அமிர்தமோ விஷமோ என்று தெரிந்தால் தகனத்திற்குத் தகுதியா இல்லையா என்பது புலப்படலாம் என்று, கண்ணாடியைப் போட்டுக் கொண்டு பஞ்சாங்கத்தைப் பார்த்து, சோழிகளை உருட்டி ‘ஷ் ஷ்’ என்றார். ‘பிராணேஸாசார்யருக்குத் தெரியாததெ நான் எப்படிச் சொல்ல முடியும்’ என்று தலையை ஆட்டினார். தாசாசார்யனுக்கு இதனால் சந்தோஷமே மேலோங்கியது; புறப்பட்டவர்கள் அப்படியே மடத்திற்குப்போய் ஆராதனையின் பிரசாதம் பெற்றுக் கொண்டு வந்துவிடலாமே என்று.

‘இருட்டாயிடுத்தே! இன்னைக்கி ராத்திரி இங்கேயே தங்கி யிருந்து, காலம்பற எழுந்துபோகலாமே’ என்று கைமரத்தவர்கள் செய்த உபசாரத்தைப் பிராமணர்கள் வேண்டாம் என்று மறுக்க வில்லை. ஆனால் காலையில் எழுந்தபோது, தாசாசார்யனுக்குக் காய்ச்சல்கண்டு படுத்தபடியே இருந்தான். எழுப்பியபோது அவனுக்கு நினைவே இல்லை. நிறைய சாப்பிட்டுவிட்டு அஜீர்ணமா இருக்கலாம் என்று கருடாசார்யா சமாதானம் சொன்னான். ‘பாவம்! அவனுக்கு ஆராதனைச் சாப்பாடு கொடுத்து வைக்காமல் தவறிப்போய்விட்டதே’ என்று ஏழைப் பிராமணர்கள் வருத்தப் பட்டனர். அவசர அவசரமாக எழுந்து முகம் கழுவிக்கொண்டு ஊறவைத்த அவலையும் தயிரையும் சாப்பிட்டு, நிதானமாக இருபதுமைல் நடந்து இருட்டுகின்ற நேரத்தில் இன்னொரு அக்ரஹாரத்தை அடைந்தனர். அன்று இரவு அங்கேயே உணவு உண்டு, மறுநாள் காலையில் எழுந்தபோது பத்மநாபாசார்யா

காய்ச்சல்கண்டு படுத்திருந்தான். நடந்த களைப்பாக இருக்கும் என்று அவனை அங்கேயே விட்டுவிட்டு மீண்டும் பத்துமைல் நடந்து மடத்தைச் சேரும்போது பகல் பூஜைக்கு முரசு அடித்துக் கொண்டிருந்தனர்.

15

படுத்த படுக்கையாகி, காய்ச்சல் வந்து வீட்டுவிலக்கான மனைவியை விட்டால், கழுகு-காக்கைகளைத் தவிர மனிதப் பிறவி எதுவும் காணப்படாத அக்ரஹாரத்தில் பிராணேஸாசார்யார் ஒருவரே மீந்திருந்தார். பூஜை புனஸ்கார கர்மங்கள் நின்றுபோய் வெறுமை யாகிப் போன பயங்கர அமைதி; சூன்யம் மண்டிக் கிடந்தது. மூக்கைத் துளைத்து மூச்சடைப்பதைப் போலிருந்தது துர்நாற்றம். வீடுவீடாக அமர்ந்திருந்த கழுகுகள் நாரணப்பாவின் பிணத்தை மறக்கவிடாமல் வாட்டின. பூஜையறைக்குச் சென்ற பிராணேஸா சார்யார், எலியொன்று வந்து எதிர்வலமாகச் சுற்றி மல்லாந்து விழுந்து சலனமற்றுப் போனதைக் கண்டு, அருவருப்போடு அதன் வாலைப்பிடித்துத் தூக்கி பின்பக்கமாகப் போய் போட்டுவிட்டு வந்தார். உள்ளே வந்ததும் காக்கை கழுகுகளின் கடுமையான போராட்டத்திற்குப் பயந்துபோய் மீண்டும் வெளியே வந்தார். நடுப்பகலின் மயான அமைதியான வெய்யிலில் கண்களைத் திறந்து பார்க்கமுடியாமல் 'ஹூம்' என்று வீணாகக் கத்தினார். வயிற்றுச் சங்கடம் தாங்க முடியாமல் அலைந்து, வேட்டியில் சில ரசவாழைப்பழங்களைக் கட்டிக்கொண்டு போய் ஆற்றில் குளித்து விட்டு, ஆற்றைத்தாண்டி, மரத்து நிழலில் உட்கார்ந்து தின்றார். சோர்வு நீங்கி ஆறுதலாக இருந்தது. சந்திரி தன் மடியில் இருந்த பழத்தை, தின்ன வைத்த இருட்டின் நினைவு வந்தது.

அப்போது, தான் அவளைத் தொட்டது பரிதாப உணர்வினாலா? சந்தேகம் ஏற்பட்டது. பரிதாபத்தில், இரக்கத்தின் உருவத்தில் என்னை இவ்வளவு நாட்களும் நடத்திக்கொண்டு வந்த தர்மம், பழக்கப்படுத்திய புலியைப் போன்ற காமமாகத்தான் இருந்திருக்க வேண்டும்; அவ்வளவுதான். சந்திரியின் முலை தன்மீது பட்ட உடனே 'ஜிவ்'வென்று தன் இயல்பான போக்கிற்குத்தாவி, தன் பல்லைக்காட்டிவிட்டது.' நாரணப்பா சொன்னது நினைவுக்கு வந்தது: 'வெல்லப்போவது நானா, நீங்களா பார்ப்போம்...

மத்சியகந்தியைத் தழுவிக்கொண்டு படுத்து...' நமது செயல்களுக் கெல்லாம் நேரெதிரான பலனே கிடைக்கின்றது என்பதற்கு ஒரு கதை சொன்னான். நான் சாகுந்தலம் படிக்கும்போது அவன் சொன்னதைப் போலவே நடந்திருக்கவேண்டும். நாரணப்பாவால் அல்ல, என்னுடைய பிடிவாதத்தினால், என்னுடைய செயல்களால் இந்த அக்ரஹாரத்து வாழ்க்கை தலைகீழாகிவிட்டிருக்கலாம்.

எந்த இளைஞன் அப்படி ஆற்றுக்குப் போய் தாழ்ந்தகுலப் பெண்ணொருத்தியைத் தழுவிக்கொண்டிருந்திருப்பான் என் வர்ணனையைக் கேட்டு? சகுந்தலையை மனதிற்குக்கொண்டு வருமளவுக்கு இருக்கும் புலையர் சேரிப்பெண் யாராக இருந்திருக்கும்? ஆசார்யாரின் கற்பனை முதன்முறையாகத்தான் என்றும் கவனிக்காதிருந்த, தீண்டத்தகாத, தாழ்ந்த ஜாதிப் பெண்களை எல்லாம் இழுத்துவந்து ஆடைகளை அவிழ்த்து அம்மணமாக்கிப் பார்த்தது. யார்? யார்? பெள்ளியா! ஆமாம் பெள்ளிதான்.

முன்னெப்போதும் பொருட்படுத்தாத அவளது மண்நிற முலைகள் கற்பனையில் வந்து உடம்பெல்லாம் 'கும்'மென்று சூடேறியது. தன் கற்பனையைக் கண்டு தானே மலைத்தார்; அஞ்சினார். நாரணப்பா கேலியாகச் சொன்னான்: 'பிராமணியம் நிலைக்க வேண்டுமானால் புராணங்களை அர்த்தம் புரியாமல் படிக்க வேண்டும்' என்று. தன்னிடமிருந்த இரக்கத்தில், ஞானத்தில் பிற பிராமணர்களின் மடமையில் இருந்திராத, வெடித்துக் கிளம்பும் தீப்பொறி ஒன்று அடங்கியிருந்திருக்க வேண்டும். இப்போது 'ஜிவ்'வென்று பழக்கப்பட்ட புலி பாய்ந்து பல்லைக் காட்டுகிறது.

***

எழுந்துபோய் சந்திரியின் முலைகளை மெல்லென அழுத்திப்பார்க்க வேண்டும்போல் இருந்தது; அனுபவப்பட மீண்டும் வேட்கை பிறக்கிறது. இவ்வளவு நாளும், தான் வாழவே இல்லை; செய்ததையே செய்துகொண்டிருப்பது, சொல்லிய காயத்ரி மந்திரத்தையே சொல்லிக்கொண்டு அனுபவம் அற்றவனாக இருந்துவிட்டேன். அனுபவம் என்றாலே எதிர்பாராததுதான். இல்லாமலிருந்த ஒன்று, இருட்டில் காட்டினுள் வேண்டாமலேயே வந்து சேர்ந்துகொள்வது, விரும்பியது கைகூடுவது, பெரிய அனுபவமென்று எண்ணியிருந்தேன். நாம் எண்ணிப்பார்க்காமல் இருக்கும் ஒன்று நாம் எதிர்பாராத வேளையில் நம்மோடு வந்து சேர்ந்துகொள்வதே அனுபவமென்று இப்போது தெரிகிறது.

எனக்குப் பெண்ணின் தொட்டுணரும் அனுபவம் ஆனதைப் போல நாரணப்பாவும் இருளில் எதிர்பாராத வகையில் பரமாத்மனைத் தொட்டு உணர்ந்திருந்தால்! பெய்த மழைக்கு மிருதுவாகி, அணைத்த மண்ணினால் புளகாங்கிதம் அடைந்து கொட்டையின் ஓடு உடைந்து முளைவிடுகிறது. அடம்பிடித்தால் வெறுங் கொட்டையாகவே உலருகிறது. நாரணப்பா அடம்பிடித்து கொட்டையாகவே இருந்து, இப்போது செத்து நாறிக்கொண்டிருக்கிறான். சந்திரியைத் தொடும் வரையிலும் நானும் அவனைப் பொறுத்தவரையில் 'எதிர்ப் பிடிவாத' கொட்டையாகவே இருந்தேன். நான் காமத்தை விட்டாலும் காமம் என்னை விடாததைப் போல இயல்பாகவே ஏன் பரமாத்மா நம்மை வந்து தொட்டுவிடக் கூடாது?

'இப்போது, சந்திரி எங்கே? எனக்குத் தொல்லை ஏற்படக்கூடாது என்று பிணத்தோடு போய் உட்கார்ந்துவிட்டாளா? அந்த துர்நாற்றத்தை எப்படி சகித்துக்கொள்வாளோ?' கலங்கிப் போனார். ஆற்றுநீரில் விழுந்து நீந்தினார். இங்கேயே, இப்படியே நீந்திக் கொண்டே இருந்துவிடலாமென்று தோன்றியது. தாயின் கண்ணுக்குத் தப்பி ஆற்றில் நீந்துவதற்கு தான் சிறுவனாக இருந்தபோது ஓடிய நாட்கள் நினைவுக்கு வந்தன. எவ்வளவு ஆண்டு களுக்குப் பிறகு எனது சிறுவயது ஆசை இப்படித் திரும்பி வந்திருக்கிறது என்று வியப்பேற்பட்டது. தாய்க்குத் தெரியாமல் இருக்கட்டுமென்று, நீந்தி, மணலில் படுத்து உடம்பை உலர வைத்துக்கொண்டு போவேன். தண்ணீரில் நீந்திய பிறகு காய்ந்த மணலில் புரள்வதற்கு ஈடான சுகம் வேறெங்கே உண்டு? அக்ரஹாரத்துக்கு திரும்ப மனம் வரவில்லை. விருட்டென்றெழுந்து வந்து மணலில் படுத்துக்கொண்டார். நடுப்பகல் அனலில் உடம்பு நொடியில் காய்ந்து முதுகு சுடத்தொடங்கியது.

சட்டென்று ஏதோ எண்ணம் வந்து எழுந்தார். மண்ணை முகர்ந்து பார்த்துக்கொண்டு நடக்கும் மிருகத்தைப் போல தாம் சந்திரியைக் கூடிப்புணர்ந்த காடு நோக்கிச் சென்றார். பட்டப்பகலிலும் மப்பும் மந்தாரமாக இருந்தது. அடர்ந்த புதர்களின் கும்மிருட்டு; தன் வாழ்க்கை தடம்புரண்ட இடத்தில் உள்ளுணர்வின் வேண்டுதல் என்பதைப் போல வந்துநின்றார். பசுமையான புல்லின்மீது அழுந்திய உடம்பின் அடையாளம் இன்னும் அப்படியே இருந்தது. பிரமை பிடித்தவரைப் போல புல்லின் இதழ்களைப் பிய்த்து முகர்ந்து பார்த்தார். அசிங்கமாக நாறிக்கொண்டிருக்கும் அக்ரஹாரத் திலிருந்து வந்தவருக்கு, பஞ்சு போன்ற பச்சை மண் ஒட்டியிருக்கும் புல்லின் வேர் மணம் இயல்பாக மணத்தது. நிலத்தைக் கிளறும்

கோழியைப் போல கைக்குக் கிடைத்ததைப் பிடுங்கி முகர்ந்தார். இப்படியே மரத்தின் நிழலில் குளுகுளுவென்று உட்கார்ந்திருப்பதே ஒரு பெரும் பேறு என்று பட்டது. இருந்துவிடுவோம். புல்லுக்கு, பசுமைக்கு, மலருக்கு, நோவுக்கு, வெய்யிலுக்கு, குளுமைக்குப் பொருந்தி இருந்துவிடுவது, காமம், நால் வகைப் பேறு இரண்டையும் தள்ளி வைத்துவிட்டு மதம்பிடித்து துள்ளிக் குதிக்காமல் வெறுமே இருந்துவிடுவது. 'இதோ' என்று பரமாத்ம னிடமிருந்து வந்ததை நன்றியோடு ஏற்றுக்கொள்வது. பூமியில் படும் தொல்லைகள் வேண்டாம். கையில் ஒரு சுகந்திமலர்ச்செடி பட்டது. இழுத்தார். கெட்டியாக ஆழமாக வேர்விட்டிருந்த நீண்ட கொடியான சுகந்தி மசியவில்லை. புல்லைப் போலல்லாமல், உதிரியான பச்சைமண்ணுக்கும் அப்பால் கெட்டியான நிலத்தில் அதன் கூரான உணர்வுள்ள வேர் பதிந்திருந்தது. எழுந்து உட்கார்ந்து இரண்டு கைகளினாலும் பிடித்து இழுத்தார். ஆணிவேர் பாதியில் அறுந்துபோய் கொடியாக வளர்ந்த சுகந்தி, கையோடு வந்தது. முகர்ந்தார். ஆழமாக மூச்சை இழுத்துக்கொண்டு வேரை முகர்ந்தார். மண் மற்றும் வானத்தின் குளிர்ச்சி, மற்றும் வெய்யிலின் கலவையாகி, சாரமாகி, உறவாகி சுகந்தியின் வேர் பெற்றிருந்த மணம், ஐம்பொறிகளிலும் இறங்கிற்று. பேராசைக்காரனைப் போல முகர்ந்தவாறே உட்கார்ந்திருந்தார். நறுமணம் மூக்கில் நின்று, அந்நறுமணமே உயிர்மூச்சாகி, பரிமளத்தின் அனுபவம் மறைந்து அதிருப்தி ஏற்பட்டது. வேரை மூக்கினின்றும் தொலைவில் பிடித்து, காட்டின் வாசனையை அனுபவித்து முகர்ந்தபின் மீண்டும் புதியதான சுகந்தியை முகர்ந்தார். எழுந்து காட்டைவிட்டு வெளியே வந்து, நிழலில் நீலமணிகளைப்போல் நிலத்தில் படர்ந் திருந்த விஷ்ணுகாந்தி கொடியின் துண்டுத்துகள்களை – பார்ப்பதே பெருஞ்செல்வம் என்பதைப்போல் – பார்த்துக்கொண்டே நின்றார். மீண்டும் ஆற்றிலிறங்கி நீந்தினார். கழுத்துவரை தண்ணீர் இருக்கும் மடுவில்வந்து நின்றார். மீன்கள் கிச்சுகிச்சு மூட்டுவதைப் போல் அவரது கால்விரல் சந்துகளையும், அக்குளையும், பக்கங்களையும் குத்திகுத்திக் கடித்தன. பிராணேஸாசார்யார், 'அஹ்ஹா' என்று, கிச்சுகிச்சு மூட்டலுக்குக் கூசி ஓடும் சிறுவனைப்போல் தண்ணீரில் விழுந்தடித்து நீந்தி, கரை சேர்ந்து வெய்யிலில் நின்று உலர்த்திக் கொண்டார். மனைவிக்குக் கஞ்சி கொடுக்கும் நேரமாயிற்றென்று உணர்ந்து வேகவேகமாக நடந்து அக்ரஹாரத்துக்கு வந்தார்.

சட்டென்று, அவ்வளவு பிணந்தின்னும் கழுகுகளைக் கண்டதும், தலையில் படீரென இடி விழுந்ததைப் போலாயிற்று. வீட்டுக்கு

வந்து பார்த்தால், மனைவியின் முகம் சிவந்துபோய் கொதித்துக் கொண்டிருந்தது. 'இவளே, இவளே' என்று கூப்பிட்டார். பதிலில்லை. காய்ச்சல் ஏறியிருக்குமா? வீட்டு விலக்கானவளைத் தொடுவது எப்படி? 'சே' என்று கரடுதட்டிப் போன தனது தயக்கத்திற்காக நாணி, அவள் நெற்றியைத் தொட்டவர் சடக்கென்று கையை இழுத்துக்கொண்டார். என்ன செய்வது என்று புரியாமல் நெற்றியில் ஈரத்துணியைப் போட்டு, சந்தேகத் தோடு அவளது போர்வையை இழுத்து உடம்பைச் சோதித்துப் பார்த்தார். வயிற்றுப் பக்கத்தில் கட்டி. நாரணப்பாவை விழுங்கிய அதே காய்ச்சலா? தெரிந்த மூலிகைகளெல்லாம் பிழிந்து, அவளின் வாயைத் திறந்து ஊற்றினார். எந்த மருந்தும் தொண்டையில் இறங்கவில்லை. இது என்ன சோதனையென்று சிந்தித்தவாறே அங்கு மிங்குமாக அலைந்தார்.

காக்கை கழுகுகளின் கத்தல்கள் அதிகமாகிப்போய் துர்நாற்றத்தில் புத்தி பேதலித்தவரைப் போலாகி புழக்கடைக்கு ஓடினார். ஒன்றும் புரியாமல் நின்றார். நேரம் போனது தெரியவே இல்லை. சாயங் காலமாயிற்று. காக்கை கழுகுகளெல்லாம் பறந்து போனதைக் கண்டு, சமாதானத்தோடு, காய்ச்சலிலிருக்கும் மனைவியை இப்படித் தனியே விட்டுவிட்டு வந்துவிட்டோமே என்று கலவரப்பட்டு கலங்கிப்போய், வீட்டுப் பின்புறம் வந்தார். ஏதோ ஒரு பயம். விளக்கை ஏற்றி 'இவளே, இவளே' என்றார். பதில் இல்லை. வீடு, வெறிச்சோடிக் கிடந்தது. பிறகு திடீரென்று அதிர்ச்சி அடையும்படியாக மனைவி 'ஓ'வென்று கூக்குரலிட்டாள். நீண்ட, ஆழ்ந்த அலறல், அருவருப்பான குரலொலி அவளது தொண்டை யிலிருந்து வந்ததைக் கேட்டு உயிரையே பிழிவதைப் போலாகி, ஆசார்யார் கடகடவென்று நடுங்கினார்.

உரக்கக் கத்திய ஒலி நின்றவுடன் மின்னல் மின்னி இருண்டு போனதைப் போலாயிற்று. இங்குதான் ஒருவனே தனியாக இருக்க முடியாது என்று பட்டது. தான் என்ன செய்கிறோம் என்று உணர்வதற்கு முன்பே 'சந்திரீ' என்று கூவியபடியே நாரணப்பாவின் வீட்டிற்கு ஓடினார். 'சந்திரீ, சந்திரீ' என்று கூப்பிட்டும் பதிலில்லை. உள்ளே போனார். இருட்டு. நடுவீடு, சமையலறை எல்லாம் தேடினார். இல்லை. மாடிப்படிகளில் ஏறப்போனார். முதல்படியில் கால் வைத்தவுடன், அங்கே பிணம் இருக்குமே என்ற எண்ணம் வந்து, தான் சிறுவனாக இருக்கும்போது, இருண்ட அறைக்குள் போவதற்கு முன்பு உள்ளே பூதம் இருக்குமே என்று பயந்து நடுங்கியதைப் போல இப்போதும் பயத்தால் நடுங்கி மீண்டும் தமது

வீட்டை நோக்கி ஓடிவந்துவிட்டார். மனைவியின் நெற்றியைத் தொட்டுப் பார்த்தார். அது சில்லென்று குளிர்ந்து கிடந்தது.

இரவோடிரவாக லாந்தர் விளக்கைப் பிடித்து நடந்து கைமரம் அக்ரஹாரத்தில் சுப்பண்ணாசார்யாரின் வீட்டுக்குப் பிராணேஸா சார்யார் போய்க்கொண்டிருக்கும்போதே அவர் பின்னாலேயே தாசாசார்யனை எரித்துவிட்டுத் திரும்பிவந்த நான்கு பிராமணர்கள் ஈரக்குளியல் வேட்டிகளைத் தலைமீது போட்டுக்கொண்டு ‘நாராயணா நாராயணா’ என்றனர். அந்தப் பிராமணர்களையே தன்னோடு அழைத்துக்கொண்டு வந்து, மனைவியின் பிணத்தையும் எடுத்துக்கொண்டு போய், விடிவதற்கு முன்பாகவே தீவைத்து எரித்து முடித்தாயிற்று. பிராமணர்களிடம், ‘அக்ரஹாரத்தில் தகனம் செய்யவேண்டிய இன்னொரு பிணம் இருக்கு’ என்று தனக்குத் தானே சொல்லிக்கொள்பவரைப் போல் சொன்னார். ‘நாளைக்கு அதைப்பற்றி குருபெரியவாளிடமிருந்து ஒரு முடிவு தெரிந்துபோய்விடுமே’ என்று இழுத்த பிராமணர்களிடம் ‘நீங்கள் புறப்படுங்கள்’ என்றார். தன்னுடைய தவ பூமியாக இருந்தவள், ஒரு கட்டுப்பாடான வாழ்வின் துணையாக இருந்தவள், தகதகவென்று எரிவதைப் பார்த்தவாறு, பொங்கிவந்த கண்ணீரைத் தடுத்துக்கொள்ளவும் முயலாமல், தனது சோர்வு எல்லாம் கரைந்து போகும்படியாக அழுது தீர்த்தார்.

16

ஆராதனை உணவு முடியும்வரை அமங்கலமாக எதுவும் பேசக் கூடாது என்று பிராமணர்கள் மௌனமாக இருந்து, சுவாமி களிடமிருந்து தீர்த்தம் பெற்றுக்கொண்டு, அறுசுவை பலகார பாயச உணவை உண்டு முடித்தனர். வெறும் ஒவ்வோர் அணா தட்சிணையைக் குருசுவாமி கொடுத்த தனால் லக்ஷ்மணா சார்யனுக்கு ஏமாற்றமாக இருந்தது. ‘சரியான கருமி இந்த குருக்கள்’ என்று முனகிக்கொண்டே இடுப்பில் சொருகிக்கொண்டான். ‘பிள்ளை குட்டி ஒண்ணும் இல்லே; இருந்தும் பணம்னா உயிரையே விடறா!’ உணவு முடிந்தபின் மடத்துக் கூடத்தில் குளுமையான சிமெண்ட் தரையின் மீது சுவாமிகள் காவியுடை அணிந்து, துளசிமணி மாலை போட்டுக்கொண்டு, கருஞ்சாந்து அட்சதை

யிட்டு ரத்தத்தில் பிடித்துவைத்த குண்டுப் பொம்மையைப் போல உட்கார்ந்து, தமது சின்னஞ்சிறிய பாதங்களைத் தேய்த்துக் கொண்டே யோகக்ஷேம நலன்களை விசாரித்தார். 'பிராணேஸா சார்யார் ஏன் வரக் காணோம்? எப்பிடி இருக்கார்? ஆரோக்கியந் தானே? என்ன, செய்தி தெரியுமோன்னோ அவருக்கு?'

கருடாசார்யா தொண்டையைச் சரிப்படுத்திக்கொண்டு, முதலி லிருந்து கடைசிவரை நடந்த எல்லாவற்றையும் விவரமாக முன் வைத்தான்.

குருக்கள் மௌனமாக எல்லாவற்றையும் கேட்டுக்கொண்டு, சந்தேகமே இல்லை என்பதைப் போல சொன்னார். 'அவன் பிராமணியத்தை விட்டாலும் பிராமணியம் அவனை விட்டுடலே. அதாவது அவன் உடம்ப தகனம் பண்றது சரியான யோக்கியமான கடமைதான். ஆனா, தோஷப் பரிகாரமும் ஆகணும். அந்தக் காரணத்துனாலே, அவனோட ஆஸ்திபாஸ்தி, தங்கம் வெள்ளி யெல்லாம் ஸ்ரீ மடத்து கிருஷ்ணதேவருக்குச் சேரணும்.'

கருடன் துணிவை வரவழைத்துக்கொண்டு துண்டினால் முகத்தைத் துடைத்துக்கொண்டு 'சுவாமி, எனக்கும் அவனோட தகப்பனுக்கும் இருந்த வியாஜ்யம்[43] பற்றி ஒங்களுக்கும் தெரியுமோன்னோ! நியாயமா அவன் தோட்டத்து முன்னூறு பாக்குமரமும் அப்படியே எனக்கு.'

லக்ஷ்மணாசார்யா 'ஹ்ஹா' என்று நடுவில் குறுக்கிட்டுச் சொன்னான், 'சுவாமி, இதுலே நியாயம் தர்மம் ஒண்ணும் வேண்டாமா? ஒங்களுக்கே தெரியுமோன்னோ நாரணப்பனோட பொண்டாட்டியும் என் ஆத்துக்காரியும் அக்கா தங்கைகள்னு...'

சிவந்து குள்ளமாக இருந்த சுவாமிகளின் முகத்தில் சட்டென்று கோபம் கொழுந்துவிட்டது.

'எப்படிப்பட்ட நீசர்களையா நீங்கெல்லாம். தெய்வத் தோட சேவைக்கு அநாதைகளோட ஆஸ்தியெல்லாம் சேரவேண்டிய துன்னு முன்னாலேருந்து வந்துண்டிருக்கிற நியமம். அவனோட தகனத்துக்கு நாங்க, ஒங்களுக்கு அனுமதி கொடுக்கலேன்னா நீங்கெல்லாம் அக்ரஹாரத்தையே விடவேண்டிவரும்கிறதை ஞாபகம் வச்சுக் கோங்கோ' என்று இடியாக இடித்தார்.

தப்பாயிற்று என்று மன்னிப்பு வேண்டி இரண்டு பிராமணர் களும் மற்றவர்களோடு, சுவாமிகளை விழுந்து வணங்கி எழுந்து

[43] *வியாஜ்யம்:* வழக்கு, தகராறு, சண்டை.

நின்று, தம்முடனிருந்த குண்டாசார்யனைக் காணாமல் தேடினர். தேடிப் பார்த்தபோது அவன் சாப்பாடும்கூட சாப்பிடாமல் காய்ச்சல்வந்து மடத்து உள்கூடத்தின் மேடைமீது படுத்திருக்கிறான் என்று தெரிந்தது. தகனம் பண்ணவேண்டிய அவசர வேலை இருந்ததால், குண்டாசார்யனை அங்கேயே விட்டுவிட்டு ஊரை நோக்கி பிராமணர்கள் புறப்பட்டுவிட்டனர்.

***

மனைவியின் சவதகனம் ஆனபிறகு அக்ரஹாரத்திற்கு ஆசார்யார் திரும்பவே இல்லை. தம்முடைய பெட்டியிலிருந்த பதினைந்து சரிகைச் சால்வைகளோ, சேர்த்து வைத்த இருநூறு ரூபாய்களோ, மடத்தில் கொடுத்த தங்கத்தில் கட்டவைத்த துளசி மணி மாலையோ அவரது நினைவுக்கு வரவே இல்லை.

கால்போன போக்கில் நடந்துபோவதென்று உடுத்திய துணியோடு கிழக்குத்திசை நோக்கி நடக்கத் துவங்கினார்.

○

பகுதி மூன்று

17

விடியற்காலை சூரியனின் வெய்யில், காட்டில் கோலங்களாகத் தரையில் இறங்கியிருந்தன. களைப்போடு கால்களை இழுத்தவாறு நடந்துகொண்டிருந்த பிராணேஸாசார்யார் வெகுநேரம் தான் போகும்வழி எதுவென்றே புரியாமலிருந்தார். எரிந்துபோகாமல் எஞ்சியிருக்கும் மனைவியினுடைய உடம்பு மிச்சம்மீதிகளையும் எலும்புத் துண்டுகளையும், நாய்-நரிகள் வந்து பிய்த்துப்பிடுங்கு கின்றனவோ என்று எண்ணி, காத்திருந்து, அவற்றை நீரில் கரைத்துவிட்டு வரும் அளவுக்குப் பொறுமை தனக்கு இல்லாமல் போய்விட்டதே என்று ஒருநொடி வேதனையாயிற்று. எல்லா வற்றையும் பின்னால் விட்டுவிட்டு கைவீசிக்கொண்டு புறப்பட்ட தனக்கு, எந்தக்கட்டும் தொல்லையும் இனி இல்லையென்று தன்னையே சமாதானப்படுத்திக்கொண்டார். கால்போன போக்கில் போய்விடுவதென்று முடிவு செய்துவிட்டோம்; அந்த முடிவுக்குச் சரியாக நடந்துகொள்வது என்று மனதை ஒருநிலைக்குக் கொண்டுவர முயன்றுகொண்டே நடந்தார்.

முன்பு, மனது விழிப்போடிருந்தபோதெல்லாம் அலையும் மனதை ஒருமுகப்படுத்திக்கொள்ள, 'அச்யுதாநந்த கோவிந்த' என்று கடவுள் நாமத்தை உச்சாடனம் செய்ததைப் போலவே, இப்போதும் செய்ய எண்ணினார். 'யோகோ சித்தவிருத்தி நிரோதஹ'[44] என்று நினைவுபடுத்திக்கொண்டார். மீண்டும் 'சே' என்று நொந்துகொண்டார். நாமஸ்மரணையின் நிம்மதியையும் துறந்து நில் என்று விழிப்போடு சொல்லிக்கொண்டார். மரக் கிளைகள் கொடுத்த வடிவத்திற்கேற்ப உருமாறி, வெய்யில் பெற்றுக் கொள்ளும் கோலத்தைப் போலவே தற்போதைக்கு மனது இருந்து விட்டுப் போகட்டும். ஓய்வு எடுத்துக்கொள்ளட்டும். வானத்தில் வெளிச்சம், மரத்தின் கீழே நிழல், தரையின் மீது கோலம். வாய்ப்பிருந்து மழைச்சாரல் தொடுமானால் வானவில். உயிர், வெய்யிலைப் போலிருந்துவிட வேண்டும்; வெறும் ஒரு விழிப்பாகி,

[44] *யோகோ சித்த விருத்தி நிரோதஹ:* யோகப் பயிற்சியின் வழியாக புலன்களையும் மனதையும் அடக்கியாள்வது; அதற்கான வழிமுறைகள் பற்றிக் கூறுவது.

வெறும் ஒரு வியப்பாகி. வானத்தில் இறக்கைகளை விரித்து அசையாமல், மனதார மிதக்கும் கருடனைப்போல கால்கள் நடந்து கொண்டிருக்கின்றன. கண்கள் பார்த்துக்கொண்டிருக்கின்றன, காதுகள் கேட்டுக்கொண்டிருக்கின்றன – எதிர்பார்ப்பு என்று ஒன்றில்லாமல் ஆகிவிட வேண்டும். அப்போது உயிர், எதையும் ஏற்றுக்கொள்ளும் பக்குவத்தை அடைந்துவிடுகிறது. இல்லாமல் போனால், எதிர்பார்த்து, விரும்பி, ஓடாகி, உலர்ந்த கொட்டையாக கெட்டிதட்டிப் போய்விடும்; கற்பதே ஒரு குருட்டுப் பாடமாகி விடும். கனகனின் மனது வெறும் ஒரு விழிப்பு வியப்பானதினால் குருவின் எதிரில் வந்து கேட்டான். யாருக்கும் தெரியாமல் எங்கே போய்த் தின்னுவது இந்த வாழைப்பழத்தை? கடவுள் எல்லா இடத்திலும் இருக்கிறானே! கடவுள் எனக்கு வாயினால் முணுமுணுக்கும் குருட்டுப் பாடமாகிவிட்டான்; கனகனுக்கு இருந்ததைப் போல வியப்பு, விழிப்பு ஏற்படவேயில்லை. அதனால் இனி தெய்வம் எனக்குத் தேவையில்லை!

'கடவுளைவிட்ட பின்பு, குரு சம்பந்தம், பெற்றோர் சம்பந்தம், தெய்வ சம்பந்தம் பற்றி இருக்கும் அக்கறைகளையும் விட வேண்டும். அப்படியென்றால் சமூகத்தைவிட்டு விலகி நிற்க வேண்டும். அந்தக் காரணத்தினாலேயே கால் போகும் வழியில் நடந்துபோய் விடுவதென்று முடிவு செய்து புறப்பட்டுவிட்ட உறுதி என்னவோ சரிதான். வழியில்லாத இந்தக் காட்டில் இப்படியே நடந்துகொண்டே இருக்க வேண்டும். சோர்வு ஏற்பட்டால், பசிவந்தால், தாகமேற்பட்டால் – பிராணேஸாசார்யாரின் சிந்தனைத் தொடர் சட்டென்று நின்றது. 'இன்னொரு ஆத்ம வஞ்சனை யின் குகையொன்றை நோக்கி நான் சென்றுகொண்டிருக் கிறேன். கால்போன போக்கில் நடந்து போவதென்று முடிவெடுத் திருந்தும், தொலைவில் எங்கோ மாடுமேய்க்கும் சிறுவனின் குழலோசையிலிருந்து, பசுக்களின் கழுத்திலிருக்கும் மூங்கில் மணிகளின் நாதத்திலிருந்து நான் ஏன் எட்டிப்போகாமல் நடந்தேன்? என்னுடைய முடிவு எதுவாக இருந்தாலும் கால்கள் மட்டும் ஜனங்களின் இருப்பிடத்திற்கு அருகிலேயே என்னை நடக்க வைக்கின்றன. என் உலகத்தின் எல்லை இது. என்னுடைய சுதந்திரத்தின் அளவு இது. மனித உறவில்லாமல் என்னால் இருக்க முடியாது. துறவியின் கோமணக் கதையைப் போன்று தான். கோவணத்தை எலிகள் கடித்துவிடும் என்று பூனை வளர்த்தான்; பூனைக்குப் பால் வேண்டுமென பசு வளர்த்தான். பசுவைப் பார்த்துக்கொள்ள பெண்ணைக் கட்டிக் கொண்டான்.'

பிராணேஸாசார்யார், பலாமரம் ஒன்றின் அடியில் அமர்ந்தார். முதலில் இந்த விஷயத்தைச் சரியாகப் பார்க்க வேண்டும். சற்றேனும் வஞ்சனை செய்துகொள்ளாமல் என்னுடைய வருங்கால வாழ்க்கையை நடத்தவேண்டும். தெளிவாக ஆராய்ந்து பார்க்கலாம். மனைவியை எரித்த பின்னால் ஏன் இப்படி நடந்து வந்துவிட்டேன்? அக்ரஹாரம் நாறுகின்ற காரணத்தால் அங்கே திரும்பிப் போக அருவருப்பாக இருந்தது. இது என்னுடைய உயிரும் உள்ளமும் ஒப்பும்படியான காரணம். மூக்குக்கு உணர்ந்த அசிங்கம், அருவருப்பு உணர்வுகள் சரிதான். பிறகு? என்னை வழிகாட்டுதலுக்காக முன்நிறுத்திய பிராமணர்களை மீண்டும் சந்திக்க விருப்பமில்லாமல் போனது. இதற்குக் காரணம்? பிராணேஸாசார்யார் கால்களை நீட்டி களைப்பைப் போக்கிக்கொள்ள முயன்று தன் மனது தெளிவடைவதற்காகக் காத்திருந்தார். அவர் அறியாமல், அவர் பக்கத்தில் ஒரு கன்று வந்து நின்றது. அவரது கழுத்தை, முகத்தைத் தூக்கி முகர்ந்து மூச்சுவிட்டது. பிராணேஸாசார்யார் உடல் சிலிர்த்துப்போய் சூடேறி திரும்பினார். வயதுக்குவந்த கன்றின் ஆவலோடான நட்புபூர்வமான கண்களைப் பார்த்து ஏதோ ஒன்று உள்ளேயிருந்து பொங்கிப்பெருகியதைப் போல உணர்ந்தார். கன்றின் கழுத்தைத் தழுவித் தடவிக் கொடுத்தார். கழுத்தைத் தூக்கி, நெருங்கி நெருங்கி நகர்ந்து, தடவும் கையில் தனது மயிர் சிலிர்க்கும் தேகத்தையெல்லாம் நீட்டி உராய்ந்த கன்று புளகித்துப் போய் அவர் காதுகளையும் கன்னங்களையும் தன் இதமான சுரசுரப்பான நாக்கினால் நக்கத்தொடங்கியது. கூச்சமெடுத்து, பிராணேஸாசார்யார் எழுந்து நின்று, கன்றுக் குட்டியோடு விளையாடும் ஆசையோடு, அதன் கழுத்தின்கீழே கைவைத்து 'உப்உப்உப்' என்றார். கன்று இரண்டு கால்களையும் தூக்கி எழும்பி 'ஐங்க்' என்று பாய்ந்து, வெய்யிலில் குதித்துக்குதித்து ஓடி மறைந்துபோயிற்று. பிராணேஸாசார்யார் என்ன யோசித்துக் கொண்டிருந்தோம் என்று நினைவுபடுத்திக்கொள்ள முயன்றார். 'அதுதான், நான் ஏன் மீண்டும்போய் பிராமணர்களைச் சந்திக்கவில்லை என்னும் கேள்விதானே?' ஆனால் உள்ளம் கட்டுப்படவில்லை. பசிக்கிறது. இங்கே பக்கத்திலிருக்கிற கிராமத்திற்காவது போய் பசியாற்றிக்கொள்ள வேண்டுமென்று எண்ணி நடந்தார். மாட்டுச் சாணம் மிதித்திருந்த அடையாளங்களையே குறியாக வைத்துக் கொண்டு ஒரு மணிநேரம் காட்டில் சுற்றியலைந்த பின்பு ஒரு மாரியம்மன் கோவில் தென்பட்டது. பிராமணர்களின் அக்ரஹாரமாக இல்லையே என்று எண்ணிக்கொண்டார். சற்று

தொலைவு போய் கிராமத்தின் ஒரு முனையிலிருந்த மரத்தடியில் உட்கார்ந்தார்.

வெய்யிலேறிக்கொண்டிருந்ததால் மரத்தின் நிழலிலும் புழுங்கி தாகமெடுத்து, யாராவது கௌடன் ஒருவனின் கண்ணில் தான் பட்டால், பால்-பழம் கொண்டுவந்து தருவானே என்று ஆசைப் பட்டார். எருமைகளை ஏரிக்கு ஓட்டிக்கொண்டு வந்துகொண் டிருந்த ஒரு கௌடன் நெற்றியில் கைவைத்து உற்றுப்பார்த்து நெருங்கிவந்து நின்றான். வாய்நிறைய வெற்றிலை பாக்கு நிரப்பி, கடா மீசைவிட்டு தலைக்குக் கட்டம்போட்ட துண்டு ஒன்றைத் தலைப்பாகையாகச் சுற்றியிருந்தவன் கிராமத்து பெரிய கௌடனாக இருக்கலாம் என்று பிராணேஸாசார்யார் ஊகித்தார். தான் பார்த்தறியாத ஒரு ஆள் கிடைத்ததில் அவருக்கு ஆறுதலாக இருந்தது. வெற்றிலைபாக்கு நிரம்பியிருந்ததால், வாயைத் தூக்கி கௌடன் கையால் சைகை செய்து எங்கிருந்து வந்தவர் என்று கேட்டான். தான் பிராணேஸாசார்யாரென்று இந்த கௌடனுக்குத் தெரிந்திருந்தால் வெற்றிலைபாக்கு நிரம்பிய வாயோடு இப்படி மரியாதையில்லாமல் எதிரில் நின்று கேட்டுக்கொண்டிருக்க மாட்டான். ஆசார-சம்பிரதாயங்களையும் பொறியுணர்வு களையும் துறந்து நின்றால் உலகம் தன்னை, 'இவனென்ன பார்ப்பான்' என்று இழிவாகத்தானே முடிவுகட்டிக் கொள்ளும். அதனால் அவருக்குச் சற்று தயக்கமேற்பட்டது. அவரிடமிருந்து பதில் வராமல் இருந்ததைக் கண்டு, கௌடன் வாயிலிருந்த வெற்றிலைச்சாற்றைத் துப்பி விட்டுவந்து சற்று நெருக்கமானவனாக, மீசையில் ஒட்டியிருந்த சிவப்புச் சாற்றைத் துணியினால் துடைத்துக் கொண்டே, 'எந்தப் பக்கம் போறவியிங்க?' என்று கேள்விக்குறியோடு பார்த்துக் கேட்டான். பிராமணனை 'எங்கே' என்று கேட்பது நல்லதில்லை என்று மரியாதை காட்டினானே என்று பிராணேஸாசார்யாருக்கு ஆறுதலாக இருந்தது. ஆனால், என்ன பதில் சொல்லவேண்டு மென்று தெரியாமல், 'இப்படீ...' என்று கையை நீட்டிக் காட்டி வேர்வையைத் துடைத்துக்கொண்டார். கடவுளின் தயவால் கௌடனுக்குத் தன்னை அடையாளம் தெரியவில்லை என்று நிம்மதியடைந்தார்.

'மலமோட்டுக்குக் கீழ்ப்பக்கத்தவங்களா, எப்பிடி?' என்று கௌடன் தெரிந்துகொள்ளும் ஆர்வத்தோடு இன்னொரு கேள்வியைப் போட்டான்; சுலபமாக பொய் சொல்ல முடியாத பிராணேஸாசார்யாரின் வாய் 'ஹா' என்றது.

'தக்சினேக்குப் பொறப்பட்டிய போலெருக்கு!'

பிராணேஸாசார்யருக்குச் சட்டென்று தலைதாழ்த்திக் கொள்ளும்படியாயிற்று. தன்னை ஒரு பிச்சை எடுக்கும், தட்சிணைக்கு அலையும் பிராமணன் என்று இந்தக் கௌடன் கருதிக்கொண்டானே! தேஜஸ், கலை, காம்பீர்யம் எல்லாம் போய் இப்போது, தான் தட்சிணைக்கு அலையும் பார்ப்பானைப் போலவே அவனுக்குத் தெரிந்திருக்க வேண்டும். வினயத்தைக் கற்றுக்கொள்ள முதல் பாடம் துவங்கியுள்ளது; வணங்கிவிடு, வளைந்துகொடு என்று எண்ணிக்கொண்டு 'ஹா' என்றார். மீண்டும் அறிமுகம் இல்லாத ஒருவனின் கண்களின் எதிரில் தான் விரும்பிய வடிவத்தை, தனித்துவத்தை மேற்கொள்ள முடியும் என்பது தன் சுதந்திரத்தின் எல்லை விரிவடைந்ததைப் போலிருந்தது.

'இவத்துல எங்கியும் பாப்பாருங்க ஊடுயில்லிங்களே!' என்று கௌடன் எருமைமீது சாய்ந்து நின்றான்.

'அப்படியா?' என்றார் பிராணேஸாசார்யார், அலட்சியமான குரலில்.

'சுமாரா பத்துப்பன்னெண்டு மைலுக்கு அவத்தால ஒரு பாப்பாருங்க அக்ராரம் இருக்குதுங்க.'

'ஓஹோ...'

'வண்டித்தடமா போனியள்னா கொஞ்சம் தூரமாவுமுங்க. கொடிவழியா போனா கிட்டதானுங்க...'

'சரி.'

'இங்கெயெ கெணறு கெடக்குதுங்க... கொடம் கொடுக் கறேனுங்க... தண்ணி சேந்தி குளிச்சுப்புடுங்க. அரிசி பருப்பு, தாறனுங்க... அடுப்பேத்தி பொங்கித் தின்னலாமுங்க. ஆயாச மாயிப் போயிருக்கும். பாவம். அக்ரஹாரத்துக்குப் போவணும்னா சொல்லுங்க. வண்டிக்கார சேஷப்பன் இங்க ஒரம்பர ஊட்டுக்கு வந்துருக்கானுங்க. அவன் வண்டி காலியாத்தான் போவுமுங்க. அக்ராரத்துக்கு அவத்துல தாங்க அவன் இருக்கிறது... ஆனா, அவன் சொல்றதப் பாத்தா அந்த அக்ரகாரத்துக்குப் போறதுக்கு இஷ்டப் படுவீங்களோ இல்லியோ தெரியாதுங்க. ஒரு பொணமுங்க. அவத்துல மூணு ராவு மூணு பகலா அளுவிகிட்டு கிடக்குதாமுங்க! பாப்பாரப் பொணம்... உஸ்... சேசப்பா சொன்னா னுங்க; ராவோட ராவா அந்தப் பொணத்தங்க... கொளுத்தணும்னு கேக்கறதுக்கு அந்தப் புண்ணியவான்ற வைப்பாட்டி சேசப்பன் ஊட்டுக்கு வந்ததுங்களாமுங்க. உஸ்... பாப்பாரங்க பொணம் இப்படி அளுவிக்கிட்டிருக்குதுன்னா என்னா அர்த்தமுங்க? சேசப்பன்

அந்தத் தடத்தால காலையிலே வண்டி ஓட்டிகனு வாரப்ப, பொணந் தின்னிக் கழுகுங்க அக்ராரத்து ஊட்டுங்க மேலே வந்து குந்தினிருந்த தாமுங்க...'

கௌடன் புகையிலையைக் கசக்கிக்கொண்டே பேசியவாறு உட்கார்ந்துவிட்டான்.

பிராணேஸாசார்யாருக்கு இங்கே சேஷப்பன் வந்த செய்தி கேட்டு மார்பு படபடத்தது. அவன் தன்னை இந்த நிலைமையில் பார்ப்பது அவருக்குப் பிடிக்கவில்லை. இங்கே இன்னும் அதிக நேரம் இருந்தால் கெடுதல்தான்.

'கொஞ்சம் வாழைப்பழம், பால் கொடுத்தா நான் புறப்பட்டு விடுவேன்' என்று கௌடனைப் பார்த்துச் சொன்னார்.

'அதுக்கென்னா சாமி... இப்பொவே கொண்டார்றனுங்க. பசியோட வந்த பாப்பாருங்க ஒருத்தர் கிராமத்துக்கு வந்து உக்காந்திருக்கும் போதுங்க, நாங்க சாப்பிடறது சரியில்லேன்னு தாங்க அரிசி குடுக்கறேன்னு சொன்னேனுங்க' என்று சொல்லி புறப்பட்டுப் போனான். பிராணேஸாசார்யாருக்கு அங்கே முள்ளின்மீது உட்கார்ந்திருப்பதைப் போலிருந்தது. சேஷப்பனின் கண்ணில்தான் பட்டுவிட்டால்? சுற்றுமுற்றும் பார்த்து பயத்தில் நடுங்கி விரைத்துப்போய் உட்கார்ந்தார். எல்லாம் துறந்து வந்து விட்ட எனக்கு ஏன் இந்த பயம் ஏற்பட்டது என்று கலங்கிப் போனவராக பெருகிவந்த அச்சத்தைக் களைந்தெறிய முடியாமல் தவித்துப்போனார். கௌடன் ஒரு புட்டி நிறைய பாலையும் ஒரு சீப்பு வாழைப்பழத்தையும் கொண்டுவந்து ஆசார்யரின் எதிரில் வைத்துவிட்டு – 'நல்ல நேரத்துலே கிராமத்துக்கு ஒரு பாப்பாருங்க வந்திருக்கீங்க... ஒரு நிமித்தம் பாத்து சொல்லணுங்க? எம்மவனுக்கு நூறு ரூபாய் பரியம்போட்டு ஒரு பொண்ண கொண்டாந்தமுங்க. அது வந்ததுலேருந்து ஒருமாதிரி பேந்த பேந்த முளிச்சினு மோகினிப் பிசாசு புடிச்ச மாதிரி ஒக்காந்துனே இருக்குதுங்க... நீங்க மந்திரிச்சு குடுத்தீங்கன்னா...'

பழக்கத்தின் காரணமாகச் சட்டென்று தன் பிராமண தர்மத்தின் தொழிலை நிறைவேற்ற உள்ளத்தால் ஆயத்தப் படுத்திக்கொண்ட பிராணேஸாசார்யார் மனதுக்குக் கடிவாளமிட்டு நிறுத்தினார். தான் எல்லாவற்றையும் விட்டாலும் சமுதாயம் மட்டும், பிராமணனுக்கு உரிய கடமைகளையெல்லாம் நிறைவேற்றும்படி தன்னைப் பின்தொடர்ந்து வேண்டுகிறது. இதனால் விடுதலை என்பது எளிதல்ல. பால் பழங்களை இவ்வளவு ஈடுபாட்டோடு அறிமுகம் இல்லாத தனக்குக் கொண்டுவந்து கொடுத்த களடனுக்கு இப்போது

தான் என்ன சொல்வது? தான் ஆசாரம் கெட்டவன் என்றா? தான் பிராமணன் இல்லை என்றா? அல்லது உண்மையையா?

'நான் இன்னைக்கு மந்திரிச்சு கொடுக்கக்கூடாதுப்பா. என்னோட பங்காளிகள்ளே ஒருத்தர் காலமாயிட்ட தீட்டுலே இருக்கேன்' என்று சட்டென்று தோன்றியதைச் சொல்லிவிட்டு அதற்காக உள்ளுக்குள் பெருமைப்பட்டுக்கொண்டார். பாலைக் குடித்து, புட்டியைத் திரும்பக் கொடுத்து, வாழைப் பழங்களைத் துணியில் கட்டிக் கொண்டு எழுந்து நின்றார்.

'இவத்தாலே ஒரு பத்து மைல் நடந்தியள்னா மேளிகே என்ற ஊரு கெடைக்குமுங்க. அங்கியாலெ இன்னைக்கு நாளைக்கு, நாளன்னைக்கும் தேர் இளுக்கறாங்க. ஒங்களுக்கு அங்கியால போனா, நல்ல தக்சினே கெடைக்குமுங்க' என்று கெளடன் வெற்றிலைப்பாக்கை வாயில் போட்டு மென்றுகொண்டே எருமைகளை ஓட்டிக்கொண்டு போனான்.

கெளடன் கண்ணுக்கு மறைந்தவுடன் பிராணேஸாசார் யார் மீண்டும் காட்டுக்குள் சென்று கொடி வழியைப் பிடித்து நடந்தார். தனது பிரச்சினை மேலும் நெருக்கடிக்குள்ளாகி இருப்பதை உணர்ந்து சிந்தனையில் ஆழ்ந்தார். 'இதைப் போன்ற அச்சத்தை நான் முன் எப்போதும் அனுபவித்ததில்லை; எல்லாம் தெரிந்து போய் விடுமோ என்ற பயம். யார் கண்ணிற்கும் படாமல் எதையும் ரகசியமாக வைத்துக்கொள்ள என்னால் இயலாது என்ற பயம். முன்பிருந்த என்னுடைய, எதற்கும் அஞ்சாத தன்மையை இழந்து விட்டேன். எப்படி? ஏன்? நான் அக்ரஹாரத்துக்குத் திரும்பாமல் இருப்பதற்கு முக்கிய காரணம், அந்த பிராமணர்களின் கண்களுக்கு முன்னால் வாழமுடியாத பெரும்பயம்! பொய்யை மடியில் கட்டிக் கொண்டு வாழமுடியாது என்னும் கவலை!'

காட்டில் அமைதி இறுக்கமாக அழுத்தஅழுத்த அவரது மனம் தெளிவடையத் தொடங்கிற்று. வாழைப்பழங்களை உரித்துத் தின்று கொண்டே நிதானமாகக் காலடிவைத்து நடந்தார். கெளடனைப் பார்த்ததிலிருந்து பிரச்சினை மேலும் கடினமாகியுள்ளது. குடுமியைப் பிடித்துத் தூக்கி முகத்தொடு முகம்வைத்துப் பார்க்கவேண்டும். அடிப்படையாக இருந்தது, எரிக்க வேண்டிய ஒரு பொருள். அந்தப் பொருள் பிராமணியத்தைக் காலால் உதைத்துத் தூர எறிந்து வாழ்ந்த நாரணப்பா. எரிக்க வேண்டிய ஒன்று, கடைசியில் ஒரு நாள் எரிக்கப்படப் போகின்றவற்றின் நடுவில் பிரச்சினையானது. இந்தப் பிரச்சினை தர்மத்தைச் சேர்ந்தது என்று சாஸ்திரத்தைச் சரணடைந்தேன்; தெய்வத்திடம் முறை

யிட்டேன்; கடைசியில் காட்டின் இருளில்...' நின்றார். துல்லியமாகத் தெரிந்துகொள்வதற்காக மனதிற்குள்ளாகவே ஒப்பிட்டு ஆராய்ந்து பார்த்தார்.

...நடந்ததுதான் என்ன, எப்படி என்பதை மீண்டும் சரியாக உருவாக்கிப் பார்க்க எண்ணியபோது கனவைப் பின்தொடர்ந்து நடந்த உணர்வுதான் ஏற்பட்டது.

'அவளின் முலைகள் தற்செயலாக என்மீது பட்டதால் கிளர்ச்சி அடைந்தேன். பிறகு அவள் மடியிலிருந்து எடுத்து, தின்னவைத்த வாழைப்பழங்களைத் தின்றேன். பசி, களைப்பு, மாருதியினால் ஏற்பட்ட ஏமாற்றம் – இவையே காரணம். கேட்காமலேயே தெய்வசங்கல்பம் என்பதைப் போல் தானாக வந்த, அந்த சரியான நேரமே அதற்குக் காரணம். அதுவொரு நல்ல நேரம். அதற்கு முன்பும் எதுவும் இருக்கவில்லை; பின்பும் எதுவும் இல்லை. இல்லாத ஒன்று ஆகிநடந்து மீண்டும் இல்லாமல் போன நேரம். முன்னாலும் ஒன்றுமில்லை; பின்னாலும் ஒன்றுமில்லை; முன்பும் வெறுமை; பின்பும் வெறுமை. நடுவில், தானே தேடிவந்த சுபவேளை. அன்று நான் அவளைக் கூடிப் புணர்ந்ததற்கு நானே முழுப்பொறுப்பாளி அல்ல. அதாவது, அந்த நொடிப்பொழுதுக்கு நான் பொறுப்பாக மாட்டேன். ஆனால், அந்த வேளை என்னை முழுமையாக மாற்றி விட்டிருக்கிறதே. அது ஏன்? மாறிவிட்ட ஒருவனுக்கு நானே பொறுப்பு என்பதுதானே இப்போதைய குழப்பம்? நல்ல நேரமே நினைப்பாகிவிட்டிருப்பதால்தானே? கேட்காமலேயே கிடைத்தது. இப்போது நினைப்பாகிவிட்டது. அந்த நினைப்பைக் கிளறக்கிளற அதுவே விருப்பமாகத் தொடங்கியுள்ளது. மீண்டும் ஒருமுறை சந்திரியைத் தழுவிக்கொள்ள வேண்டும் போல இருக்கின்றது.'

விருப்பம் உடலெங்கும் ஊர்ந்து ஆசார்யாரின் உடம்பு, தொட்டணைக்கத் துடித்தது. கண்கள் மங்கி பஞ்சடைந்தன. சந்திரியைத் தேடிக்கொண்டு குந்தாபுரத்துக்குப் போய்விட வேண்டும் போல் தோன்றியது. தர்க்கரீதியாகத் தன்னைச் சோதித்துக்கொள்ளும் அறிவுத் தெளிவிற்கு இடையூறு வந்ததைப் போலிருந்தது. 'இப்போது நான் அவளைத் தேடிப்போய் அவளோடு கூடியிருந்தால் என் செய்கைக்கு நானே முழுமையான பொறுப்பாளி ஆகிவிட்டதாகத்தானே பொருள்? அப்பொழுதாவது இப்படித் தற்செயலாகத் தடம்புரண்டுவிட்டதன் நினைப்பு தரும் வேதனையிலிருந்து மீளலாமே! இது நான், என்னுடையது, என்னால் உருவாக்கப்பட்ட என்னுடைய புதிய உண்மை; புதிய யதார்த்தம், புதிய தனித்துவம் என்று தெய்வத்தைத் துணிவோடு

பார்க்கமுடியும். இப்போது, என்னுடைய தனித்துவம் உருவழிந்து, புதிய உருவம் பெறாமலே, கருப்பைக்குள்ளிருந்து அவசரப்பட்டு வெளியேவந்த ராக்ஷச பிண்டத்தைப் போலாகியுள்ளது. காட்டில், இருளில் அந்த வேளை தற்செயலாக வந்தடைந்ததென்னும் என் நம்பிக்கையையும் நான் தெளிவாகச் சோதிக்க வேண்டும். தற்செயலாக வந்தடைந்தது என்பது உண்மை. நானாக விரும்பி அதைப் பெறவில்லை என்பதும் உண்மை. நீட்டிய கைகளில் அவளது முலை பட்டது. பிறகு, ஆசை பிறந்தது. பிறகு? அங்கேதான் உள்ளது சூட்சமம்! என் வாழ்வு இப்பக்கமா அப்பக்கமா என்று தீர்மானிக்க வேண்டி இருந்த வேளை அது. இல்லை, நான் தீர்மானித்திருக்க வேண்டிய வேளை அது. என் உடம்பு அதற்கு ஒப்பியது என்பது உரிய பதிலாகாது. இருட்டில் அவசரப்பட்ட கைகள் தேடின; சந்திரியின் மென்மையான தொடை, புட்டங்களை எல்லாம் – எந்த தர்மத்தையும் நான் தேடிப் போகாத வகையில்– தேடின. என் வாழ்வு அப்பக்கமோ இப்பக்கமோ என்று தீர்மானிக்கப்பட வேண்டியிருந்த வேளையில் சந்திரியைக் கூடிப் புணரும் முடிவு ஏற்பட்டு விட்டிருந்தது. தன்னிலை மறந்திருந்தாலும் முடிவெடுக்கும் பொறுப்பு எனக்கிருந்தது.

மனிதனின் முடிவுக்கு மதிப்பிருப்பது, இப்படித் தன்னிலை மறந்துபோவது நிகழ்வதன் காரணமாகவே தவிர, முடிவெடுப்பது நீர் அருந்துவதைப் போல எளிதானது என்பதாலல்ல. நமது முடிவின் மூலம் நம்மை நாமே உருவாக்கிக்கொள்ளுகிறோம். இந்த உடலுக்கொரு தனித்துவத்தின் உருவகத்தையும் கொண்டு வருகிறோம். எப்படியாக வேண்டுமென்று நாரணப்பா முடிவெடுத்து வாழ்ந்தானோ அத்தகைய மனிதனாகவே அவன் ஆனான். நானும் வேறொன்றாக ஆகவேண்டுமென்று முடிவெடுத்து வாழ்ந்தேன். சட்டென்று ஒரு திருப்பத்தில் திரும்பிவிட்டேன். திரும்பி விட்டதன் பொறுப்பும் என்னுடையது என்பது எனக்குத் தெளிவாகும்வரை சுதந்திரமில்லை. திரும்பிவிட்டதால் என்ன வாயிற்று? போராட்டம் வாழ்க்கையில் நுழைந்துவிட்டது. இரண்டு உண்மைகளின் நடுவில் திரிசங்குவானேன்.

ரிஷிகள் வாழ்க்கையின் இத்தகைய அனுபவங்களை எப்படி எதிர்கொண்டனர்? போராட்டமில்லாமல் எதிர் கொண்டார்களா என்று ஐயமேற்படுகிறது. மத்சியகந்தியைப் படகில் கூடிப்புணர்ந்து வியாசனுக்குப் பிறப்பளித்து, புறப்பட்டுவிட்ட அந்த மகானுபாவன் என்னைப் போலவே வேதனைப்பட்டானா? தவம் கலைந்துபோன விசுவாமித்திரன் இந்த வேதனையை அனுபவித்தானா? முழு

வாழ்க்கையையுமே, மலக்கழிவுகளைக் கழிக்கும் அவசர நேரங்களைப் போலவே கண்டு, எப்போதும் பரமாத்மனின் பிடிப்பிலேயேயிருந்து விடுபட்டு, பூமி செதுக்கிய உருமாற்றங்களை எல்லாம் எடுத்து, பெருகி ஓடி, கடைசியில் கடலில் உருவற்றுப்போகும் ஆறுகளைப் போலவே அவர்கள் வாழ்ந்திருப்பார்களா? என்வரையில் பரமாத்மன் என்றைக்கும் அவ்வாறான உடனடி வாய்ப்பைக் கொடுக்கவே இல்லை. கொடுத்திருந்தால் அதை என் நெருங்கிய நண்பன் மஹாபலனுக்கே கொடுத்திருக்க வேண்டும். சிறு வயதுத் தோழன் அவனொருவனிடம் மட்டும் பரமாத்மன் ஒரு தீராத வேட்கையாகிவிட்டிருந்தான். இருவரும் சேர்ந்து காசிக்குப் போனோம். அவன் மிகவும் கெட்டிக்காரன். மெலிந்து, வெளுப்பாக உயரமாக இருந்த அவனுக்குத் தெரியாத செய்தியே இருக்க முடியாது. குரு ஒரு பாடத்தைச் சொல்லிக் கொடுக்கும்போதே அவன் அடுத்ததை அறிந்துகொள்வான். அவன் ஒருவனைப் பற்றி மட்டும் எனக்குச் சொல்லமுடியாத அசூயையும் அன்பும் பிறந்தன. அவனோடு ஒப்பிடும்போது உருவத்திலாகட்டும் அறிவிலாகட்டும் நான் சற்று மந்தமானவனே.

நான் மாத்வன். அவன் ஸ்மார்த்தன் என்பது தடையாக இருக்கவில்லை. நான் எப்போதும் மாத்வதர்மத்தைப் பரப்ப வேண்டுமென்று பிடிவாதத்தோடிருந்தால், அவன் மட்டும் பரமாத்மனை அறியும் அனுபவமே தனக்கு முக்கியமானது. மற்றதெல்லாம் முக்கியமற்றது என்று சொல்லிக் கொண்டிருப்பான். பரமாத்மனை உணரும் அனுபவத்திற்கொரு வழிவேண்டாமா? த்வைதம் அத்தகைய வழி என்று நான் வாதித்தால், வழியோடு நடந்து அடைவதற்கு வைகுண்டமென்ன ஒரு ஊரா, கிராமமா? நின்ற இடத்திலேயே இருந்த இடத்திலேயே அது கிடைக்க வேண்டுமென்று அவன் சொல்லிக்கொண்டிருந்தான். தர்க்க மீமாம்சத்தைவிட[45] அவனுக்கு விருப்பமானது இசை. ஜெயதேவ கவியின் கீதகோவிந்தத்தை[46] அவன் பாடத் தொடங்கினானென்றால் நந்தவனத்திலிருந்ததைப் போலாகிவிடும். 'லலிதலவங்க லதா

[45] *தர்க்க மீமாம்சம்:* காரண காரியத்தோடு ஒன்றினை ஆழமாகக் கற்று அறிவது. கேள்விகள் வழியாக துருவித்துருவி ஆராய்ந்து அறிவது.

[46] *கீதகோவிந்தம்:* ஜெயதேவரால் (12ஆம் நூற்றாண்டு) கண்ணனைப் பற்றியும் அவனது காதலைப் பற்றியும் மத வழிபாட்டு முறையிலும் காமச்சுவை எழுப்பும் சிற்றின்பப் பாடல் வகையிலும் எழுதப்பட்ட பதிகங்கள், பாடல்கள்; சம்ஸ்கிருதத்திலிருக்கும் அத்தகைய கண்ணன் பற்றிய வருணனைப்பாடல்கள் ஒன்றின் முதலடியே 'லலித லவங்க லதாபரிஷீலன கோமள மலய ஸமீரே' என்பதும்.

பரிஷீலன கோமல மலய சமீரெ' – நினைப்பு ஊற்றெடுத்து தோழனின் நினைவுவந்து பிராணேஸாசார்யார் உள்ளம் தழுதழுக்க நின்றார். 'பரமாத்மன் – இப்படிப்பட்ட அன்பை வெகு நாட்களுக்கு நான் அறிந்திருக்கவே இல்லை. என்ன ஆகிப்போனானோ மஹாபல! காசியில் இருந்தபோது என்னிடமிருந்து அவன் விலகிவிலகிப் போனான். ஏனென்று புரியவே இல்லை. சொல்ல முடியாத துயரத்திற்குள்ளானேன், அப்போது. படிப்பு, கல்வி எதுவும் பிடிபடவேயில்லை. எப்போதும் கூடவே இருந்து கொண்டிருந்தவன் தப்பித்துக்கொண்டு அலையத் துவங்கினான். காரணம் தெரியவே இல்லை.

பகலிரவாக நான் மஹாபலனுக்காக அப்போது மருகியதைப் போல யாருக்காகவும் எப்போதும் மருகியதில்லை. மோகத்துக் குள்ளாகிப் போய்விட்டிருந்தேன். திரும்பி வாழ்க்கை முழுவதையும் திரும்பிப் பார்த்தாலும் மஹாபலனின் மீது கொண்ட அன்பை யார்மீதும் நான் கொள்ளவில்லை. இடது கன்னத்தின்மீது கருப்பு மச்சம் இருந்த அவனது துயரம் தோய்ந்த முகம், சில நாட்களில் கண்ணில் நீர் வடியும்படிச்செய்து அவனது நட்புக்காகப் புலம்பும் படி ஆகிவிடும். ஆனால், நெருங்கிப்போனால் ஏதாவது சாக்கு சொல்லிவிட்டு அவன் தப்பித்துக்கொண்டுவிடுவான். ஒருநாள், அவன் இருந்தாற் போலிருந்து காணாமல் போய்விட்டான்; பாடம் படிக்க வருவதையே நிறுத்திவிட்டான். தேடிக்கொண்டு காசியின் தெருக்களி லெல்லாம் அலைந்தேன். எங்கே யாராவது அவனைப் பலிகொடுத்துவிட்டார்களோ என்று கலங்கிப் போனேன். ஒருநாள் ஒரு வீட்டுத் திண்ணையின்மீது உட்கார்ந்திருந்தான். ஆச்சரியத் தோடு பார்த்தேன். கஞ்சா புகைத்துக்கொண்டு தனியாக உட்கார்ந் திருந்தான். பொறுக்க முடியாமல் ஓடினேன். கையைப் பிடித்து இழுத்தேன். கனத்துப்போன கண்களை உயர்த்தி, 'பிராணேஸா, ஓம்பாட்டுக்கு நீ போ' என்று சொன்னான். பிடித்து இழுத்தேன். கோபத்தோடு எழுந்து நின்று, 'ஒனக்கு உண்மை தெரியணுமா? கேட்டுக்கோ. நான் என்னுடைய வேத பயிற்சியை விட்டுட்டேன். இப்போ எதுக்காக உயிரோட இருக்கேன் தெரியுமா? உள்ள வா. காட்றேன்' என்று உள்ளே என்னை அழைத்துக்கொண்டுபோய் பஞ்சு மெத்தையின்மீது பகலிலேயே தூங்கிக்கொண்டிருக்கும் ஒரு பெண்ணைக் காட்டினான். கைகளை விரித்தபடி அவள் படுத்திருந்தாள். அவளது ஆடையலங்கார வேடங்களிலிருந்தே அவள் விலைமகள் என்று தெரிந்தது. நான் பயத்தோடும் ஆச்சரியத்தோடும் நடுங்கிப் போனேன். மஹாபலன், 'தெரியறதா

இப்போ பிராணேஸா எனக்காக இனிமேல கவலைப்படாதே! போ' என்று அனுப்பிவிட்டான். புத்தி குழம்பிப்போய் என்ன சொல்வ தென்று தெரியாமல் நானும் வந்துவிட்டேன். மீண்டும் மனம் கல்லாகிவிட்டிருந்தது. கெட்டுப்போன மஹாபலனுக்கு எதிர்த் திசையில் வாழ்வை நடத்திக் காட்டுவேன் என்று பிடிவாதத்தோடு நாரணப்பாவைப் பார்க்கும் போதெல்லாம் மஹாபலனின் நினைவுதான், இருவருக்கும் இடையில் எட்டிப் பிடிக்க முடியாத வேறுபாடுகள் இருந்தும்கூட.'

'இப்போது தோன்றுகிறது, மஹாபலனைப் பார்க்க வேண்டும். அவனைக் கேட்கவேண்டும்: நீ மனம்போன போக்கிலேயே உன்னுடைய வாழ்க்கையின் போக்கையே எதற்காக மாற்றிக் கொண்டாய்? எந்த அனுபவம், எந்த வேட்கை, எந்த மோஹம் உன்னை இப்படி நடத்தியது? இப்போது நான் என்ன பண்ண வேண்டும் என்று சொல்லுகிறாய்? பெண்ணின்பத்திலிருந்தே எல்லா மனநிறைவும் கிடைத்ததா? அவ்வளவு செல்வச் சிறப்போடு இருந்த உனது வாழ்வு பெண்ணொருத்தியினால் மட்டுமே நிறைவு கொள்வ தென்பது முடியுமா?'

ஆஹா, தெரிந்து போய்விட்டது. பிராணேஸாசார்யார் எழுந்து நடக்கத் தொடங்கினார். 'இதோ இருக்கிறது இதற்கெல்லாம் மூலமானது. மஹாபலனால் எனக்கு ஏற்பட்ட ஏமாற்றம் என்னுள் ஆழமாக வேரூன்றியிருந்திருக்க வேண்டும். மறைமுகமாக அங்கு ஏற்பட்ட தோல்விக்கு ஆறுதலாக இருக்கட்டுமென்று நாரணப்பாவை வெல்ல முயன்றிருக்க வேண்டும். ஆனால், தோற்றேன், தோற்றேன்; குப்புற விழுந்து மண்ணைக் கவ்வினேன்! எதற்கு எதிராகப் போராடிக் கொண்டு வந்தேனோ அதுவே, நானாகிவிட்டேன். ஏன்? எதனால்? எங்கே? எப்படித் தோற்றேன்? தேடுவதற்குப் போனால் மற்றவைகளும் முடிச்சுப் போட்டுக் கொள்ளுகின்றன.'

'பார்க்கப் போனால், ஒன்றோடு மற்றொன்று முடிச்சுப் போட்டுக்கொண்டுள்ளது. மஹாபலனிலிருந்து நாரணப்பா, நாரணப்பாவிலிருந்து என்னுடைய பிடிவாதம். நான் படித்த புராணம். அதன் விளைவு, கடைசியில் எனக்குப் பெள்ளியின் முலைகளைக் காண ஏற்பட்ட ஆசை, இப்போது நான் பெற்றுக் கொண்டிருக்கும் உருவம், வாழ்க்கை முழுவதும் தயாராகிக் கொண்டிருந்தது கண்ணுக்குத் தெரியாமல். சந்திரியைக் கூடிப் புணர்ந்த முகூர்த்தமும் இப்படித்தான். எண்ணிப் பார்த்தால், அது கேட்காமலே வந்ததா என்று ஐயம் ஏற்படுகிறது. உள்ளே யிருந்ததெல்லாம் வெளியே வந்துவிட்ட அந்தக் கண நேரமாக

இருக்க வேண்டும்; அது உக்கிராண [47]அறையிலிருந்து குதித்துவந்த எலிகளைப் போல; மறுபடியும் அக்ரஹாரத்தின் நினைவு வந்து, அருவருப்பின் அனுபவம் மீண்டும் ஏற்படுகிறது. நான் எதிர் கொண்டிருக்கும் நெருக்கடியில் தெளிவான உருவமாக அக்ரஹாரம் நின்றிருக்கிறது. என் முழுவாழ்வுக்கும் ஒரு விளக்கவுரை எழுதி விட்டு, அங்கிருந்து ஓடிப்போய்விட வேண்டுமென்பது ஒன்றே இப்போது எனக்குத் தெரிந்தது. முடிந்தால் சந்திரி இருக்கும் இடத்திற்குப் போய்விடுவது. மஹாபலனைப் போலாகிவிடுவது. அப்படி ஒரு தெளிவான உருவத்தைப் பெற்றுவிடுவது. இரண்டுங் கெட்டான் அவஸ்தையிலிருந்து விடுபடவேண்டும். யார் கண்ணிலும் படாமல் அடையாளம் தெரியாமல் நான் இப்போது போய்விட வேண்டும்.'

நடந்துகொண்டிருக்கும்போது பிராணேஸாசாரியாருக்கு காட்டில் தன்னைப் பின்தொடர்ந்து யாரோ வந்துகொண்டு இருப்பதைப் போல் தோன்றத் தொடங்கியது. யாரோ ஒருவனின் இரண்டு கண்கள் நேராக தன்னையே பார்த்துக்கொண்டு வருவதாகப் பட்டது. முதுகை நிமிர்த்தி நடக்கத்தொடங்கினார். பின்னால் திரும்பிப்பார்க்க வேண்டும் போல் தோன்றியது. பயமாக இருந்தது. கை தட்டியதைப் போலிருந்தது, திரும்பினார், தொலைவில் வயதுவந்த இளைஞன் ஒருவன் வேகவேகமாகக் காலடி வைத்து வருவது தெரிந்தது. பிராணேஸாசார்யரும் விரை வாகக் காலடி வைத்தார். திரும்பிப்பார்க்கும் போதெல்லாம் அவனும் விரைவாகக் காலடி வைப்பது தெரிந்தது. அதே வேகத்தில் நடக்கத் தொடங்கினார். ஆனால் அவன் சளைப்பதாகத் தெரியவில்லை. இளைஞனானதால் மேலும் வேகமாக நடந்து நெருங்கிவரத் தொடங்கினான். ஒருவேளை, அவன் தனக்கு அறிமுகமானவனாக இருந்துவிட்டால், என்ன செய்வதென்று பயமேற்பட்டது. எவ்வளவு விரைவாக நடந்தாலும் அவன் மேலும் நெருங்கி வந்துகொண்டே இருந்தான். பிராணேஸாசார்யருக்குக் கால் வலியெடுத்து நடக்கும் வேகம் குறைந்து போயிற்று. அவன் வந்து சேர்ந்துவிட்டான். மேல்மூச்சு வாங்க மெதுவாக அவருக்குச் சரியாக நடக்கத் துவங்கினான். யாராக இருக்கலாம் என்று பார்த்தார். தெரிந்த முகமாக இல்லை...

'நான் பூக்கார புட்டா... மேளிகே தேரோட்டம் பாக்கலாம்னு பொறப்பட்டேன். ஒங்களது எந்தப் பக்கம்?' என்று அவனாகவே

[47] உக்கிராண அறை: தானியங்கள் போன்றவற்றை சேர்த்து வைக்கும் அறை.

தொடங்கினான். பிராணேஸாசார்யருக்குப் பேச விருப்பம் இல்லை. என்ன சொல்லவேண்டுமென்று தோன்றாமல் அவன் முகத்தையே பார்த்தார். கருத்து வாடியிருந்த அவன் முகத்தில் வியர்வைத்துளிகள் நின்றிருந்தன. நீண்ட கூர்மையான மூக்கு, அவன் முகத்திற்கு, பிடிவாதக்காரனின் தோற்றத்தைக் கொடுத்தது. சின்னஞ்சிறிய கண்கள் அருகருகே இருந்ததால் அவனது பார்வை கூர்மையாகத் தெரிந்து, அவனது பார்வைபட்டவர்கள் குழம்பிப் போகும்படி இருந்தது. கிராப்பு வைத்து, ஜிப்பா வேட்டியுடுத்தி பேட்டை இளைஞனைப் போல் காணப்பட்டான்.

'ஓங்கள முதுகுப்பின்னாலயிருந்து பாத்து, நீங்க நடக்கிற மாதிரியப் பார்த்து, யாரோ தெரிஞ்சவங்கன்னு நெனைச்சி கிட்டேன். இப்போ, ஓங்க மொகத்தப் பாத்தா எங்கியோ பாத்த மாதிரிதான் இருக்குது...' வழக்கமாகக் கிராமத்தவர்கள் பேச்சின் தொடக்கத்தில் சொல்லுகின்ற முறைப்படி புட்டா சொன்னாலும், பிராணேஸாசார்யாருக்குக் கலக்கம் ஏற்பட்டது.

'இல்ல, நான் மலையடிவாரத்தைச் சேர்ந்தவன். தட்சணைக் காகப் பொறப்பட்டேன்' என்று பிராணேஸாசார்யார் பேச்சை முடிக்க முயன்றார்.

'ஓஹோ – எனக்கும் மலையடிவாரத்துலே பளக்கம் உண்டு. அங்கதான் என் மாமனாரு ஊடு. அப்பப்போ போய்வருவேன். அடிவாரத்துலே எங்க ஓங்க ஊரு?'

'குந்தாபுரம்'

'ஓஹோ... குந்தாபுரமா? அங்க ஓங்களுக்குச் சீனப்பரத் தெரியுமா?'

'இல்லை,' என்று பிராணேஸாசார்யார் மடமடவென்று நடக்கத் தொடங்கினார். ஆனால், பேச்சுத்துணையை விரும்பிவந்த புட்டா அத்துடன் திருப்தியடைவதாகத் தெரியவில்லை.

'அந்தச் சீனப்பரு, நமக்கு ரொம்ப வேண்டியவரு. நம்ம மாமனாருக்கும் அவருக்கும் ரொம்ப நெருக்கம். நம்ம ஊட்டுக்காரி தங்கச்சியதான் அவங்க ரெண்டாவது மகனுக்குக் கட்டினு யிருக்கிறாங்க...'

'உம்' கொட்டிக்கொண்டே பிராணேஸாசார்யார் நடந்தார். விட்டுக்கொடுத்து நடந்தாலும் விடக்கூடியதல்ல இது. அவன் அவசரமாகப் போவதாக இருந்தால் முன்னால் போய்விடட்டும் என்று களைத்துப்போனவரைப் போல் ஒரு மரத்தடியில் உட்கார்ந்தார். புட்டாவும் அதையே விரும்பியதாகத் தெரிந்தது.

அவனும் 'உஸ்', 'யப்பா' என்று உட்கார்ந்து ஜிப்பா பையிலிருந்து பீடி, நெருப்புப்பெட்டியைக் கையில் எடுத்து பீடியை நீட்டினான். பிராணேஸாசார்யார், வேண்டாம் என்றார். அவன் பீடி பற்றவைத் தான். பிராணேஸாசார்யார் அதற்குள் களைப்பு நீங்கியவரைப் போல் நடித்து எழுந்து புறப்பட்டார். புட்டாவும் எழுந்து புறப்பட்டுவிட்டான். 'வழியிலே ஒருத்தர் பேச்சுத் தொணைக்கு இருந்துட்டா நடந்து போறதே தெரியாது இல்லீங்களா? எனக்கென்னுமோ பேசறதுக்கு யாராவது இருக்கணும்பா!' என்று புட்டா சிரித்தமுகத்தோடு பிராணேஸாசார்யரை ஆவலோடு பார்த்துக்கொண்டே நடந்தான்.

***

பிராணேஸாசார்யார் தம் மனைவியின் தகனத்தை முடித்துவிட்டு, கால்போன போக்கில் போய்விடுவது என்று புறப்பட்டுப் போன ஒன்றிரண்டு மணி நேரத்திற்குள் பாரிஜாத புரத்தவர்களுக்கு எல்லாச் செய்தியும் தெரிந்துபோயிருந்தது. நாரணப்பாவின் பிணத்தை முசல்மானொருவன் எரித்துவிட்டான் என்பதைத் தவிர. குடிபோதையில், நொடிப்பொழுதென்றாலும், வீரர்களைப் போல் நாரணப் பாவின் சடலத்தை எரித்துவிடுவது என்று முடிவெடுத்து, பிறகு செத்தோம் பிழைத்தோம் என்று ஓடிப்போய்விட்ட பாரிஜாதபுரத்து இளைஞர்கள் மட்டும், தாங்கள் பார்த்த உண்மையை யாருக்கும் சொல்லமுடியாமல் வாய் மூடிக்கொண்டிருந்து விட்டனர். முக்கியமாகப் பெரிய வீட்டுச் செல்வந்தர் மஞ்சய்ய ராவுக்குப் பீதியைக் கிளப்பிய சங்கதி என்றால் அது ஒன்றன்பின் ஒன்றாக வந்த சாவுச்செய்தி. நாரணப்பா, அப்புறம் தாசாசார்யா, பிறகு பிராணேஸாசார்யரின் மனைவி – அப்படியென்றால், ஒன்று நிச்சயம். இது கொள்ளை நோய். சிவமொக்கெயின் மண்டிப் பேட்டை, கோர்ட், கச்சேரிகளில், வியாபார விவகாரங்களில் அடிபட்டிருந்த அவர், தம் அக்ரஹாரத்து மற்ற பிராமணர்களின் பயத்தைப் பார்த்துச் சிரித்துக்கொண்டார். நாரணப்பாவின் திடீர்ச்சாவினாலும் அவனது உடலின் தகனம் நடைபெறாமல் போன தர்மக்கேட்டினாலும்தான் இப்படியாகிறது என்பதுதான் மற்றவர்களின் பயம். மஞ்சய்யாவுக்கு, 'அய்யோ, முந்தாநாள்தானே நம்ம வீட்டுலே உப்புமாவு தின்னுட்டுப் போனான் – அந்த தாசாசார்யன். செத்துப் போயிட்டானே' என்று வருத்தப் பட்டாலும் அப்படி வெளிப்படையாகச் சொன்னாலும் உள்ளுக்குள் அந்த பிராமணனை வீட்டுக்குள்ளாக நுழைய விட்டுட்டோமே

என்ற பயம். அன்றைக்குத் தூர்வாச புரத்து பிராமணர்களெல்லாம் வந்து சிவமொக்கெயிலிருந்து வந்த நாரணப்பா கட்டி வந்து காய்ச்சலடித்து இறந்தான் என்று சொன்னபோதே அவருக்குச் சந்தேகம் ஏற்பட்டது. தனது வாயால் அந்தப் பயங்கர நோயின் பெயரைச் சொல்ல பயமாக இருந்தது. தனக்கெதற்கு வாய்த்துடுக்கு என்று பேசாமல் இருந்துவிட்டார். ஆனால் இப்போது எலிகள் விழுந்து இறக்கின்றன; அக்ரஹாரத்தைவிட்டே வெளியேறிக் கொண்டிருக்கின்றன; பிணக் கழுகுகள் அவற்றுக்காக வந்திருக் கின்றன என்ற செய்தி கேட்ட பிறகு சந்தேகம் முழுக்கத் தீர்ந்து போய்விட்டது.

ரூபாய்க்குப் பதினாறணா அளவுக்கு அவருடைய யூகம் சரியாகி விட்டது. அத்துடன் நேற்று வந்த 'தாய்நாடு' செய்தித்தாளில் – ஒரு வாரத்துக்கு முந்தியதாக இருந்தால்தான் என்ன – ஒரு மூலையில் செய்தியை அச்சடித் திருந்தனர். 'சிவமொக்கெயில் பிளேக்' என்று செய்தி. 'நாரணப்பா பிளேக்கைக் கொண்டுவந்தான்'. அது காட்டுத்தீயைப் போலப் பரவும் கொள்ளை நோய். இவ்வளவு நாளும் சும்மாயிருந்தது. ஏதோ ஒரு குருட்டு நம்பிக்கைக்கு ஆளாகி இறந்தவனின் சவதகனத்தைச் செய்யாமல் போனது தாமே பாறாங்கல்லை எடுத்துத் தலைமேல் போட்டுக்கொண்டதைப் போலாயிற்று. நாம முட்டாளுங்க. நானும் மடையனாகிப் போய் விட்டேனே! 'உடனே வண்டியைக் கட்டுங்கோ' என்று வெளித் திண்ணையில் நின்றிருந்தவர் கத்தினார். சற்றும் காலதாமதம் செய்யும்படியாக இல்லை. எப்படியோ ஒரு வழியில் பிளேக், ஆற்றைத் தாண்டி தங்களின் அக்ரஹாரத்துக்கும் வந்துவிடும். பிளேக்கினால் செத்த ஒரு எலியை கழுகோ, காக்கையோ கொத்திக் கொண்டுவந்து அக்ரஹாரத்தில் போட்டுவிட்டாலும் போதும் – எல்லாம் முடிந்துபோன மாதிரிதான். எல்லோருக்கும் கேட்கும் படியாக உரக்க, வீட்டுக்கு வெளியே நின்று கத்திச் சொன்னார்.

'நான் பேட்டையிலிருந்து திரும்பிவரும் வரைக்கும், யாரும் தூர்வாசப்புரத்துக்குப் பக்கத்தில்கூடப் போகக்கூடாது.'

ஆனால் அக்ரஹாரத்துப் பெரியதனக்காரராகத் தாமே இருப்பதால், யாருக்கும் இது பிளேக்காக இருக்கலாம் என்னும் பயத்தை ஏற்படுத்த அவருக்கு மனம் வரவில்லை. வண்டி கட்டியதுதான் தாமதம், வில்வண்டிக்குள்ளே ஏறி மெத்தையில் சாய்ந்து உட்கார்ந்து, வண்டி ஓட்டுபவனிடம் தீர்த்தஹள்ளிக்கு ஓட்டச் சொன்னார். அவரது விவகாரத் திறமைகொண்ட மனதிற்குள் தெளிவான, திடமான முடிவுகள் பிறந்தன. ஒன்று –

முனிசிபாலிடிக்குத் தெரிவித்து, பிணத்தை எடுக்கச் செய்ய வேண்டும். இரண்டு – டாக்டரை அழைத்துவந்து இனாகுலேஷன் ஊசி குத்த வைக்கவேண்டும். மூன்று – பம்பு வரவழைத்து நச்சுப் புகையைப் பொந்துகளிலெல்லாம் நிரப்பி எலிவளைகளை மூடவைக்க வேண்டும். நான்கு – தேவையென்றால் அக்ரஹாரத்தை விட்டு எல்லோரும் போய்விடவேண்டும், சில நாட்களுக்காவது. வழிநெடுகிலும் 'முட்டாள்கள் முட்டாள்கள்' என்று முணுமுணுத்துக் கொண்டே எருதுகளின் வாலை முறுக்கி ஓட்டும்படி வண்டியோட்டிக்கு உற்சாகமூட்டினார். வண்டி தீர்த்தஹள்ளி போகும் பாதையில் விரைந்தது.

***

மடத்தைவிட்டு ஏமாற்றத்தோடு வெளியே வந்த கருடாசார்யாவும் லக்ஷ்மணாசார்யாவும் மற்ற பிராமணர்களும் 'ஹரி ஹரி', என்று பத்மனாபாசார்யா காய்ச்சலேறி படுத்திருந்த அக்ரஹாரத்துக்கு வந்தனர். அங்கு வந்து பார்க்கும்போது, பத்மனாபாசார்யாவுக்கு நினைவு தப்பிப் போயிருந்தது. அக்ரஹாரத்துப் பிராமணன் ஒருவன் பத்மனாபாசார்யாவின் மனைவிக்கு இந்தச் செய்தியைத் தெரிவிப்பதற்காகப் பதற்றத்தோடு அவளது தாய்வீட்டுக்கு ஓடினான். இன்னொரு இளைஞன் டாக்டரை அழைத்துவருவதற்காகப் பேட்டைக்குப் போனான். கருடாசார்யனுக்கு இதனால் பயமேற்பட்டது. மடத்தில் குண்டாசார்யா காய்ச்சல் வந்து படுத்துவிட்டான். கைமரத்தில் தாசாசார்யா படுத்திருக்கிறான்; இங்கே பார்த்தால் பத்மனாபாசார்யனுக்கு நாக்கு விழுந்துபோயிருக்கிறது; அக்ரஹாரத்துக்கு என்னமோ ஆபத்து வந்திருக்கிறது என்பது உறுதி.

நாரணப்பாவின் தகனத்துக்குக் குறுக்கே வந்த கருடாசார்யனை எல்லோருடைய எதிரிலும் லக்ஷ்மணாசார்யா அங்கேயே மிகவும் கேவலமாகப் பேசத் தொடங்கினான். உடனே எல்லோரும், 'இது ஒருத்தருக்கொருத்தர் சண்டை போட்டுக்கொள்ளும் நேரமில்லை. வேகமாகப் போய் அவன் தகனத்தை முடித்து தெய்வத்திடம் தப்புக்காணிக்கை கட்டுங்கள்' என்று அறிவுரை கூறினர். மனதில்லா மனத்தோடு பத்மனாபாசார்யனை அங்கேயே விட்டுவிட்டுப் புறப்பட்டுவிட்டார்கள். ஆனால், புறப்படும் முன்பு கருடாசார்யா, அக்ரஹாரத்தைச் சேர்ந்தவர்களைக் கையெடுத்து வணங்கி 'புண்ணியமா போறது, வந்த டாக்டரை மடத்துக்கும் அழைச்சிண்டு போய் குண்டா சார்யனுக்கும் கொஞ்சம் மருந்து வாங்கிக் குடுத்துடுங்கோ' என்று வேண்டிக்கொண்டான். வழியில்

ஒருவனுக்கும் பேசும் துணிவில்லை. பயப்பிராந்தி எல்லோரையும் பிடித்துக் கொண்டிருந்தது. கருடாசார்யா மனதிற்குள்ளாகவே, மாருதிக்குத் 'தப்புக் காணிக்கை கட்டுகிறேன். மன்னிச்சுடு' என்று வேண்டிக்கொண்டான்.

இப்படிக் கனமான மனத்தோடு நடந்து, நடந்து கைமரத்துக்கு வந்து பார்த்தால் – என்ன பார்ப்பது? தாசாசார்யனின் சாம்பல், பிராணேஸாசார்யாரின் மனைவி இறந்துபோன செய்தி. பிராமணர்களுக்கெல்லாம் இதனால் பேயறைந்ததைப் போலிருந்தது. தாங்கள் அறிந்திருந்த உலகம் தாறுமாறாகப் போய்விட்டிருக்கிறது. இருட்டில் ஒரு பூதத்தை எதிரில் கண்டதைப் போலாயிற்று. சிறுவர்களைப் போல சுவரில் சாய்ந்து கண்ணில் கண்ணீர் தளும்ப உட்கார்ந்துவிட்டனர். பெரியவரான சுப்பண்ணாசார்யார் ஆறுதல் சொன்னார்; தைரியம் கூறினார். நீண்டநேரம் ஒன்றும் புரியாமல் உட்கார்ந்திருந்த கருடாசார்யா பலவீனமான குரலில் கேட்டான். 'எங்க அக்ரஹாரத்துலே இன்னும் எலிங்க விழுந்திண்டிருக்கா?'

சுப்பண்ணாசார்யார், 'நீங்க என்ன சொல்றேள்?' என்றார். 'ஒண்ணுமில்லே, கழுகுங்க ஆத்துக்கு மேலேயே ஒக்காந்திண்டிருக்கு.' என்றான் கருடாசார்யா. 'தகனம் பண்ணி முடிச்சிடுங்கோ, எல்லாம் மங்களமா முடியும்' என்றார் சுப்பண்ணாசார்யார். 'நான் அக்ரஹாரத்துக்குப் போகமாட்டேன்' என்றான் கருடாசார்யா. பிற பிராமணர்களும் மெல்லிய குரலில் 'அந்த அழுகிப்போன பொணத்தை எரிக்கிறது எப்பிடி? நாலுவண்டி வெறகை எரிச்சாலும் அதைச் சுட்டுச் சாம்பலாக்க முடியாது' என்றனர். லக்ஷ்மணாசார்யா, 'எழுந்திருங்கோ' என்றான். கருடாசார்யா, 'எனக்குக் களைப்பா இருக்கு. நீங்களே யாராவது பண்ணிடுங்கோ...' என்றான். 'எல்லாம் தெரிஞ்ச நீங்களே இப்படிப் பித்து பிடிச்சாப்பலே ஒக்காந்துட்டா, மத்தவா கதி என்னாவறது?' என்றார் சுப்பண்ணாசார்யா. 'எழுந்திருங்கோ எழுந்திருங்கோ' என்றான் லக்ஷ்மணாசார்யா. 'அக்ரஹாரத்துலே யாரும் இல்ல. பசு, கன்னுங்களோட கதி என்னாறது? அதுகள கொட்டாயிலே கட்டறவா இல்லே. பால் கறக்கறவா இல்லே' என்று வேண்டினான். 'ஆமாம், ஆமாம், ஆமாம்,' என்றனர் மற்ற பிராமணர்கள். வழி நீளத்துக்கும் ராகவேந்திர ஸ்தோத்திரம் செய்துகொண்டே நடந்தனர்.

***

பஞ்சுர்லி சாமிக்குக் கோழி பலிகொடுத்து, வருகின்ற அமாவாசைக்கு ஆடு பலிகொடுப்பதாக வேண்டிக்கொண்டாலும், பெள்ளியின்

தாயும் தகப்பனும் பிராணேஸாசார்யாரின் மனைவி இறந்துபோன இரவே உயிரைவிட்டனர். பெள்ளி கூக்குரலிட்டது கேட்டு, அக்கம்பக்கத்து புலைய ரெல்லாம் சேர்ந்துவிட்டனர். இருட்டில் கருத்த அம்மண உடல்கள் வாயடைத்துப்போய் குடிசையைச் சுற்றி உட்கார்ந்து அரைமணி நேரம் அழுதன. பிறகு சோகை போர்த்த குடிசைக்குத் தீ வைத்துக் கொளுத்திவிட்டன. நொடிக்குள் நெருப்பு பற்றி புலையனையும், புலச்சியையும் தழுவிக் கொண்டது. நடுங்கிப்போய் நின்றிருந்த பெள்ளி, திக்குதிசை தெரியாமல், சேரியைவிட்டு எலி களைப் போலவே இருட்டில் ஓடிப்போனாள்.

***

பூகட்டி (ஓதுவான்) புட்டா வேதாளத்தைப் போல அவரோடு கெட்டியாக ஒட்டிக்கொண்டான். நின்றால் நிற்பான்; உட்கார்ந்தால் உட்காருவான்; விரைவாக நடந்தால் விரைந்து, மெதுவாக நடந்தால் மெதுவாக எப்படியோ அவரைவிடவே இல்லை. பிராணேஸாசார்யருக்கு அளவு கடந்த மனச்சோர்வு. சற்று நேரம் கண்மூடி உட்கார்ந்து தன்னைப் பற்றியும் தன் நிலைமை பற்றியும் எண்ணிப் பார்க்கலாம் என்றால், இந்த புட்டா அடைமழையைப் போல சளசளவென்று பேசிக்கொண்டே இருக்கிறான். தான் இடம் கொடுக்காமல் போனாலும் தனது கூட்டுத் துணைக்காக ஏங்கிப் போயிருக்கிறான். தான் வேதாந்த சிரோமணி பிராணேஸாசார்யா ரென்று தெரியாமல் போனதால், சாதாரண பார்ப்பனன் ஒருவனோடு, தன்மானத்திற்காகப் போய்க்கொண்டிருக்கும் ஏழை பிராமணனிடம் எப்படி நடந்துகொள்ள வேண்டுமோ அப்படி நடந்துகொள்ளுகிறான். 'செருப்பில்லாமல் இவ்வளவு தொலைவு நடப்பது சரியில்லை' என்று அறிவுரை கூறினான். 'மூன்று ரூபாய்க்குத் தீர்த்த ஹள்ளியில் கையால் தைத்த நாட்டுச் செருப்பு கிடைக்கிறது' என்று பரிந்துரைத்தான். 'சுகம் முக்கியமா, பணம் முக்கியமா?' என்று போதித்தான். 'என் செருப்பைப் பாருங்க. ஒரு வருசமாச்சி. தேயவேயில்லே' என்று செருப்பைக் கழட்டிக் காட்டினான். 'எனக்குப் பேச்சு வேணும்' என்று தன் இயல்பை வெளிப்படுத்திக்கொண்டான். 'எங்கே ஒரு புதிர் போடறேன், விடுவிங்க பாக்கலாம்' என்றான். மீறிவந்த கோபத்தை அடக்கிக் கொண்டு பேசாமல் நடந்தார் பிராணேஸாசார்யார். 'ஒரு ஆறு, ஒரு படகு, ஒரு மனுசன். அவங்ககூட ஒரு கட்டு புல்லு, ஒரு புலி, ஒரு பசு. ஒவ்வொண்ணா படகுலே அந்தக் கரைக்கு எடுத்துணு போகணும். பசு புல்லைத் தின்னாம பாத்துக்கணும். புலி பசுவத்

தின்னாம பாத்துக்கணும். இப்படியே இந்தக் கரையிலிருந்து அந்தக் கரைக்கு மூணையும் கொண்டு போகணும். ஒங்க புத்தி எப்பிடி வேலை செய்யுதுன்னு பாக்கலாம்' என்று புதிரைச் சொல்லிவிட்டு ஆனந்த மிகுதியால் பீடியைப் பற்றவைத்தான்.

பிராணேஸாசார்யார் எவ்வளவுதான் கோபம் கொண்டாலும் புதிர் மட்டும் தலையைக் குடையத் தொடங்கிற்று. 'தெரியலயா? புரியலியா?...' என்று புட்டா எரிச்சலூட்டிக் கொண்டே நடந்தான். பிராணேஸாசார்யருக்கு விடை கிடைத்தது. ஆனால், சொல்வதற்கு வீம்பு இடந்தரவில்லை. புதிருக்கு விடை சொன்னால், புட்டனுக்கு நட்புக்கரத்தை நீட்டியதைப் போலாகிவிடும். விடை சொல்லாமல் போனால், தன்னை அவன் மக்கு என்று எண்ணிக்கொள்வான். இப்போது, தான் என்ன முடிவெடுப்பது என்னும் நெருக்கடிக்குள் ஆழ்ந்துபோனார். அவன் கண்ணுக்கு மக்காகி, ஒரு ஜடப் பொருளாகிவிடுவதென்று முடிவெடுக்கலாமா என்று எண்ணினார். 'கெடைச்சுதா?' என்று புட்டா பீடியைப் புகைத்தவாறே கேட்டான். பேச விரும்பாமல் பிராணேஸாசார்யார் 'இல்லை'யென்று தலையாட்டினார். 'ஹோ ஹோ, ஹோ,' என்று புட்டா விழுந்து விழுந்து சிரித்து புதிரை விடுவித்தான். இதனால், 'மக்கு,' பிராமணன்மீது அவனுக்கு மேலும் அதிகமான பரிவும் நெருக்கமும் ஏற்பட்டது.

'இன்னொரு புதிர்' என்றான். 'வேண்டாம்' என்று தலை யாட்டினார் பிராணேஸாசார்யார். 'போகட்டும், நீங்களே ஒண்ணு சொல்லுங்க, என்னைத் தோக்கடிச் சிடுங்க, பதிலுக்குப் பதில்' என்றான். 'எனக்குத் தெரியாது' என்றார் பிராணேஸாசார்யார். 'பாவம்' என்று எண்ணிக்கொண்டான் புட்டா. இன்னும் சற்று தொலைவு, என்ன பேசுவது என்று தெரியாமல் புட்டாவுக்கு நாக்கு கட்டிப் போட்டதைப் போலிருந்தது. 'ஆசார்யரே, ஒங்களுக்குத் தெரியுமா குந்தாபுரத்து கூத்துக் கம்பெனியிலே வேஷம் கட்டிக்கிட் டிருந்த சியாமா பாவம் செத்துப் போயிட்டானாம்' என்று புதிதாக ஒரு செய்தியோடு மீண்டும் தொடங்கினான். 'த்சோ... பாவம். தெரியாதே' என்றார் பிராணேஸாசார்யார். 'அப்படீன்னா நீங்க ஊரைவிட்டு வந்து ரொம்ப நாளாயிட்டிருக்கணும்' என்றான் புட்டா.

எதிரில் கிளைபிரிந்த வழியைக் கண்டு பிராணேஸாசார்யருக்கு மகிழ்ச்சியாயிற்று. சற்று நின்று, 'ஒங்க பயணம் எந்தப் பக்கம்' என்று புட்டாவைக் கேட்டார். 'இந்தப் பக்கம்' என்று அவன் ஒரு பக்க வழியைக் காட்டினான். 'நான் இந்தப் பக்கம் போகணும்' என்று

இன்னொரு ஒற்றையடிப்பாதையைக் காட்டினார். 'ரெண்டும் மேளிக்குதான் போகுது. கொஞ்சம் சுத்து அவ்வளவுதான். எனக்கு ஒண்ணும் அவசரமில்லே... ஒங்ககூடவே வந்துடறேன்' என்று சொல்லிவிட்டான். பையிலிருந்து தேங்காய், வெல்லம் இரண்டையும் எடுத்து 'தின்னுங்க' என்று கொடுத்து அவனும் தின்னத் தொடங்கினான். பிராணேஸாசார்யருக்குப் பசியாக இருந்ததால், புட்டாவை நன்றியோடு நினைத்துக் கொண்டார். எங்கு சென்றாலும் என்ன நடந்தாலும் மனிதனின் துணை என்பது விதியைப் போல தன்னைவிடாது என்று எண்ணிக்கொண்டார்.

புட்டா தேங்காய்வெல்லம் தின்றுகொண்டே மேலும் நெருக்க மானவனாகி, பேசத் தொடங்கினான். 'ஒங்களுக்குக் கல்யாணம் ஆகியிருக்கணும் இல்லியா? ஆகாம இருக்குமா? நான் ஒருத்தன் மடையன் மாதிரி கேக்கறேன். எத்தனை.. புள்ளைங்க? கொழந்தை களே இல்லையா? பாவம். எனக்கு ரெண்டு கொழந்தைங்க. ரெண்டும் பையனுங்க. எங்களவள குந்தாபுரத்துலேருந்து கட்டினு வந்ததுன்னு சொன்னேன் இல்லியா? ஒரு விஷயம் பாருங்க, சிரிக்கிறதா அழுவுறதான்னே தெரியலே. அவளுக்கு, அவங்க அம்மா அப்பன்னா உயிரு. மாசத்துக்குத் தப்பினா ரெண்டு மாசத்துக்கு ஒருவாட்டி தாய் ஊட்டுக்குப் போகணும்னு அடம் புடிக்கிறா. பஸ் செலவு ரெண்டு ரூபா குடுத்து இந்தக் காலத்துலே யாராலதான் அனுப்ப முடியும் சொல்லுங்க. சொன்னா கேக்கறதே இல்லே. ரெண்டு புள்ளைங்க பெத்தும் புத்தியே வரலே. ரொம்ப எளவயதுதான்னு வச்சுக்குங்க. நம்ம மாமியாரு ஒரு மாதிரி கண்டிப்பான பொம்பள; ஆனா, மாமனார் மனசு ரொம்ப நல்ல மாதிரி. என்ன இருந்தாலும் அவரு நாலும் தெரிஞ்சவரு பாருங்க. எங்க மாமியாரு சொல்லியிருக்காங்க – என் மகள அடிக்கிறதுக்கு மருமகனுக்கு என்னா உரிமேன்னு. ஆனா, மாமனார் வாயி லேருந்து ஒரு நாளுகூட அந்தமாதிரி பேச்சு வந்ததில்லை. என்னதான் அடிச்சாலும் அவளுக்குப் புத்தியே வரலே. அம்மா ஊட்டுக்கு அனுப்பலேன்னா கெணத்துலே உழுந்துடறேன்னு பயங்காட்றா. என்ன பண்றதுன்னு தெரியலே. இந்த ஒரு கெட்ட பழக்கத்த விட்டா மத்ததுலயெல்லாம் ரொம்ப கெட்டிக்காரி. ஒரு சாப்பாடு பண்றதுலயாகட்டும், தட்டு-முட்டுங்கள கழுவறதலயாகட்டும், எல்லாத்துலயும் ரொம்ப சுத்தம், சுறுசுறுப்பு – இது ஒண்ணவிட்டா. நீங்க என்ன சொல்றீங்க இதுக்கு ?...'

பிராணேஸாசார்யார் எதுவும் சொல்லத்தெரியாமல் சிரித்தார். புட்டாவும் சிரித்தான். 'பொம்பளைங்க மனசைப் புரிஞ்சிக்கிறது,

தண்ணியிலே மீனு போற வழிய தெரிஞ்சிக்கிறது ரெண்டும் ஒண்ணுதான்னு அதனாலதான் பெரியவங்க சொல்றது. இல்லியா?' என்றான்.

'ஆமாம்...ஆமாம்...' என்றார் பிராணேஸாசார்யார்.

எப்படியோ புட்டாவின் பேச்சு சற்றுநேரம் நின்றது. புட்டா தன் மனைவியின் மனதை, ஓசை-ஒலிகளைக் கடந்த அண்டவெளியில் தேடிக்கொண்டிருக்க வேண்டும் என்று தோன்றியது ஆசார்யருக்கு. இப்போது இது தன்னுடைய புதிர். இதை நான் முன்பே சீராக அலசிப் பார்க்கவில்லை. எனது வாழ்க்கையின் தீர்மானமான நேரம் – நாரணப்பாவோடு, மஹாபலனோடு, என் மனைவியோடு, அக்ரஹாரத்தின் பிற பிராமணர்களோடு, மொத்தத்தில் நான் ஏற்றிருந்த தர்மத்தோடு, என்னுடைய தொடர்புகள் எல்லாமே தீர்மானமாக வேண்டியிருந்த நேரம், கேட்காமலேயே தோன்றிய அந்த... அந்தக் காட்டின் இருளில், நான் சட்டென்று மாறி விட்டேன். அதன் விளைவு என்வரையில் எப்படியோ அப்படியே அக்ரஹாரத்துக்கும் ஆழமான பிரச்சினையாகிவிட்டது. அதாவது, என்னுடைய முடிவைப் பற்றிய பிரச்சினை; வெறும் என்னுடைய முடிவை மட்டும் பாதிக்கும் பிரச்சினையல்ல – என்னுடைய அக்ரஹாரத்தையும் உள்ளடக்கிக்கொண்ட பிரச்சினை. இதுவே நெருக்கடியின், வேதனையின், தர்ம சங்கடத்தின் மூலவேர்.

நாரணப்பாவின் தகனத்தைப் பற்றிய சிக்கல் வந்தபோது நான் என்னுடைய தனிப்பட்ட நோக்கிலிருந்து அதைத் தீர்க்கும் முயற்சியைச் செய்யவில்லை. தர்ம சாஸ்திரத்தை நாம் படைத் திருப்பதற்கு இதுதானே காரணம்? நம்முடைய தனிப்பட்ட முடிவுகளுக்கும் சமுதாயத்துக்கும் இவ்வளவு இறுக்கமான தொடர்பு இருப்பதால்தானே? காரணம், நம்முடைய ஒவ்வொரு செயலிலும் நாம் முன்னோர்களை, குருக்களை, தெய்வத்தை மனிதகுடும்பத்தை உள்ளடக்குகிறோம். அந்தக் காரணத்தால் தர்மசங்கடம்! ஆனால், சந்திரியோடு நான் படுத்துக்கிடந்தபோது இந்த தர்ம சங்கடத்தை உணர்ந்தேனா? அது அளந்து, வார்த்து, எடைபோட்டு எடுத்த முடிவாக இருந்ததா? இப்போது அது மிகவும் மங்கித் தேய்ந்து தெளிவில்லாமல் போய்விட்டிருக்கிறது. அந்த முடிவு, அல்லது அந்தச் செயல் என்னை என் கடந்த கால வாழ்க்கையிலிருந்து, பிராமணரின் உலகிலிருந்து, மனைவியின் வாழ்விலிருந்து, என் நம்பிக்கைகளிலிருந்து அடியோடு தோண்டி எடுத்து, தொலைவில் வைத்துவிட்டிருக்கிறது. அதன் பலனாகத்தான் இப்போது, காற்றில் மீட்டிய கம்பியாக நான் அதிர்ந்துகொண்டிருக்கிறேன்.

இதிலிருந்து விடுதலை? விடுதலை?

'ஆசார்யரே' என்றான் புட்டா.

'என்னப்பா...?'

'இன்னும் கொஞ்சம் தேங்காய் வேணுமா?'

'கொடு' என்றார் பிராணேஸாசார்யார். புட்டா தேங்காயையும் வெல்லத்தையும் கொடுத்து, 'இல்லன்னா வழி நடக்கிறது கஷ்டமா இருக்குமே? மனசுக்கு ஆயாசமாயிருந்தா, இன்னொரு புதிர் போடறேன். விடுவியுங்களேன். 'ஆடுது, ஓடுது, நின்னு பாக்குது' என்னா சொல்லுங்கோ' என்று மற்றொரு பீடியைப் பற்ற வைத்தான்.

'அதனால் எனது பயம், வேதனை எல்லாவற்றிற்கும் மூலமாக உள்ளடங்கி இருப்பது, ஒருவேளை, கனவில் நடப்பதைப் போல நான் சந்திரியோடு கூடிப் புணர்ந்துவிட்டதில் இருக்குமோ? அதன் பலன்தான் இப்போதைய திரிசங்கு (இரண்டுங்கெட்டான்) நிலை. சுய விருப்பத்தில், தானே ஈடுபட்டு, முழுமையான அறிவுத் தெளிவோடு, மனம் ஒப்பிய முடிவோடு ஒரு செயலைச் செய்வதன் மூலமாக மட்டுமே இதிலிருந்து விடுதலை கிடைக்கும். இப்போது நான் காற்றில் அதிரும் தந்திக்கம்பி; காற்று கொடுத்த உருவத்தை அடையும் முகில். வெறும் ஒரு பொருளாகிவிட்ட நான், திட்ட வட்டமான செயலின் மூலமாக மனிதனாவேன். எனது வாழ்வுக்கு நானே பொறுப்பானவனாகிவிடுகிறேன். அப்படியென்றால்... அதாவது... கால்போன போக்கில் போய்விடுவதென்னும் தீர்மானத்தைக் கைவிட்டு பஸ் பிடித்து குந்தாபுரத்துக்குப் போய் சந்திரியுடன் இருந்துவிடுகிறேன். அப்படியே என் சங்கடத்தை யெல்லாம் போக்கிக் கொண்டுவிடுகிறேன். முழுமையான விழிப் புணர்வோடு என்னை நானே மீண்டும் உருவாக்கிக்கொள்கிறேன்.'

'தெரிஞ்சுதா?' என்று சிரித்துக்கொண்டே கேட்டான் புட்டா.

'ஆடுவது மீன், ஓடுவது தண்ணீர், நின்றுகொண்டு பார்ப்பது கல்லு' என்றார் பிராணேஸாசார்யார்.

'வாரே வாஹ்; பேஷ். ஜெயிச்சுட்டீங்க. எங்க ஊர்ல என்னை என்னான்னு கூப்பிடறாங்க தெரியுமா? 'புதிர் புட்டா'ன்னு. நான் நெறைய சரக்கு வச்சிருக்கிறேன். வேணுமின்னா, ஒரு நூறு மைல் எங்ககூட நடந்து பாருங்க. மைலுக்கு ஒண்ணுன்னு புதிர் போட்டுகினே வர்றேன்!' என்று புட்டா பீடியை எறிந்தான்.

***

வெய்யிலில் நடந்து தூர்வாசபுரத்தைக் கருடனும் லக்ஷ்மணனும் பிற பிராமணர்களும் நெருங்கியபோது, வெய்யில் இறங்குமுகமாக இருந்தது. பயந்துகொண்டே அக்ரஹாரத்தில் கால் வைத்தவுடனே, வீடுகளின்மீது கழுகுகள் இல்லாமலிருப்பதைக் கண்டு, அவர்களுக்குச் சற்று சமாதானமாயிற்று. லக்ஷ்மணாசார்யா மெதுவாக 'வீட்டுல பசு, கன்னு என்னவாயிருக்கோ; பாத்துட்டு வர்றேன். நீங்க முன்னால போங்கோ' என்றதற்கு, கருடாசார்யா எரிந்துவிழுந்து 'மொதல்ல தகனம், அப்புறமா ஒன்னோட ஆத்து வேலையெல்லாம்' என்று அதட்டினான். லக்ஷ்மணாசார்யனுக்கு எதிர் பதில் கொடுக்கும் துணிவு வரவில்லை. எல்லோரும் சேர்ந்து பிராணேஸாசார்யரின் வீட்டுக்கு வந்தனர். பாவம், அவரது துக்கத்திற்கும் சற்று ஆறுதல் சொல்லலாமே என்று எல்லோரும் எண்ணினர். ஆனால், கூப்பிட்டுப் பார்த்தும் உள்ளேயிருந்து பதில் வரவில்லை. வீட்டுக்குள் போனால், எலி செத்துக் கிடக்கும் நாற்றம். இதனால் யாருக்கும், தத்தம் வீட்டுக்குள் போகும் துணிவு வரவில்லை. அக்ரஹாரத்துத் தெருவுக்கு வந்தவுடன் மூடத்தனமே கவிந்துகிடந்ததைப் போலிருந்தது; அக்ரஹாரமே பாழடைந்து பரிதாபமாகக் கிடந்தது. 'இப்போ என்ன பண்றது' என்று எல்லோரும் ஒன்றாகச் சிந்தித்தனர். 'தகனம்' என்று ஒரு பிராமணன் சொன்னான். ஆனால், நாரணப்பாவின் வீட்டுக்குள் போய் அழுகி விகாரமாக இருக்கப் போகும் பிணத்தைப் பார்க்கும் துணிவு யாருக்கும் ஏற்படவில்லை. ஒரு உபாயம் கண்டு பிடித்த கருடாசார்யா, 'பிராணேஸாசார்யார் ஆத்துக்கோ வேறெங்கெயோ போயிருக்கலாம். அவர் வர்ற வரைக்கும் காத்திருக்கலாம்' என்றான். லக்ஷ்மணாசார்யா 'காத்துக் கெடக்கறதுக்கு நேரமில்லை, தகனத்துக்கு வேண்டியதையாவது தயார் செய்யலாமே' என்றான். 'கட்டைங்க?' என்றான் ஒரு பிராமணன். 'மாமரத்தை வெட்டிடலாம்' என்றான், இன்னொருவன். 'அழுகிப்போன பொணம்.. பச்சை வெறகிலே எரிக்க முடியுமோ?' என்றான் மற்றொருவன். 'அவன் வீட்டுக் கட்டைகளாலேயே எரிச்சுட்டாப் போறது' என்றான் லக்ஷ்மணாசார்யா. 'ஒன் வீட்டு கட்டைங்கள கேக்கலியோல்லியோ' என்று கருடன் குத்தலாகப் பேசினான். ஆனால், நாரணப்பாவின் வீட்டைச் சுற்றி புழக்கடைக்குச் சென்று பார்த்தபோது, போதுமான கட்டைகள் இருக்கவில்லை. 'சந்திரி... சந்திரீ...' என்று கூப்பிட்டும் பதில் இல்லை.

'குந்தாபுரத்துக்கு ஓடிப் போயிருக்கணும்.. ஊரையே பாழடைச்ச முண்டை' என்று எண்ணிக்கொண்டனர் பிராமணர்கள். இன்னும்

என்ன பண்ண முடியும்? ஒவ்வொரு வீட்டிலேருந்தும் ஒவ்வொரு கட்டு வெறக எடுத்துண்டு மசானத்துக்குக் கொண்டு போயிடுங்கோ' என்றான் கருடாசார்யா. எல்லோரும் ஒப்புக்கொண்டு தத்தம் புழக்கடையிலிருந்து ஒவ்வொரு தலைச்சுமை விறகைச் சுமந்து, இரண்டு மைல்களுக்கப்பால் இருக்கும் சுடுகாட்டிற்குச் சென்றனர்.

மீண்டும் அக்ரஹாரத்துக்கு திரும்பிவந்து பார்த்த போதும் பிராணேஸாசார்யார் ஆளே இல்லை. 'பிணம்' என்றான் ஒரு பிராமணன். 'பிராணேஸாசார்யார் வரட்டும்' என்றான் கருடன். 'சரி' என்றான் லக்ஷ்மணாசார்யா. எல்லோருக்கும் பயம் – உள்ளே போய்ப் பார்க்க. 'பிராணேஸாசார்யருக்குத் தெரியப்படுத்தாம பதட்டப்பட்டுச் செய்யறது சரியில்ல' என்றான் கருடன். 'எல்லா ஏற்பாடுகளையும் செய்துவச்சுட்டுக் காத்துண்டிருக்கலாம்' என்று பிராமணர்கள் நாரணப்பாவின் வீட்டுக்குமுன்னால் சட்டியில் நெருப்பு எரியவிட்டு, மூங்கில்களைக் கொண்டுவந்து பாடை கட்டியவாறு உட்கார்ந்தனர் – பிராணேஸாச்சார்யரை எதிர்பார்த்து, காத்துக்கொண்டு.

***

நடுப்பகல் சுமார் மூன்று மணியாகும்போது பிராணேஸாசார்யார், புட்டனோடு மேளிகேயின் ஏரியை அடைந்தார். வண்டித்தடத்தில் நடந்து வரும்போது செம்புழுதியினால் உடம்பெங்கும் தூசு படிந்திருந்தது. ஏரியில் கைகால்களைக் கழுவிக்கொள்வதற்காக இறங்கியபோது புட்டா, 'இல்லே.. என்னல்லாம் அரட்டை யடிச்சேன். ஆனா, என் சொந்த விஷயத்தை ஒங்ககிட்டே பேசவே யில்லை, இல்லியா?' என்றான். முகம் கழுவிக் கொண்டிருந்தபோது, யாராவது மேளிகேயில் தெரிந்தவர்கள் கண்ணில்பட்டுவிட்டால் என்று ஆசார்யார் பயப்படத் தொடங்கினார். மீண்டும் பயம் தோன்றிவிட்டதே என்று குழப்பமடைந்தார். ஒரு ஆறுதல்: மேளிகே பிராமணர்கள் எல்லாம் ஸ்மார்த்தர்கள். அதனால் பழக்கமில்லாதவர்கள். திருவிழா ஆரவாரத்தில் நம்மையெல்லாம் யாரும் பார்த்துக் கொண்டிருக்கமாட்டார்கள்! ஆனால், எவ்வளவுதான் ஆறுதல் சொல்லிக்கொண்டாலும் பயம். திருவிழாவுக்கு என்று அறிமுகமானவர்கள் யாராவது கட்டாயம் வந்திருப் பார்கள். ஆனால், என்ன ஆனாலும் சரி, முடிவெடுத்த பின்பு தனக்கேன் பயம்? ஆனாலும் பயம் இருப்பது என்னமோ உண்மைதான். காரணமில்லாமல் எதற்காக இந்த பயம்? இதற்கான மூலத்தைக் கண்டுபிடிக்க வேண்டும். இந்த பயத்தை வேரோடு

களைந்தெறிய வேண்டும். நாரணப்பா எவ்வாறு எதற்கும் அஞ்சாமல் ஆண்மையோடு, சந்திரியோடு அக்ரஹாரத்தின் நடுவிலிருந்து வாழ்ந்தான்? நான் சந்திரியிடம் போனாலும் வீட்டுக்குள்ளே முகத்தை மறைத்துக்கொண்டுதான் இருப்பேனோ என்னவோ! தூ... அதென்ன வாழ்க்கை...! என்று எண்ணிக்கொண்டார்.

'இல்ல, ஒங்ககிட்ட இவ்வளவெல்லாம் எதுக்காக அரட்டையடிக்கிறேன்னு ஒங்களுக்குப் பட்டிருக்கலாம். 'என்னா இவன் கெடைச்சா விடமாட்டான் போலிருக்கே'ன்னு. சொல்றேன். கேளுங்க, நீங்க ரொம்ப பேசாதவங்களா இருந்தாகூட ஒங்களுக்கும் ஆளுங்க வேணும். நீங்க ரொம்ப சாதுவான ஆளு.' முகத்தைத் துடைத்துக்கொண்டு புட்டா சொன்னான். 'நெஜமா? இல்லியா? சொல்லுங்க. மொகத்த பாத்துட்டே யாரு எப்படிப்பட்ட ஆளுன்னு நான் சொல்லிடுவேன். ஒங்ககிட்ட எதுக்கு மூடிமறைக்கிறது? நான் என்னமோ கீழ்ஜாதி ஆளுதானேன்னு நீங்க எண்ணிக்க மாட்டீங்கன்னு நெனைக்கிறேன். நான் பூக்கட்டி (ஓதுவார்)ன்னு சொன்னேன் இல்லியா? நெஜத்தைச் சொல்றதுலே என்னா தப்பு? எங்கப்பா ஓசந்த பாப்பாருங்கதான். வச்சிகிட்ட எங்க அம்மாவெ பொண்டாட்டியவிட நல்லாவே பாத்துகிட்டாரு. எனக்குப் பூணூலும் போட வச்சார். பாருங்களேன் வேணுமுன்னா!' என்று பூணூலை ஜிப்பாவின் உள்ளேயிருந்து இழுத்துக் காட்டினான். 'ஏறக்குறைய என் சினேகிதங்க எல்லாருமே பிராமணருங்க தான். நடங்கபோகலாம்' என்றான். ஏரியின் மதகின்மேல் ஏறி, 'ஜனங்க சொல்றதுக்கும் நான் செய்யறதுக்கும் சரியாத்தான் இருக்குது. என் ஒரு பேரு 'புதிர்' புட்டா; இன்னொரு பேரு 'வாயாடி புட்டா'; மொத்தத்துலே எனுக்கு ஆளுங்க வேணும்.' என்று சிரித்தான்.

திருவிழாவின் கோலாகலத்தில் மேளிகே கலை நிறைந்து காணப் பட்டது. கன்யா, விருச்சிகம், மிதுனம் முதலான ஓவியங்களினால் தேரினுடைய உச்சி சர்வாலங்காரமாக ஊரின் நடுவில் வந்து நின்றிருந்தது. பருமனான இரண்டு வடக்கயிறுகள் தேரில் கட்டப்பட்டு வழிநெடுக விழுந்து கிடந்தன. தேரடியிலிருந்து தேரை இழுத்துவந்து, பாதிவழியில், பக்தர்கள் தேங்காய்-பழம்-கற்பூர அர்ச்சனை செய்வதற்காக நிறுத்தியிருந்தனர். தேருக்குள் உட்கார்ந் திருந்த பூஜாரியிடம் பக்தர்கள் கொடுத்த தேங்காய் பழங்களை யெல்லாம் ஒரு பிராமண இளைஞன் ஏணியில் ஏறி, இறங்கி அர்ச்சனைக்கு ஒப்படைத்துக்கொண்டிருந்தான். தேரைச் சுற்றி ஒரு பெரிய கூட்டமே தேங்காய்-பழத் தட்டுக்களை வைத்துக் கொண்டு காத்து நின்றது. பிராணேஸாசார்யார், கூட்டத்தில்

தனக்கு அறிமுகமானவர்கள் யாராவது இருக்கிறார்களா என்று உள்ளுக்குள் அச்சத்தோடு தேடிக்கொண்டிருந்தார். எள் விழுந்தால் எள் இறங்காத கூட்டத்தின் நடுவில், ஆசார்யரின் கையைப் பிடித்து நடத்திக்கொண்டு புட்டா ஒரு கடையில் சென்று தேங்காய்-பழம் வாங்கினான். 'கூட்டம் கலைஞ்ச பின்னால பூஜை பண்ணினாப் போறும். இப்போ அப்படியே சுத்திப் பாத்துனு வரலாம், ஆசார்யரே' என்றான்.

நெரிசலிலிருந்து வெளியே வந்ததும் ஊதல்களின் சத்தம்; ஒவ்வொரு கிராமச் சிறுவனின் வாயிலிலும், அப்பா அம்மாவிட மிருந்து அடம்பிடித்து அழுது பெற்ற காலணாவிற்கு வாங்கிய விதவிதமான ஒலிகள் எழுப்பும் பீபீ ஊதல்கள்; கற்பூர, ஊதுவத்தியின் நறுமணம். புதிய துணிகளின் மொர மொரப்பு; பலூன் விற்பவனின் பாட்டு. ஒரு மூலையில் 'பயாஸ்கோப்' பெட்டி. காலணா கொடுத்தால் ஓட்டை வழியாக அவன் சலங்கை கட்டிய பெட்டியைத் தட்டிக்கொண்டு ஆடிக்கொண்டே காட்டுவான். 'தில்லி பட்டணம் பாரு, கோர்ட்டு கச்சேரிய பாரு, பெங்களூரு பேட்டையைப் பாரு, மைசூரு ராஜாவப் பாரு, ஆஹா தர்பாரு சொகுசப் பாரு, திருப்பதி பெருமாளப் பாரு, ஆஹா பம்பாய் பட்டணம் பாரு, ஆஹா பட்டணத்துலே தேவடியா பாரு பாரு...' சலங்கையின் ஆட்டம் நிற்கிறது. 'பம்பாயி பயாஸ் கோப்பு... பயாஸ் கோப்பு... ஒரே ஒரு காலணாதான்... காலணா தான்' என்று உரக்கக் கூவுகிறான். புட்டாவால் வெறுமே நடந்து பார்த்துக் கொண்டே போய்விட முடியவில்லை. ஆசார்யரே, நானும் பாத்துட்டு வந்துடறேன்' என்றான். 'ஆகட்டும்' என்றார் பிராணேஸாசார்யார்.

'உட்டுட்டு எங்கியும் போயிடாதிங்க... இங்கியே இருங்க' என்று புட்டா கருப்புத் திரைக்குள் கழுத்தை நீட்டி ஓட்டை வழியாகப் பார்க்க உட்கார்ந்தான். 'இப்போது இவனை இங்கேயே விட்டுட்டுப் போயிடுவோமா?' என்று எண்ணினார் ஆசார்யார். மீண்டும் 'பாவம் வேண்டாம்' என்று எண்ணிக்கொண்டார். ஆனால், இவன் கூடவே இருந்தால் அமைதியாக இருக்க முடியாது. எனக்கு இப்போது தனியாக இருக்கவேண்டும் என்று நடந்து போனார். சற்று தொலைவு போவதற்குள்ளாகவே, 'ஆசார்யரே' என்று யாரோ கூப்பிட்டதைப் போலிருந்தது. திடுக்கிட்டுத் திரும்பிப் பார்த்தார். புட்டா! 'நீங்க காணாமப் போயிட்டீங்கன்னு நெனைச்சி கிட்டேன். ஆனால், பயாஸ் கோப்புகாரன் நீங்க போன வழி சொன்னான். நல்ல காலம்... ம்... நடங்க' என்றான். பிராணேஸா

சார்யருக்கு உடம்பு நகத்தால் கீறிவிட்டதைப் போல எரிச்ச லெடுத்தது. திட்டித் துரத்திவிடலாமா என்று எண்ணினார். ஆனால், கேட்காமல், வேண்டாமல், விரும்பாமலேயே நட்புக்கரம் நீட்டிய, என்றும் பார்த்தறியாத ஒரு மனிதப்பிறவியை எப்படி மனம் நோகப் பேசிவிடுவது? பொறுத்துக்கொள்ள வேண்டியதுதான். பட்டுக் கொள்ள வேண்டியதுதான் என்று எண்ணிக் கொண்டார். 'ஆஹா.. பாத்திங்களா?' என்றான் புட்டா.

கழைக் கூத்தாட்டம் நடந்துகொண்டிருந்தது. பாம்பைப் போல உடல்வாகு உள்ள கவர்ச்சியான அழகியொருத்தி கைகால்களை விரித்து வெறும்வயிற்றின் மீது சமநிலை தவறாமல் மூங்கில் கொம்பின் மீது படுத்துத் தொங்கிக் கொண்டிருந்தாள்.

கழைக்கூத்தாடி, தப்பட்டையை வாசித்தான். அடுத்த வினாடியே, மூங்கில் கழியின் மீது தொங்கிய அழகி, சர்ரென்று கீழிறங்கி ஆடிக்கொண்டிருந்தாள். ஜனங்கள் காசுகளை வீசினர். புட்டாவும் ஒரு காலணாவை வீசிப் போட்டான். கோயிலின் அருகில் வந்து கொண்டிருக்கையில், இரண்டு பக்கங்களிலும் கையொடிந்தவர்கள், கால்முடமானவர்கள், கண்ணில்லாதவர்கள், மூக்கு இருக்க வேண்டிய இடத்தில் வெறும் இரண்டு குழிகள் மட்டுமே இருப்பவர்கள், விதவிதமான உறுப்பு குறைந்தவர்கள் தரையில் புரண்டபடி பிச்சையெடுத்துக் கொண்டிருந்தனர். பார்ப்பதற்கு மிகவும் பரிதாபமாக இருந்த, உறுப்பு குறைந்த ஒருவனுக்குக் காசைப் போட்டுவிட்டு புட்டா நடந்தான். எதிரில் பெண்களின் பின்னலில் கட்டிக்கொள்ளும் வண்ண வண்ண 'டேப்பு'களை எல்லம் மூங்கில்பலகையில் தொங்கவிட்டு, தூக்கிக்கொண்டு திரியும் 'நடமாடும்' ஒரு கடை யில் ஒரு கஜம் டேப்பை மனைவிக்காக வாங்கினான். 'அவளுக்கு இதுன்னா ரொம்ப ஆசை' என்றான்.

இரண்டு வண்ணத் தகட்டினாலான ஊதல்களைக் குழந்தை களுக்கென்று வாங்கி ஊதிப் பார்த்தான். 'போகலாம்' என்றான். பிராணேஸாசார்யருக்கு திருவிழா ஆரவாரம், உற்சாகத்தின் நடுவில், கட்டுப்பாடோ கவனிப்போ இல்லாத வேதாளம் ஒன்றைப்போல தான் அலைந்து கொண்டிருப்பதாகத் தோன்றியது. புட்டா சோடா விற்கும் 'கடை'யைப் பார்த்ததும், 'வாங்க. ஒரு கிரஷ் குடிக்கலாம்' என்றான். 'இல்ல, நான் குடிக்கிறதில்லே' என்றார் பிராணேஸாசார்யார்.

ஒரு கொங்கணிக்காரனின் கீற்று வேய்ந்த சோடாக் கடையில் எடுத்துப் பார்த்து நல்ல சிவப்பு நிறத் தண்ணீர் இருக்கும் புட்டி ஒன்றை எடுத்துக் காட்டி 'ஒரு கிரஷ்' என்றான் புட்டா. அந்தக்

கடையைச் சுற்றிலும் வெட்கத்தோடு புட்டியிலிருக்கும் விறுவிறுப்பான சோடா கிரஷ்களைக் குடிக்கும் கௌடத்திகள், கௌடர்கள், குழந்தைகள் நிறைந்திருந்தனர். எண்ணெய் தடவி படியப்படிய வாரிய தலை. தலையில் முடித்த செண்டுமல்லிப்பூ. உடுத்தியிருக்கும் புதிய புடவை. கௌடர்களின் உடம்பில் புதிய சட்டை. 'கிரஷ்' பாட்டிலின் கோலி உருண்டையை அழுத்தும்போது வரும் 'குய்ங்', 'கொயிக்' என்னும் சத்தம்; இனிப்பான, நிறமுள்ள கேஸ் கலந்த நீரைக் குடித்து பின்பு 'கரக்' என்று வரும் ஏப்பம்; அது ஒருவகை எதிர்பார்ப்பு, வேட்கை, அனுபவம், மனநிறைவு; திருவிழா தரும் பலவகை இன்பங்களில் இதுவும் ஒன்று. எல்லோரும் முதலிலேயே இதை ஆவலோடு எதிர்பார்த்து, விரும்பி, வேண்டிய அளவு காசை அதற்கென்றே ஒதுக்கி வைத்திருப்பார்கள். எல்லா சாதாரண சுகங்கள் கொண்ட இந்த உலகத்தின் வெளியே நின்று பிராணேஸாசார்யார் சுற்றி இருந்தவர்களையெல்லாம் பார்த்தார். 'கரக்' என்று ஏப்பம்விட்ட புட்டாவின் முகம் மலர்ந்துபோனது. 'வாங்க போகலாம்' என்றான். 'நீங்க ஒண்ணுமே வாங்கலையே' என்றான்.

இப்படி திருவிழா ஆரவாரம், அமளி, சந்தடி, உற்சாகம், பலூன், ஊதல், இனிப்பு வகைகள், கிரஷ்ஷின் 'குய்ங்' ஓசை, கோயில் மணிகளின் நாதம், பெண்களின் வளையல்கடை வைபவம் போன்றவற்றின் நடுவில், மலைத்துப் போனவராகப் பிராணேஸாசார்யார் புட்டாவைத் தொடர்ந்து நடந்தார். எங்கு பார்த்தாலும் உற்சாகமான கண்கள்; பரவசமான முகங்கள். 'தன்னொருவனுடையது மட்டும் எதிலும் உற்சாகம் பெறமுடியாத கண்கள். புட்டா சொன்னது சரிதான். இவனை நான் சந்தித்ததும் விதிப்படிதான் இருக்கவேண்டும். நான் எடுத்த முடிவு முழுமையடைய புட்டாவைப் போலவே வாழ்க்கையில் உற்சாகியாகி விடவும் பற்றுகொள்ளவும் தகுதியிருக்க வேண்டும். சந்திரியினுடையதும் இதே போன்ற உலகம்தான். நான் அங்கும் இல்லை, இங்கும் இல்லை, இருமையில் அல்லது இரண்டுமற்ற நிலையில் போராட்டத்தில் அகப்பட்டுக்கொண்டேன்.' காபி, மசாலா தோசையின் வாசனை வந்தது. புட்டா நின்றான். ஆசார்யரும் நின்றார்.

'வாங்க, கொஞ்சம் காபி குடிக்கலாம்' என்றான் புட்டா.

'எனக்கு வேண்டாம்' என்றார் பிராணேஸாசார்யார்.

'இது பிராமணங்க ஹோட்டல். தேர்த்திருவிழாவுக்குன்னே தீர்த்தஹள்ளியிலேருந்து வந்திருக்குது. தோஷமில்லே. உள்ள, மடிபிராமணருக்குன்னே தனியா ஒரு இடமிருக்குது.'

'வேண்டாம்... எனக்குக் காபி வேண்டாம்.'

'அதெல்லாம் முடியாது. நான் ஓங்களுக்குக் காபி வாங்கித் தர்றேன் வாங்க' என்று புட்டா கையைப்பிடித்து உள்ளே அழைத்துக்கொண்டு போனான். பிராணேஸாசார்யார், மணைமீது மனமில்லாமல், தவிர்க்க முடியாமல் உட்கார்ந்தார். இங்கு யாராவது எனக்கு அறிமுகமானவர்கள் இருந்துவிட்டால் என்று உள்ளுக்குள் அஞ்சியவாறு தேடினார். வேதாந்த சிரோமணி யொருவன் ஹோட்டல் காபி குடிப்பது கண்ணில் பட்டு விட்டால்?... யாருக்காவது தெரிந்துவிட்டால்?... சே! இந்த பயத்திலிருந்து முதலில் விடுபட வேண்டுமென்று தம்மையே நொந்துகொண்டார். புட்டா சற்றுத்தொலைவில் போய் உட்கார்ந்து பிராணேஸாசார்யாரின் பிராமணியத்திற்கு மரியாதை கொடுத்தான். 'ரெண்டு ஸ்பெஷல் காபி' என்று எதிரில் வந்து நின்ற பரிமாறுபவ னிடம் சொன்னான். இரண்டணா கொடுத்துவிட்டு டம்ளரில் வந்த காபியைக் குடித்துக்கொண்டே 'பாழாப்போன திருவிழா காப்பி' என்றான். பிராணேஸாசார்யருக்குத் தாகமாக இருந்ததால், காபி குடித்தது ஆறுதலாகவே இருந்தது. தெம்பு வந்தது. வெளியே வந்தனர். 'நீங்க வேணும்னா கோயில்லயே போயி சாப்பிடுங்க. இன்னைக்கி ஆறுமணி வரைக்கும் பிராமணங்களுக்கு அன்னதானம் நடக்கும்' என்றான் புட்டா.

எவ்வளவோ நாட்களாக உணவே இல்லாமலிருந்ததால் பிராணேஸாசார்யருக்குச் சட்டென்று சுடச்சுட சாதமும் குழம்பும் கலந்த உணவைச் சாப்பிட வேண்டுமென்ற விருப்பம் எழுந்தது. ஆனால், இப்போது தனக்கு இழவுத் தீட்டு ஆயிற்றே, கோயிலுக்குள் சென்று சாப்பிடக்கூடாதே; தீட்டு பட்டுவிட்டால் தேர் முன்னால் நகராது; நின்றுபோய்விடும் என்னும் நம்பிக்கையும் கூடவே நினைவுக்கு வந்தது. ஆனால், நாரணப்பா பிள்ளையார் கோவிலின் மீனைப் பிடித்து வெற்றியடைந்துவிடவில்லையா? பிழைத்து வாழ்ந்துகொண்டிருக்கவில்லையா? தனக்கு அப்படி பிராமணி யத்தை முழுவதுமாகப் புறக்கணித்துவிட்டு, நடக்கும் துணிவு இல்லை என்று பட்டது. அப்படியென்றால் சந்திரியோடு சேர்ந்து வாழப்போகிறோம் என்ற முடிவுக்கு என்ன மதிப்பு, என்ன மரியாதை என்று அவரது மனமே அவரைப் பரிகசித்தது. முடிவெடுத்தால் அது உறுதியான முழுமையான முடிவாக இருக்க வேண்டும். இரண்டையும் விடமுடியாமல் இரண்டிலுமில்லாமல் இருக்கும் நிலை வேண்டாம். ஒட்டிக்கொள்வதால் முழுமையாக ஒட்டிக்கொண்டுவிடு; விடுவதானால் முழுமையாக விட்டுவிடு.

அதுதான் போராட்டத்திலிருந்து மீளும் வழி; பயத்திலிருந்து தப்பும் வழி. மஹாபலன் எப்படி முடிவெடுத்தான்.

'கொஞ்சம் நில்லுங்க ஆசார்யரே! அங்க பாருங்க' என்றான் புட்டா. தொலைவில் ஒரு பரந்த திண்ணையின் மீது பரபரப்பு அடைந்தவர்களாய்க் காணப்பட்ட சூத்திரர் கூட்டம் ஒன்று தெரிந்தது. 'வாங்க. அங்க போயி பார்க்கலாம். கோழிச்சண்டை யிருக்கும்!' என்றான் புட்டா. பிராணேஸாசார்யருக்கு இதயம் தடதடவென்று அடித்துக்கொண்டது. இருந்தாலும் புட்டாவோடு நடந்தார் விதிக்குத் தலைவணங்குவதைப் போல. கூட்டத்திலிருந்து சற்று தொலைவு நின்று பார்த்தார். கள்ளின் நெடி தாக்கி அவருக்குக் குமட்டிக்கொண்டு வந்தது. காலில் கத்தி கட்டியிருந்த இரண்டு சேவல்கள் 'ரப்' 'ரப்' என்று இறக்கைகளை அடித்துக்கொண்டு கத்தியினால் கிழித்துக்கொண்டு ஒன்றையொன்று தாக்கிக் கொள்வதைப் பார்த்தபடி ஜனங்கள் குத்துக்காலில் கால் பெருவிரல் களின்மீது உட்கார்ந்திருந்தனர் வாய்திறந்து, முற்றுகையிட்டதைப் போல. அவ்வளவு மும்முரமான, ஒன்றிப்போன, கூர்மையான, கொடூரமான பார்வையைப் பிராணேஸாசார்யார் தனது வாழ் நாளிலேயே கண்டதில்லை. ஐம்பொறிகளுமே, உட்கார்ந்திருந்தவர் களின் கண்பார்வையில் ஒன்றியிருந்தன – உயிரும் இரண்டு சேவல்களுமாக இல்லை, நான்கு இறக்கைகள், நான்கு கத்திகள். கொக், கொக், கொக், கொக் – சுற்றிலும் நாற்பது கண்கள். சிவப்பு கொண்டைச் சேவல்களின் பளபளக்கும் கத்திகள். தகிதகிக்கும் வெய்யில். பளார் பளீர் – தீப்பொறி உரசல்.

'ஆகா! பலே, பேஷ்' ஆரவாரம், கூச்சல்கள், அடித்தது... கொத்தியது... ஏறி உட்கார்ந்தது.

பிராணேஸாசார்யருக்கு பயம் பிடித்துக்கொண்டது. அரக்கர் களின் உலகத்துக்குத் திடீர் என்று வந்துவிட்டதைப் போல இருந்தது. சந்திரியோடு வாழ முடிவெடுத்த கீழுலகத்து கனத்த இருளில், எங்கோ – குகைக்குள் எங்கோ இந்த பரபரப்பான பிராணிகளின் கண்ணின் கொடூர உற்சாக சக்தியும் ஒரு அம்சமானால், அங்கு பிராமணனான தான் வாடிவதங்கிப் போய்விடுவோம் என்று வெகுவாகப் பயந்துபோனவராக அப்படியே உட்கார்ந்து விட்டார். இரண்டு சேவல்களின் சொந்தக்காரர்களும் தத்தம் சேவல்களை உற்சாகப்படுத்தியும் தூண்டிவிட்டுக்கொண்டு மிருந்த கூக்குரல்கள் மனிதர்களின் தொண்டையிலிருந்து வந்தவையாக அவருக்குப்படவில்லை. மிகக் குரூரமான தீவிரமான உணர்வுகள் நிறைந்த இந்த உலகத்தில் வாழும் திறமை தனக்கு

133

நிச்சயமாக இல்லையென்று திடமாகத் தெரிந்தது. காமத்தின் ஒருபக்கம் மென்மையானால், இன்னொரு பக்கம் இந்த அரக்கத்தனமான இச்சைகள் இருக்கவேண்டும். நாரணப்பா தன்னை எள்ளி நகையாடி ஏளனம் செய்துவிட்டுப் போன அன்று, தனது தனிச்சிறப்பெல்லாம் குன்றிவிட்டதைப் போலாகி, தான் அனுபவித்த பயங்கொள்ளித்தனம் திரும்பிவந்தது. இரண்டு சேவல்களையும் அடிதடியிலிருந்து வலுக்கட்டாயமாக விடுவித்து, காயம்பட்டு ரத்தம் வடிந்துகொண்டிருந்த இடங்களைத் தைத்து, மீண்டும் சண்டைக்குவிட்டனர்.

இதனிடையில் வெற்றிக் களிப்போடு பார்த்துக் கொண்டிருந்த புட்டா அறிமுகமில்லாத ஒருவனிடம் பந்தயம் கட்டினான். 'இந்த சேவல் என்து' என்றான் புட்டா. 'இது ஜெயிச்சா ரெண்டனா' என்றான் அந்தப் புதியவன். தன்னுடையது வென்றால் நான்கணா என்றான் புட்டா. எட்டணா என்றான் அவன். பத்தணா என்றான் புட்டா. பனிரெண்டனா என்றான் அவன். பார்க்கலாம்' என்றான் புட்டா. பிராணேஸாசார்யார் ஆவலோடு காத்திருந்தார்.

'இந்தப் பாவிப் பையன் கையிலிருக்கும் காசையெல்லாம் இழந்துவிட்டால், என்ன ஆவது?' ஆனால், அவருக்குப் பெரும் வியப்பு! புட்டனே வென்றான். ஆனால், புட்டா அங்கிருந்து புறப்பட எழுந்தவுடனே தோற்றுப் போனவன், 'இன்னொரு பந்தயம்' என்றான். 'வேண்டாம்' என்றான் புட்டா. புதியவன், குடித்துவிட்டிருந்ததனால் புட்டாவை அடிக்க வந்தான். பிராணேஸாசார்யார் தடுத்தார். பிராமணனைப் பார்த்ததும் அவன் கோபத்தை அடக்கிக்கொண்டான். எல்லோரும் 'என்ன, என்ன' என்று நெருங்கி வருவதற்குள் பிராணேஸாசார்யார் புட்டனை இழுத்துக்கொண்டு வந்துவிட்டார்.

பன்னிரண்டணாவை வென்று மிகவும் பெருமைப்பட்டுக் கொண்டான் புட்டா. இதனால் ஒன்றும் நிலை தடுமாறிப் போனவ னாகத் தெரியவில்லை. பிராணேஸாசார்யருக்குத் திடீரென்று புட்டாவின் மீது பரிவும் பாசமும் பிறந்தன. 'எனக்கொரு மகன் இருந்திருந்தால் பாசத்தோடும் அன்போடும் வளர்த்திருக்கலாம்' என்று எண்ணிக்கொண்டார்.

'புட்டா, அப்போ நான் பொறப்படட்டுமா?' என்றார் பிராணேஸாசார்யார் தங்களுடைய நட்பை இத்துடன் முடித்துக் கொள்ள எண்ணியவராய்.

'எந்தப் பக்கமா ஓங்க பயணம்?' என்றான் புட்டா, முகம் மிகவும்

வாடிப்போனவனாக. 'என்னிடமிருந்து எதை எதிர்பார்த்து இவன் இப்படி ஒட்டிக்கொண்டு பின்தொடர்கிறான்' என்று ஆசார்யருக்கு ஒரு ஐயம் பிறந்தது.

'இப்படி... நிச்சயம் ஒண்ணும் இல்ல' என்றார்.

'அப்படீன்னா கொஞ்சதூரம் ஒங்களோட தொணைக்கு வர்றேன்... கோயில்ல சாப்பிட்டுட்டுப் போனா போதுமில்லே...' என்றான் புட்டா, கட்டாயப்படுத்தும் பாவனையில்.

திரும்பவும் தொல்லையா என்று எண்ணிக்கொண்ட பிராணேஸா சார்யார், 'நான் ஒரு தட்டானைப் பார்க்கணும்' என்றார்.

'எதுக்கு?' என்றான் புட்டா சற்றும் சளைக்காமல்.

'என்னண்ட ஒரு துண்டு தங்கமிருக்கு விற்கணும்.'

'ஏன், இப்போ செலவுக்குக் காசில்லேன்னா இந்தப் பன்னண்டணாவை வாங்கிக்கிங்க கைக்கடனா. இன்னொருமுறை பாக்கும்போது குடுங்க.'

இப்படிப்பட்ட மனிதனிடமிருந்து விடுபட்டுப் போவது தான் எப்படியென்று பிராணேஸாசார்யார் புரியாமல் நின்றார். காலில் சுற்றிக்கொள்ளும் கொடியைப் போலத்தான் இவனது கருணையும்.

'இல்ல புட்டா, இப்போ எனக்கு வேண்டியிருக்கிறது கொஞ்சம் நஞ்சம் பணமில்லே. குந்தாபுரத்துக்குப் பஸ்ஸைப் பிடிக்கணும். அது இதுன்னு இன்னும் வேறு கொஞ்சம் செலவுகளும் இருக்கு.' பிராணேஸாசார்யார் அவன் பிடியிலிருந்து தப்பித்துக்கொள் வதற்காக, இப்படிச் சொன்னார்.

'ஓ அப்பிடியா.... வாங்க அப்படின்னா, எனக்குத் தெரிஞ்ச தட்டான் ஒருத்தன் இங்கே இருக்கான். என்ன விக்கணும்?'

'பூணூலுக்குப் போட்டிருக்கிற புண்ணிய மோதிரம்' வேறு வழியில்லாமல் பிராணேஸாசார்யார் சொல்லி சமாளித்தார்.

'எங்க... காட்டுங்க...' என்று புட்டா கைநீட்டினான். ஜனக் கூட்டத்தில் வெட்கத்தோடு பிராணேஸாசார்யார் பூணூலிலிருந்து மோதிரத்தை அவிழ்த்துக் கொடுத்தார். புட்டா அதைக் கையில் பிடித்து எடை பார்த்து, 'சுமாரா பதினஞ்சு ரூபாய்க்குக் கொறவா கேட்டா ஒத்துக்காதீங்க' என்றான்.

இருவரும் குப்பமொன்றை அடைந்து தட்டானின் வீட்டுக்குச் சென்றனர். மரப்பெட்டி ஒன்றின் முன்பு அரத்தால் மோதிரம் ஒன்றைத் தேய்த்தபடி உட்கார்ந்திருந்த தட்டான் வெள்ளி சட்டமிட்ட கண்ணாடியைச் சரிசெய்துகொண்டு, 'என்ன'

என்றான். புட்டாவைப் பார்த்து, 'என்ன புட்டய்யாவோட காலு இந்த ஏழைங்க ஊட்டுப் பக்கமும் திரும்பியிருக்கிறதே' என்று உபசரித்தான். மோதிரத்தைக் கொடுத்தாயிற்று. தட்டான் அதை குண்டுமணி தராசில் எடைபோட்டு, உரைத்துப் பார்த்து, 'பத்து ரூபா' என்றான். புட்டா 'பதினஞ்சுக்குக் கொறவுன்னா பேச்சே வேண்டாம்' என்றான். பேரம் பேசும் போக்கைப் பார்த்து ஆசார்யருக்குக் குழப்பமேற்பட்டது. 'தங்கம் வெல கொறஞ்சிருக்கு' என்றான். 'அதெல்லாம் எனக்குத் தெரியாது. பதினஞ்சி குடுக்க முடியுமா இல்லியா?' என்று ஆசார்யாரின் முகத்தைப் பார்த்துத் தன் வியாபாரத் திறமையைப் பாராட்டும்படி பாவனை செய்தான். ஆசார்யார் அதற்கு, 'பத்துதான் குடுக்க முடியும்னா அதையே குடுங்க. இதுபோதும்' என்று பேச்சை வளர்க்க விருப்பப்படாமல் சட்டென்று சொல்லிவிட்டார். புட்டாவுக்கு முகத்திலடித்தாற் போலாயிற்று. தட்டானின் முகம் மலர்ந்து போயிற்று. பத்து ரூபாயை எண்ணிக் கொடுத்துவிட்டு கைகூப்பி வணங்கினான். பிராணேஸாசார்யார் 'உபகாரமாச்சு' என்று சொல்லி வெளியே வந்தார்.

வெளியே வந்தவுடனே புட்டா கூப்பாடு போடத் தொடங்கி விட்டான், கைப்பிடித்த மனைவியைப் போல. 'என்னமோ ஒங்களுக்கு உபகாரம் பண்ணலாம்னு வந்தா என் மானத்தையே எடுத்திட்டீங்களே? என் பேச்சுக்கு இனிமே அவன்கிட்ட மதிப்பே இல்லாம பண்ணீட்டீங்க – போகட்டும் – ஆனா, ஒங்களுக்கு இல்லே அஞ்சு ரூபாய்க்கு நாமம் போட்டான். கலியுகத்துலே ஒங்கள மாதிரி ஏமாந்தவங்களா இருக்கக்கூடாது. தெரியுமா? ஆசாரிங்க சொந்த அம்மாவோட தங்கத்தையே திருடிக்கு வாங்களாம். கேட்டிருக்கீங்களா?'

'பணம் ரொம்ப தேவையாயிருந்தது. பதட்டமா கேட்டுட்டேன். மன்னிச்சுடு.'

பிராணேஸாசார்யார் வினயத்தோடு புட்டாவின் மனதை நோகவைக்க விரும்பாமல் சொன்னார். புட்டா தணிந்துவிட்டான்.

'ஒங்களப் பாத்தவுடனே தெரிஞ்சுது. நீங்க ரொம்ப சாதுவான ஆளுன்னு. ஒங்களமட்டும் தனியா எங்கெயும் அனுப்பக்கூடாது. ஒங்கள பஸ் ஏத்திவிட்டு நான் திரும்பிப் போறேன். நான் சொல்கிற மாதிரி பண்ணுங்க. எங்க பக்கத்து ஆளுங்க இருக்கிறாங்க. நான் அவங்களப் பாத்துட்டு வரணும்; கூடவே வாங்க. மறுபடியும் கோயிலுக்குப் போய் சாப்பிட்டுடுங்க. கவலப்படாதீங்க. சாயங் காலம் வரைக்கும் அங்க பந்தி விசாரிச்சினே இருப்பாங்க. அப்புறமா

ராத்திரி இங்கியே எங்கயாவது படுத்துனு இருந்துட்டு காலையிலே எழுந்து அஞ்சு மைல் நடந்தா தீர்த்தஹள்ளி. அங்கயிருந்து ஆகும்பெக்கு பஸ் இருக்குது. டாக்சியிலே மலை எறங்கிட்டா நேரா குந்தாபுரத்துப் பஸ்' என்றான்.

குந்தாபுரத்து வழிச்செலவுக்கென்று மோதிரத்தை விற்றுக் கிடைத்த பணத்தை இடுப்பில் சொருகிக்கொண்டு ஆசார்யார் 'சரி' என்றார். 'பணம் பத்திரம்' என்று புட்டா எச்சரித்தான்.

சாப்பிடப் போகும்போது மெதுவாக இவனிடமிருந்து நழுவிவிடலாம் என்று எண்ணிக்கொண்டார். எந்த எதிர்பார்ப்பும் இல்லாமல் தன் வாழ்க்கையில் ஒன்ற முயற்சிக்கும் புட்டனைக் கண்டு அவருக்கு இது நிச்சயமாக முன்வினைப் பயனாக ஏற்பட்ட சந்தர்ப்பமாகவே இருக்கவேண்டும் என்று பட்டது. எந்த ஜன்மத்துக் கடனோ இப்படி தீர்க்கப்படுகிறது. மொத்தத்தில் மனிதனது ஒட்டுறவிலிருந்து விடுதலை இல்லை. கல்லைச் சுற்றிக்கொள்ளும் கொடி. என் வாழ்வு என்னுடையதே என்று எந்த முகத்தோடு சொல்லிக்கொள்ள முடியும்.

'இப்படியே வாங்க' என்று புட்டா மக்கள் நெருக்கி யடித்துக் கொண்டிருந்த கோயிலின் வழியாக ஒரு சந்துக்குள் அழைத்துக் கொண்டு போனான். நடந்து நடந்து அவர்கள் ஜனசந்தடியற்ற ஒரு இடத்திற்கு வந்துவிட்டனர். அங்கே ஒரு பள்ளம். பள்ளத்தைக் கடக்க மூங்கில் பாலம். வேலியைத் தாண்டி வயலுக்கு வந்தனர். வயலோரத்தில் நடந்துகொண்டிருந்த பிராணேஸாசார்யாருக்குக் கோழிச் சண்டையின் நினைவு வந்தது. எப்படி ஒரு சேவல் இன்னொன்றைத் தாக்கி இறக்கைகளின் ஆர்ப்பாட்டத்தில் துண்டாகியது – அறுத்து, நகங்களால் கீறி... உள்ளுக்குள்... உள்ளுக்குள். வெய்யிலில் கூர்மையாகப் பளபளக்கும் கத்தி. அப்புறம், அந்தக் கண்கள். கள்ளின் நாற்றம். இழுத்து அடித்து பிரித்துவிட்டாலும், மல்லாந்து படுக்கவைத்துக்கொண்டு காயத்தைத் தைத்துக் கொண்டிருந்தபோதும் 'கொக்' 'கொக்' என்று கத்தித் துடித்துக்கொண்டிருந்தன. 'பிடிவாதம்பிடித்த பேராசை கொண்ட அரக்க உலகம். அங்கு நான் சக்தியற்ற அனாதையான பிசாசைப் போல இருந்தேன். பயப்பட்டேன். என் முடிவுக்கேற்ற செயலினால் அந்த உலகத்தினின்றும் நான் வேறுபட்டிருந்தால்? அப்புறம் அந்தக் கழைக்கூத்தாடிப் பெண். எடுப்பாக எழும்பி காணும்படியாக இறுக்கமான உடை உடுத்தி, மூங்கில் கழியின் நுனியில் அமர்ந்து வானத்தில் மிதக்கும் கழைக்கூத்தாட்டம். 'சர்'ரென்று இறங்கிவிட்டாள்; தரையில் ஆடினாள். அழுத்தினால்

'குய்ங்' 'கொயிங்க்' என்னும் கோலி சோடா. வண்ணத் தண்ணீர்; 'கர்க்' என்னும் ஏப்பம்; எதிர்பார்ப்பு, அனுபவம், திருப்தி. உற்சாகமும் தன்னம்பிக்கையுமுள்ள கண்கள், கண்கள், கண்கள். வண்ண வண்ண 'டேப்', பலூன்களின் நடுவில், தேரின் உச்சியைச் சுற்றி என்னுடைய முதுகின் பின்னால், இரண்டு பக்கங்களிலும் கண்கள். இறக்கை-கத்தி-அலகு-நகங்களைச் சுற்றிக் கண்கள். தத்ரூபமான, தன்னம்பிக்கையுள்ள, உற்சாகமான கண்கள். எதிர்பார்ப்பு மனநிறைவுகளின் அத்வைதம். மெய்ஞ்ஞானம்; தத்துவம்; தத்வமசி. எனக்கு பயம், பிசாசுநிலை கடந்து அரக்கர்நிலை பெற்றுக்கொள்ளும் பயம்.'

'நாம இப்போ எங்க போயிகிட்டிருக்கிறோம்னு தெரியுமா?' புட்டா பீடி பற்றவைத்து குறும்பாகச் சிரித்துக்கொண்டே கேட்டான்.

பிராணேஸாசார்யார் தெரியாது என்று தலையாட்டினார்.

'நீங்க கொழந்த மாதிரிதான்... ஒத்துக்கறேன், சுவாமி. அதுக்காக எங்கே எதுக்குன்னுகூட கேக்காம நடங்கன்னா நடந்துடறதா? நான்கூட கொஞ்சம் அப்படித்தான், சுவாமி. ஒருவாட்டி என் சிநேகிதன் ஒருத்தன்கூட இப்படித்தான் நான் சிவமொக்கெக்குப் போயிட்டேன். புட்டா போனா போன எடத்துலேன்னு எங்க மாமனார் ஊட்டுக்குக்கூட கொஞ்சம் மனவருத்தந்தான். 'புட்டனா?' நம்ம புட்டா, உட்டா கெடைக்கமாட்டான்; கெடைச்சா உட மாட்டான்'னு வாங்க அவங்க.'

'யாரோ ஒங்க பக்கத்தவான்னு சொன்னேள் இல்லியா!'

'ஆசார்யரே, என்னெ வா போன்னே கூப்பிடுங்க. நீங்க என்னெ மரியாதையா கூப்புடறது ஆயுசுக்கு நல்லது இல்ல... இல்லியா?'

'ஆகட்டும்.'

'இங்கயேதான் ஒரு தோட்டம். ஆ..அங்க தெரியுது பாருங்க அதேதான். அத குத்தகைக்கு எடுத்துனு எங்கள சேர்ந்தவ ஒருத்தி இருக்கிறா. ஒண்டிக்காரியாதான். ஹா... ரொம்ப நெஞ்சித் தைரியம் புடிச்ச பொம்பள. கையக் கழுவினு தொடணும். அப்படி உருவம். எனக்கு தூரத்து ஒறவு. ஒங்களப்போல வைதிக பிராமணங்கன்னா ரொம்ப மரியாத. அவளுக்கு அப்பிடி மொகத்த காட்டிட்டு, போயிடலாம். இல்லேன்னா, 'என்னா புட்டா, வந்திருந்தியாமே... மொகத்த காட்டி, இருக்கியா செத்தியான்னு விசாரிக்கக்கூட ஒனக்கு நேரமில்லாம போயிடிச்சா'ன்னு பேசுவா. பாருங்க, எனக்கு யாரு மனசையும் நோகடிக்கிறதுக்கு இஷ்டமில்லே. மனுசனோட

உசிரு, இப்பவோ, இன்னும் கொஞ்ச நேரத்துலேயோன்னு யாருக்குத் தெரியும். எதுக்கு ஒருத்தர் மனச நோகடிக்கணும்? சொல்லுங்க. அதனாலதான் நான் எல்லாத்துக்கும் 'உம்'ன்னு சொல்லிடறது. இருந்தாலும் பாருங்க சுவாமி, என் ஊட்டுக்காரி மட்டும் மாசத்துக்கு ஒருதடவ தாய்ஊட்டுக்குப் போகணும்னு அடம் புடிக்கிறா. மொத மொதல்ல 'உம்'ன்னு சொன்னேன். அப்புறமா, 'ஊஉம்'ன்னேன். அடிச்சுப் பார்த்தேன். அப்புறம் அய்யோன்னு இருக்கும். பாட்டு கேட்டிருப்பீங்களே நீங்க – 'கட்டினவள கையெடுத்து அடிச்சான்! மனசுக்குள்ளே மருகிப் போனான்! உள்ள போயி காலப் புடிச்சான்! காலப்புடிச்சு மன்னிப்பு கேட்டான்! நான் பெரிசா? ஒனக்கு தாய்வீடு பெரிசா?' – அப்பிடிதான் நான்.'

'இதோ வந்துட்டோம்' என்று தோட்டத்து மேற்புற மிருந்த ஓடு வேய்ந்த வீட்டுக்கு வந்தனர். 'இருக்கிறாளோ இல்லியோ! திருவிழாவுக்குப் போயிட்டிருந்தாலும் இருக்கலாம்' என்ற புட்டா, 'பத்மாவதி' என்று அழைத்தான். வெளித்திண்ணையில் பாயின்மீது அமர்ந்த பிராணேஸாசார்யாருக்கு 'வந்தேன்' என்னும் பெண்ணின் இனிமையான குரல் கேட்டது. மனதுக்கு இதந்தரும் குரல் ஒலி. பயம். இவள் யார்? புட்டா என்னை இங்கு எதற்காக அழைத்து வந்தான்? 'வாங்க... வாங்க..' என்று உபசாரம் செய்தது அதே குரல். பிராணேஸாசார்யார் பதறிப் போய் திரும்பிப் பார்த்தார். வாசற்படியைத் தாண்டி கம்பத்தை, தூக்கிய கையால் அணைத்துப் பிடித்து நின்றிருந்தாள். தனது கண்கள் திரும்பிப் பார்த்ததும், மார்புமீது சேலைத் தலைப்பை இழுத்துவிட்டுக்கொண்டாள். 'யாரைக் கூட்டினு வந்திருக்கிறேன் பாரு! ஆசார்யார்' என்றான் புட்டா. 'வாங்க' என்றாள் நாணத்தோடு மீண்டும் ஒருமுறை.

'கொஞ்சம் கங்கை ஜலம் கொண்டாறட்டுமா?' என்றாள். 'பால் பழமாவது சாப்பிடுங்களேன்!' என்று மேல்விழுந்து உபசரித்துவிட்டு உள்ளே போனாள்.

பிராணேஸாசார்யாரின் உடம்பு வியர்த்துவிட்டது. சந்தேகமே இல்லை, பூக்கட்டி ஜாதியவள்; தனியாக இருப்பவள். என்னை எதற்காகப் புட்டா இங்கே அழைத்துக்கொண்டு வந்தான்? புட்டனின் பேச்சையே காணோம். தொணதொணவென்று பேசிக்கொண்டிருந்தவன் வாயை மூடிக்கொண்டுவிட்டானே! தன் முதுகிற்குப் பின்னால் இரண்டு கண்கள் பார்த்துக்கொண்டிருக் கின்றன என்று உள்ளுக்குள் உதறலெடுத்தது. அந்த ஊடுருவும் கண்களுக்கு, தான் மூடிவைத்த பொருளாகிவிட்டிருக்கிறேன்

என்று அவருக்குப்பட்டது. திரும்பிப் பார்க்க பயம். ஆசை. அந்தக் கண்கள் என்னென்ன சொல்லுகின்றனவோ? கண்கள், கண்களைச் சந்தித்தவுடனே சுப வேளையானது, என்ன வடிவமெடுத்து விடுமோ? நீளமான கருத்த கண்கள். மார்பின்மீது தொங்கிக் கொண்டிருக்கும் கருநாகம் போன்ற பின்னல். கழையின் மீது தொங்கும் சிறுமி. கத்தி-இறக்கை-அலகு-பயங்காளி. காட்டின் இருளில் கையில்பட்ட சந்திரியின் வாளிப்பான முலைகள். பெள்ளியின் மண்நிற அம்மண முலைகள். எல்லாவற்றையும் திறந்து வைத்த பொருளைப் போல ஊடுருவிப் பார்த்துவிடும் இமை மூடாத கண்கள் முதுகின் பின்னால். கருநாகத்தின் கண்ணுக்குப் பறவையின் பரபரப்பு. பயம்; திரும்பினார். உண்மை. தட்டைக் கையில் வைத்துக்கொண்டு திருட்டுத்தனமாகப் பார்த்துக் கொண்டிருந்த கண்கள்; சட்டென்று இருட்டில் மறைந்தன. வளையல் சத்தம் கேட்டது. மீண்டும் வெளிச்சத்திற்கு வந்தாள். ஆறுதல். உடலுக்குள் ஆசையைச் செதுக்கிவிட்டுத் திரும்பிய ஒரு எதிர்பார்ப்பு. தட்டை வைப்பதற்காகக் குனிந்தபோது வழுக்கிய சேலைத்தலைப்பு; முன்னால் துருத்திய முலைகள். கனத்துப்போய், பார்த்து, கெஞ்சிய கண்கள். இதயத்தில் தீப்பிழம்பு எட்டிப் பார்த்தது. அவர் கண்கள் கொதிப்போடு பார்த்தன. முதுகின் பின்னாலிருந்த கண்களுக்கு, தான் சற்று முன்பு பிரித்துவைத்த பொருளாகிவிட்டிருந்த உணர்வு மறைந்து, இப்போது, தானே அந்த கண்களாகி தத்துவ மயம்! 'எந்தப் பக்கத்தவங்க' என்றாள் பத்மாவதி, தேஜஸ்வியைப் போல் காணப்பட்ட ஆசார்யரைப் பார்த்து. 'குந்தாபுரத்தவங்க' என்றான் புட்டா.

'சீனப்பய்யனுக்குத் தெரிஞ்சவங்கதான்' என்று ஒரு பொய்யைச் சொன்னான். 'கோயில் விவகாரத்தப் பாத்துக்கறாங்க' என்று இன்னொரு பொய்யைச் சொன்னான். 'வசூல் வேலைக்காக இந்தப் பக்கமா வந்தாங்க' என்று தனக்கு தனித்துவத்தையே கொடுத்து விட்டான். 'அறிமுகமில்லாதவர்களின் கண்களில் புதிய உருவம், புதிய வேடம். நானே உண்மையில் யாரென்று சந்தேகப்படும் அளவுக்கு ஒரு நாளிலேயே வேறுவேறு ஆளாகிவிட்டிருக்கிறேன். ஆகட்டும். நடப்பது நடக்கட்டும்' காத்துக்கொண்டு உட்கார்ந்தார். தாக்கிய பறவை; தாக்குண்ட பறவை. கத்தி. பச்சைப்பசும் உயிரைத் தொட்டுவிட்டதைப் போல. திடீரென்று கத்திக் கதறி சலனமற்று விழுந்த பாகீரதி. பிறகு நெருப்பில் தகதகவென்று எரிந்த தன் தவத்தலம். 'இழந்துவிட்டேன், பறிகொடுத்துவிட்டேன், கெட்டுப் போனேன். ஒருவேளை இந்தக் கண்ணின் பார்வைக்கு ஆளாகி

என் ஜடத்தன்மையை களைந்துகொண்டிருக்கிறேனோ?'

பத்மாவதி அவர் கண்ணுக்கு நேராகப்படாதவாறு சென்று கதவின் அருகில் உட்கார்ந்தாள். அப்படியே உட்கார்ந்து தன்னை அவள் பார்த்துக்கொண்டிருக்கிறாள் என்று பிராணேஸாசார்யருக்கு மீண்டும் மனதில் கலவரமும் குழப்பமும் ஏற்படத் தொடங்கிற்று. துணிவை வரவழைத்து, கழுத்தைத் திருப்பினார். இதயம் படபடவென்று அடித்துக்கொண்டது. பத்மாவதி எழுந்து வெற்றிலைபாக்கு தட்டைக் கொண்டுவந்து வைத்தாள். புட்டா வெற்றிலைக்குச் சுண்ணாம்பு தடவி விரல்களின் இடையில் வைத்துக் கொண்டு, பாக்கை வாயில் போட்டுக்கொண்டு பேசத் துவங்கினான். பத்மாவதி மீண்டும் கதவடியில் உட்கார்ந்தாள். புட்டா சொன்னான்.

'ஆசார்யார் வழியிலே கெடச்சார். அப்படியே பேசிகினே வந்தோம். குந்தாபுரத்துப்பக்கமா போகப் பொறப்பட்டார். நான் தான் சொன்னேன். இன்னக்கி ராத்திரி இங்க தங்கியிருந்துட்டு நாளைக்குத் தீர்த்தஹள்ளிக்குப் போய் பஸ் புடிச்சாப் போச்சீன்னு, இல்லியா?'

பத்மாவதி வெட்கத்தோடும் வற்புறுத்தும் வகையிலும் சொன்னாள்:

'கண்டிப்பா இங்கயே ராத்திரி படுத்திருந்துட்டு போனாப் போகுது.'

பிராணேஸாசார்யருக்குத் தலை சுற்றுவதைப் போல், மூச்சு அடைப்பதைப் போல் இருந்தது. காது கும்மென்று அடைத்துக் கொண்டு கைகள் வெலவெலத்துப் போயின. 'வேண்டாம், வேண்டாம்! இன்றைக்கு வேண்டாம். நாளை முடிவு செய்துவிட வேண்டிய வேளை, இந்த நொடியிலேயே நேர்ந்து போய்விடலாம் என்று நான் எண்ணியிருக்கவில்லை. எனக்கு இழவுதீட்டு. மனைவியை எரித்துவிட்டு வந்திருக்கிறேன். நாரணப்பாவின் சவத்தை இன்னும் எடுக்கவில்லை. அழுகிக்கொண்டிருக்கிறது. கழுகுகள் வீட்டின்மீது உட்கார்ந்திருக்கின்றன. சொல்லிவிட வேண்டும். உண்மை பேசிவிட வேண்டும். இங்கேயிருந்து எழுந்து ஓடிவிடவேண்டும். கண்ணுக்குத் தெரியாமல் மாயமாக மறைந்து போய்விட வேண்டும்.' ஆனால், உடல் அங்கேயே கனத்துப்போய், பத்மாவதி ஆசையோடு பார்த்துக்கொண்டிருக்கும் பொருளாகி உட்கார்ந்திருந்தது. புட்டா சொன்னான்:

'சரி அப்படீன்னா! இவர் இன்னும் சாப்பிடலே.கோயில்லே

சாப்பிட்டுட்டு வருவார். இங்க தர்மஸ்தலத்து கூத்துக்காருங்க வந்திருக்கிறாங்க இல்லே? பாக்கறதுக்குப் போறியா?'

'இல்லப்பா. சாயங்காலம் போய் சாமி தர்சனம் பண்ணிட்டு வந்துடுவேன். ஒங்களுக்காகக் காத்துனு இருப்பேன்.'

தான் 'ஆம், ஊம்' என்று சொல்லாமலேயே புட்டா– பத்மாவதி இருவர் மூலமாகவே தன் வாழ்வின் முடிவு எடுக்கப்பட்டுவிட்டது. 'எந்திரிங்க' என்றான் புட்டா. ஆசார்யார் எழுந்து நின்றார். பத்மாவதியைப் பார்த்தார். குளித்து எண்ணெய் தடவாத கூந்தல். சதைப்பற்றோடு பருத்திருந்த துடைகள், புட்டம், இடுப்பு, மார்பு, அளவான உயரத்தோடிருந்த வடிவம்! கண்களில் பளபளப்பு! எதிர் பார்ப்பு, காத்திருப்பு! பருவமடைந்து பன்னீரிலேயே குளித்திருக்க வேண்டும்! மூச்சுவிடும்போது முலைகள் விம்மிப் புடைக்கின்றன. அணைத்துக்கொண்டால் இருளில் எம்பி நெகிழும். புல்லின் சுகந்த மலரின் நறுமணம். தேர், தேர், மின்மினிப்பூச்சிகள், நெருப்பு – கட்டையில் பற்றி, பின்பு கைகால்களில் பற்றி, வயிற்றில் தகதகவென்று எரிந்து, சீறிப்பாய்ந்து, வெடித்து, மண்டையைப் பிளந்து, மார்பில் நாக்கை நீட்டிய தீ! இன்னும் எரிக்காத நாரணப்பாவின் சவம். மஹாபலன் எப்படி கஞ்சாவைப் புகைத்தபடி திண்ணைமீது உட்கார்ந்துவிட்டான்! மூங்கில் கழியின்மீது தொங்கிற்று. துள்ளிற்று. யாக்ஞவல்லியர் அழைத்துச் சொன்னார்: அன்பு, யார்மீது அன்பு, மனைவியென்பவள் மீது அன்பு, என்மீதே என்னுடைய அன்பு; கடவுள் என்னும் அன்பு, என்மீதே என்னுடைய அன்பு. மூலத்தைத் தேடுவேன். வெல்லுவேன். பார்த்தார். பாராட்டினார், படகில் வியாசன் கமண்டலம் பிடித்தவாறு பிறந்தான். போய்விட்டான்.

'போயிட்டு வாங்க, அப்பபடின்னா! நான் காத்திருப்பேன்...!' என்றாள் பத்மாவதி.

'முக்கியமாக மாருதி கைவிட்டுவிட்டான். மஹாபலன் மோசம் பண்ணினான். நாரணப்பா பழிதீர்த்துக்கொண்டான். பிராமணர்கள் தங்கநகைக்காக ஆசைப்பட்டு அலைந்தனர்; அல்லாடினர். சந்திரி இருட்டில் நின்றாள் – கொடுத்தாள் – போய்விட்டாள். பாகீரதி கூக்குரலிட்டு இறந்து போனாள்.' புட்டா முதுகின்மீது கை வைத்தான். வயலோரத்தில் நிறுத்தினான். 'என்னன்றீங்க!..' என்றான். 'நான் நெனச்சமாதிரிதான் ஆச்சி' என்றான். 'அது கீழ் ஜாதிப்பொண்ணு, நாங்க மட்டமான ஆளுங்கன்னு நெனைச்சுக் காதீங்க, சுவாமிகளே! சூத்திரங்க யாரும் அக்கம் பக்கத்துலேகூட வந்ததில்ல. அப்பிடியிப்பிடி சாதாரண பிராமணருக்கும் ஒப்பற

பொறப்பு இல்ல அது. காசுக்காக இல்ல. நீங்களே பாக்கலையா? தோட்டம் இருக்குது. ரிஷிங்ககூட மயங்கிப் போயிடணும் – அப்பிடியிருக்கிறா! எங்கே நீங்க, நான் சொன்ன பொய்ய போட்டு ஒடைச்சுடப்போறீங்களோன்னு ஒதறிக்கிட்டே இருந்தேன். புடிச்சிருக்குதானே? இந்த புட்டா, சிநேகிதத்துக்காக எதை வேணுமானாலும் பண்ணுவான். ‘பரோபகாரி புட்டா’ன்றது எனக்குக் குடுத்திருக்கிற பட்டம்’ என்று சிரித்து முதுகைத் தட்டினான்.

வயலைக் கடந்து, வேலியைத் தாண்டி, சாரத்தைக் கடந்து, சந்துக்குள் நுழைந்து மீண்டும் திருவிழாவின் ஆரவாரத்திற்குள் வந்தனர். தேரைச் சுற்றி ஜனக்கூட்டம். சோடாக் கடையைச் சுற்றியும் ஜனங்கள். குரங்காட்டியைச் சுற்றி ஜனங்கள். குழந்தைகளின் ஊதல், பலூன்கள். இதன் நடுவில் ஒருவன் வேதாளம், பிசாசுவேடம். தமுக்கு அடித்தவாறு ஜனக்கூட்டத்தின் நடுவில் நின்று உரக்கக் கத்திச் சொல்லிக்கொண்டிருந்தான்: ‘சிவமொக்கெயிலே பிளேக் மாரிம்மா காயிலா...! சிவமொக்கெக்குப் போற வங்க இருந்தா, தீர்த்தஹள்ளியிலே இனாகுலேஷன் ஊசி போட்டுணு போகனும்... முனிசிபாலிடியிலேருந்து இந்த எச்சரிக்கைய பண்றாங்க...’ ஜனங்கள் ஆர்வத்தோடும் வியப்போடும் கேட்டுவிட்டு மீண்டும் சோடா குடித்தனர். குரங்காட்டத்தைப் பார்த்து இடிஇடியென்று சிரித்தனர். உருது–கன்னடம் இரண்டிலும் திறமை வாய்ந்த இரு மொழியாளன் ஒருவன் சுற்றியிருந்தவர்களிடம் மருந்தை விற்றுக்கொண்டிருந்தான்: ‘வெறும் ஒரணா.. ஒருஅணா; ஏக்ஆணே.. ஏக்ஆணே.. வயித்து வலிக்கு, காது வலிக்கு, மூத்திரப்பெருக்குக்கு, கால்வாதத்துக்கு, கொழந்தைங்க நோவுக்கு, தீட்டு தோஷத்துக்கு, கடிக்கு, கரப்பானுக்கு, சொறிசிரங்குக்கு, குளிர்காய்ச்சலுக்கு இந்த மருந்து... மலையாளப் பண்டிதர் மந்திரிச்சுப் பண்ணின இந்த மாத்திரை வெறும் ஒரணாதான். ஏக்ஆணா.. ஏக்அணா...’ பயாஸ்கோப் பெட்டிக்காரன் ஆடிக்கொண்டிருந்தான். ‘திருப்பதி திம்மனப் பாரு! பம்பாயி தேவடியா பாரு... பாரு...’ மேலே மரத்தின் கிளையொன்றிலும் கீழே தரையிலும் கட்டியிருந்த பருமனான தோல்வடத்தின் சருக்கில் ஒரு கழைக்கூத்தாடி சர்ரென்று வழுக்கிவந்து நின்று, வணங்கினான்.

பலூன் கேட்டு அடம்பிடித்த ஒரு சிறுவனை, அவன் தாய் எரிச்சலில் போட்டு அடித்தாள். சிறுவனும் அழுதான்.

காபி ஹோட்டலிலிருந்து கிராம போன் பாட்டு. சேட்டு கடையில் வண்ணவண்ண இனிப்புகள். கௌடர்கள்-கௌடத்தி

களின் ரசமான பேச்சு. தேரின்மீது வடவட மந்திரம். ஸ்மார்த்த பிராமணர்களின் சளசள பேச்சு. 'இப்போது இங்கு இவைகளின் நடுவில் முடிவெடுத்துவிட வேண்டும். தான் இருபத்தைந்து ஆண்டுகளாகப் போற்றிவந்த பண்புகளையெல்லாம் வாழ்க்கை நெறிகளை யெல்லாம், ஆதாரங்களையெல்லாம் விட்டுவிட்டு இந்த உலகத்தைச் சேர்ந்தவனாகிவிடும் தீர்மானத்தைக் கைக்கொள்ள வேண்டும். இல்லை, முதலில் நாரணப்பாவின் தகனம் நடைபெற வேண்டும்; அதன் பிறகு தீர்மானம். குருக்களின் ஒப்புதல் பெற்று கருடன், லக்ஷ்மணன் முதலானோர் இன்று வந்திருப்பார்கள். குருக்கள் வேண்டாம் என்று சொல்லியிருந்தால், நான் என்ன சொல்ல வேண்டும்?' மீண்டும் அதே சங்கடம்.

கோவிலின் அருகில் நின்றார். குருடன் ஒருவன் சுருதிப் பெட்டியைப் பிடித்து,

'எப்படிப் புகழ்வேன்; எப்படிப் பூஜிப்பேன் உன்னை?' என்று தாசரின் கீர்த்தனையைப் பாடிக்கொண்டிருந்தான். புட்டா அவன் தட்டில் காசு போட்டதைக் கண்டு கைகால் ஒடிந்த முடவனான பிச்சைக்காரன் நகர்ந்துவந்து ஒடிந்த கையை ஆட்டிக்கொண்டே 'கைகால் இல்லாதவன் சாமி! கைகால் இல்லாதவன் சாமி,' என்று கெஞ்சி, மல்லாந்து படுத்து காலைத்தூக்கி கையைத்தூக்கி அடித்துக் கொண்டே, விரல்கள் அழுகி குறைந்துபோன இடங்களைக் காட்டினான். பிராணேஸாசார்யருக்குத் தொழுநோயில் கரைந்து போய்க் கொண்டிருந்த உடம்பைக் கண்டு நாரணப்பாவின் தகனமாகாத, அழுகும் பிணம் நினைவுக்கு வந்தது. புட்டா இன்னொரு காலணாவைப் போட்டான். இன்னும் பல உடல்கள் தவழ்ந்தும் நகர்ந்தும் வயிற்றில் அடித்துக் கொண்டும் வாயிலடித்துக்கொண்டும் முண்டியடித்து வந்தன. 'போகலாம், போகலாம்' என்றார் ஆசார்யார்.

'நீங்க போய்ச் சாப்பிட்டுட்டு வாங்க...' என்றான் புட்டா.

'நீயும் வா' என்றார் பிராணேஸாசார்யார். சட்டென்று அவருக்குத் துணை யாரும் இல்லாமல் கோவிலின் முற்றத்தில் சாப்பாட்டுக்காக உட்கார்ந்திருக்கும் பிராமணர்களின் கண்ணில் பட அச்சமாக இருந்தது. தன்னோடு புட்டா இல்லாமல் தன்னால் எங்கும் போகமுடியாது என்று தோன்றியது. இதற்கு முன்பு இப்படித் தான் தனியாக இருக்க முடியாது என்று எண்ணியதே இல்லை; அஞ்சியதில்லை; துணைக்காக ஏங்கியதில்லை.

'ஆ... நல்லா சொன்னீங்களே!... நான் பூக்கட்டின்றத (ஓதுவார்)

மறந்து போயிட்டீங்களா?' என்றான் புட்டா.

'பரவாயில்ல, வா...' என்று மீண்டும் அழைத்தார்.

'வெளையாடறீங்களா என்ன?' இந்த மேளிகேவிலே எல்லாரும் எனக்குத் தெரிஞ்சவங்க, சுவாமி...! இல்லேன்னா ஒருகை பாத்துட்டிருப்பேன். ஓய்... நான் இதேல்லாம் பண்ணலேன்னு எண்ணிக்காதீங்க! உடுப்பியிலே மண்டகப்படி சாப்பாடு சாப்பிட் டிருக்கிறேன். அங்க கேக்கறவங்க யாரு? ஓய்.., தட்டானோட பையன் ஒருத்தன் பொய் சொல்லி மடத்துலே வேலைக்கி சேந்தது ஒங்களுக்குத் தெரியுமில்லே! அப்படிப் பாத்தா எங்களுக்கென்னா பூணூல் இல்லியா? ஒரு பேச்சுக்குச் சொன்னேன். அவ்வளவுதான். ஒங்ககூட சாப்பிடற அளவுக்குத் தலக்கணம் ஏறிப் போயிட்டவன் இல்ல நான். நீங்க போயிட்டு வாங்க. நான் இங்கேயே காத்துனு இருக்கிறேன்'.

மொய்த்த பிச்சைக்காரர்களின் ஆலாபனையை சகித்துக்கொள்ள முடியாமல் பிராணேஸாசார்யார் ஒன்றும் தோன்றாமல் உள்ளே நுழைந்துவிட்டார்.

கோவிலின் நான்கு முற்றங்களிலும் வாழையிலைகள் போடப் பட்டிருந்தன. இலைகளின் முன்னால் சாப்பிடுவதற்காகப் பிராமணர்கள் உட்கார்ந்திருந்தனர். அவர்களின் முகங்களைப் பார்த்தவுடனேயே இதயம் தடக்கென்று நின்றுபோனது போலானது. 'அடையாளம் தெரிந்து போய்விட்டால் ஓடிப்போய் விடலாம்!' என்று எண்ணினார். ஆனால், காலை எடுத்துவைக்கவும் முடியவில்லை. அசைய முடியாதவராகி யோசித்தார். நான் என்ன செய்துகொண்டிருக்கிறேன்? எத்தகைய சண்டாளச் செயலைச் செய்துகொண்டிருக்கிறேன்? இழவுத்தீட்டிலிருக்கும் நான் தெரிந்தும் இந்த பிராமணர்களோடு சாப்பிடுவதா? அவர்களையும் தீட்டுப் படுத்தலாமா? தீட்டு ஏற்பட்டால் தேர் முன்னால் நகராது என்று நம்புகிறவர்கள் இவர்கள். இப்போது நான் இங்கு உட்கார்ந்து சாப்பிட் டால், நாரணப்பா பிள்ளையாரின் மீனைப் பிடித்து பிராமணியத்தை நாசம் செய்ததைப் போல, விலக்கப்பட்ட செயலைச் செய்ததாகாதா? சாப்பிட்டுக் கொண்டிருக்கும்போது தான் பிராணேஸாசார்யார் என்று எப்படியாவது தெரிந்து போய் விட்டால்? தான் இழவுத் தீட்டிலிருப்பது தெரிந்துவிட்டால்... அமர்க்களமாகிவிடுமே! தேரோட்டம் முழுவதுமே நின்றுபோய் விடும். ஆயிரக்கணக்கான கண்கள் என்னையே விழுங்கிவிடுமே!

'இங்க ஒரு எல இருக்கு. வாங்கோ...வாங்கோ...' பயந்து போய்

விட்டார். திரும்பிப் பார்த்தார். கடைசியில் உட்கார்ந்திருந்த ஒரு பிராமணன் கூப்பிடுகிறான்...'என்ன செய்வது? பரமாத்மா, என்ன செய்வேன்?' நின்றுகொண்டே இருந்தார். 'கூப்பிடறது கேக்கலையா?' கூப்பிட்ட பிராமணன் சிரித்துக்கொண்டே வந்து கையைப் பிடித்தான். காலியாக இருக்கும் இலையைக் காட்டினான். 'பாருங்கோ, ஒங்களுக்குன்னு எலமேலே லோடாவை வச்சிட்டு வந்தேன். இல்லேன்னா அடுத்த பந்திவரைக்கும் நீங்க காத்துண்டிருக்கணும்' என்றான். ஆசார்யார் எந்திரம் போல அவன்கூடவே சென்று உட்கார்ந்தார். தலைசுற்றத் தொடங்கியது.

மனதைக் கட்டுக்குள் கொண்டுவர முயற்சித்துக்கொண்டே யோசித்தார்.

'கடவுளே, இந்த பயத்தின் மூலம் எங்கே? மறுபிறப்பின் முதன்முதல் வேதனையா இது? யாராவது கண்டுபிடித்துவிட்டால் என்னும் அச்சமா? இந்த பயத்தை எப்படி வேரறுப்பது? பத்மாவதியோடு இன்று இரவு படுத்தால் விலகக்கூடிய பயமா இது? சந்திரியோடு சென்று வாழ்ந்துவிட்டால் தீரக்கூடிய பயமா இது? என்னுடைய தீர்மானத்தின் விலை என்ன? எந்தத் தீர்மானத்தையும் செய்யமுடியாமல் ஜடத்துவமே எனக்கு விதிக்கப்பட்ட நிலையா? இப்போது புட்டா இருந்திருக்க வேண்டும். எழுந்துவிடலாமா? என்ன நினைத்துக்கொள்வான் பக்கத்தில் இருக்கும் பிராமணன்?'

ஒரு பிராமணன் நெய்யை இலையின் முனையில் ஊற்றிக் கொண்டே போனான். அவன் பின்னால் ஒருவன் பாயசத்தை இலையின் இன்னொரு மூலையில் கரண்டியினால் ஊற்றிக் கொண்டு போனான். அவன் பின்னாலேயே இரண்டு தடித்த பிராமணர்கள் சோற்றைப் பரிமாறிக்கொண்டே 'வழி... வழி... வழி' என்றனர். அதன்பிறகு, கோசம்புரி, வெள்ளரிக்காய் பொறியல் பரிமாற வரும் ஒவ்வொரு புதிய முகத்தைக் கண்டும் பயம். 'என்னை இவனுக்குத் தெரிந்து போயிருந்தால்...'

பக்கத்தில் உட்கார்ந்திருந்தவன் – தனக்கு இலை கொடுத்தவன் பீமசேனனைப் போல உடல், கருப்புநிற பிராமணன், நெற்றியில் சந்தனத்தைக் குறுக்காக இழுத்த ஸ்மார்த்தன். அவனைப் பார்த்தே ஆசார்யருக்கு நடுக்கமாக இருந்தது; அவனது கேள்விகளோ அவரைத் திக்குமுக்காட வைத்தன; 'எந்தப் பக்கத்தவா?'

'மலைக்கு அந்தப் பக்கம்.'

'நான் இந்த ஊர்தான். மலைக்கு கீழே எங்கே?'

'குந்தாபுரம்.'

‘என்ன வர்ணத்தவா?’ ‘வைஷ்ணவாள்...’

‘எந்த மடத்தைச் சேர்ந்தவா?..’ ‘சிவஹள்ளி..’

‘நாங்க கோட்டத்தவா...’

‘ஒங்க கோத்திரம்?’

‘பாரத்வாஜ.’

‘நாங்க ஆங்கீரச கோத்ரத்தவா... சுவாமி, ஒங்க அறிமுகமானது ரொம்ப சந்தோஷமாயிருக்கு. நம்ம பொண்ணு ஒண்ணு இருக்கு, சுவாமி. இன்னும் என்ன ஒண்ணுரெண்டு வருஷத்துலே வயசுக்கு வந்துடுவா. உடம்பு நெறையற வரைக்கும் கல்யாணம் பண்ணாம இருக்கிற அளவுக்கு நாங்க இன்னும் கெட்டுப்போயிடலே! அதனால் பெண்ணுக்கு ஒரு யோக்கியமான வரனைத் தேடிண்டிருக்கேன். ஒங்க பக்கத்துலே ஏதாவது பையன் இருந்தா சொல்லுங்கோ, சுவாமி. கன்னிச்சுமை கழிச்ச ஒபகாரம் ஒங்களைச் சேரட்டும். சாப்பாடு முடிஞ்ச பின்னாலே வீட்டுக்குப் போகலாம் வாங்கோ. ஒங்க கையிலே ஜாதகத்தோட நகல் ஒண்ணு குடுக்கறேன். இன்னைக்கி நம்மோடவே இருந்துட்டாப் போச்சு.’

ஊற்றிய குழம்பை பிராணேஸாசார்யார் தொன்னையில் வாங்கிக்கொண்டவாறே, தலைநிமிர்ந்து பார்த்தார். குழம்பு வார்ப்பவன் இவர் முகத்தையே பார்த்துக் கொண்டிருந்தான். ஒரு விநாடி நேரம் நின்றான். மீண்டும் முன்னால் போனான்.

‘ஆகட்டும்’ என்றார் பிராணேஸாசார்யார், அத்துடன் பேச்சை முடித்துக்கொள்ள எண்ணி. ‘இந்தக் குழம்பு ஊற்ற வந்தவனுக்கு என்னைத் தெரியுமோ? நெற்றியில் கருஞ்சாந்து இருந்தது. மாத்வன்தான். என்னைத் தெரிஞ்சேயிருக்கும்.’ எழுந்துவிடலாம் என்றால், தீர்த்தம்விட்டு வட்டம் கட்டியாயிற்று. கையில் தீர்த்தம் பிடித்தாயிற்று. ‘ஸ்ரீமத் ரமா ரமண கோவிந்தா... கோவிந்தா’ என்று குடித்தும் ஆயிற்று. சுடச்சுட இருந்த சோற்றில் குழம்பைக் கலக்கி உண்டார். எத்தனை நாட்களாயிற்று சாப்பாட்டைக் கண்டு. ‘பரமாத்மா, இந்தக் கண்டத்திலிருந்து என்னைக் காப்பாற்று. இன்றைக்கு மட்டும் நான் யாரென்று தெரியாமல் பார்த்துக்கொள். என்னுடைய முடிவு இதுவென்று என்னால் தீர்மானிக்க முடியாது; என்னுடைய முடிவில் மற்றவர்களும் பங்காளிகளாகிவிடுவார்கள். இவ்வளவெல்லாம் ஆனபிறகு நாரணப்பாவின் சவதகனத்தை நான் செய்திருக்க வேண்டும். ஆனால், ஒருவனே எப்படிச் செய்வேன்? பிணத்தை எடுத்துப் போடவும் இன்னும் மூன்று பேர் வேண்டும். அந்த மூன்று பேருக்கும் நான் சொல்ல வேண்டும். சொன்னால்

அவர்களின் பிராமணியத்தை என்னுடைய தீர்மானத்திற்கு உட்படுத்திவிட்டதைப் போலத்தான். இதுவே, என்னுடைய உள்வேதனை, சங்கடத்தின் மூலம். ஆனால், எனக்குத் தெரியாமலேயே சந்திரியோடு கூடிப்புணர்ந்தபோதே அக்ரஹாரத்து வாழ்வை என்னுடைய செயலுக்கு உட்படுத்திவிட்டேன்! அதன் விளைவாக என் வாழ்வு உலகத்தின் கண்ணிற்குத் திறந்துவைத்து விட்ட பொருளாகிவிட்டது. குழம்பை ஊற்றியவன் மீண்டும் ஒருமுறை 'குழம்பு, குழம்பு' என்று கேட்டுக்கொண்டே வந்தான். மீண்டும் தன் இலையின் எதிரில் நின்று 'குழம்பு' என்றான். பதறிப்போய் ஆசார்யார் தலையை நிமிர்த்தினார்.

'ஓங்கள எங்கேயோ... பார்த்திருக்கிறேன்' என்றான் அவன்.

'இருக்கலாம்' என்றார் ஆசார்யார். நல்ல காலமாக அப்புறம் அவன் இன்னொரு வரிசைக்குக் குழம்பு ஊற்றச் சென்றான். 'அவனுடைய கண்கள் என்னையே நினைக்கின்றன; மனத்திற்குள் என் உருவத்தைத் தேடி அடையாளம் காணுகின்றன. சந்திரியோடு போயிருந்தாலும் யாராவது ஒருவன் என்னைச் சந்தித்து, நீங்க யாரு? என்று கேட்பான். 'எந்த கோத்ரம்? எந்த கட்டம்?' பிராமணியத்தை முழுவதுமாகத் துறந்து நிற்காவிட்டால் இதிலிருந்து விடுபட மாட்டேன். துறந்தாலோ, கோழிச்சண்டையின் அந்த விலங்கு உலகத்தில் புழுவைப்போல் விழுந்து எரிந்து போவேன். இந்த வேதாளத்தனத்திலிருந்து எப்படித் தப்புவது?'

'ரெண்டாம் முறையா ஊற்றின கொழம்புலே தண்ணி கலந்துட்டா போலயிருக்கு' என்றான், பக்கத்தில் உட்கார்ந்திருந்த பிராமணன். 'என்ன, வெறும் கொழம்புலயே வயிற்றை நெரப்பிட்டு இருக்கேளே' இன்னும் பொறியல், பலகாரங்கள்லாம் வந்துண்டிருக்கே – பொறுங்கோ' என்று சொன்னான்.

குழம்பைக்கொண்டு வந்தவனே மீண்டும் ரசத்தை ஊற்றியவாறு அதே வரிசைக்கு வந்தான். எதிரில் நின்று, 'எங்கேன்னு நெனப்புக்கே வரமாட்டேங்கறது. மடத்துலே இருக்குமா? ஆராதனைக்கு ஒவ்வொரு முறை நான் சமையல் வேலைக்குப் போறதுண்டு. நம்ம அக்ரஹாரம் ஆத்துக்கு அந்தண்டையிருக்கு. முந்தாநாள் மடத்துலே ஆராதனை சமையல் செய்துட்டு இங்க வந்தேன்' என்று மீண்டும் அவசரத்தில் 'ரசம், ரசம்,' என்று கேட்டுக்கொண்டே இன்னொரு வரிசையில் ஊற்றிக்கொண்டே போனான்.

தான் இப்போது எழுந்து போய்விட வேண்டுமென்று எண்ணினார். ஆனால், கால் மரத்துப் போய்விட்டிருந்தது. பக்கத்திலிருந்த பிராமணன், 'நம்ம பொண்ணு சமையல்

வேலையிலே கெட்டிக்காரி. பெரியவாளுக்கு மட்டு மரியாதையா நடந்துப்பா. மாமனார்-மாமியார் இருக்கிற பெரிய குடும்பத்துலே, நல்ல குடும்பத்துலே சேர்த்துடணும் கறதுதான் எங்க ஆசை.'

'இந்த பயத்திலிருந்து விடுபட ஒரே வழிதான் உண்டு. நாரணப்பாவின் சவதகனப் பொறுப்பை ஏற்றுக்கொள்ள வேண்டும். நான் உன்னதமாக வளர்ந்த அந்த அக்ரஹாரத்துப் பிராமணர்களின் கண்ணெதிரிலேயே நிற்க வேண்டும். கருடன், லக்ஷ்மணர்களை அழைத்துச் சொல்ல வேண்டும்: இப்படியிப்படி ஆயிற்று; என்னுடைய முடிவு இப்படி. உங்கள் கண்ணெதிரிலேயே வளர்ந்த மேன்மையான எனது தனித்துவத்தைத் துறந்துவிடுகிறேன். உங்கள் கண்ணெதிரிலேயே அதை வீசியெறியவே வந்திருக்கிறேன். இல்லையென்றால் இந்த என்னுடைய பயம் போகாது; எனக்கு விடுதலையும் கிடைக்காது.

அப்போது – பிள்ளையாரின் மீனைப் பிடித்து அக்ரஹாரத்து வாழ்வையே தலைகீழாகச் செய்த நாரணப்பாவைப் போலவே நானும் பிராமணர்களின் வாழ்க்கையைத் தலைகீழாகச் செய்து விட்டதைப் போலாகும். அவர்களிடமிருந்த நம்பிக்கையின் மேல் இடிவிழுந்தாற் போலாகும். என்னவென்று சொல்வது? சந்திரியைக் கூடிப்புணர்ந்தேன். மனைவியைக் கண்டு அருவருத்தேன். ஹோட்டலில் காபி குடித்தேன். கோழிச்சண்டையைப் பார்த்தேன். பத்மாவதியால் கவர்ந்திழுக்கப்பட்டேன். கடைசியில் இழவுத்தீட்டி லிருக்கும் போதும் கோவிலில் பிராமணர்களோடு உட்கார்ந்து சாப்பிட்டேன். கீழ்க் குலத்து பூக்கட்டி ஜாதிப் பையனைக் கூடவே சாப்பிட அழைத்தேன். என்வரையில் இது உண்மை. குற்றஒப்புதல் அல்ல இது; 'நான் பாவி' என்னும் கழிவிரக்கமல்ல இது; வெறும் பயங்கரமான கடுமையான உண்மை; என் அக வாழ்க்கையின் உண்மை. அதனால் இது என்னுடைய முடிவு. இந்த முடிவின் மூலம் இதோ நான் பிரிந்துவிட்டேன்; விலகிவிட்டேன்.'

'ஏதோ கொஞ்சம் வரதட்சணையும் கொடுக்கிறதுக்குத் தடையில்லே, சுவாமி. ஏன்னா இப்பொ காலமெ கெட்டுப் போய், கருப்பு நெறமா இருக்கிற பொண்ணுங்களுக்குக் கலியாணம் ஆகறதே கஷ்டமாயிருக்கு. நீங்களே வந்து வேணும்னா பொண்ணைப் பாருங்கோ. கருப்புங்கற ஒரு கொறையே தவிர மூக்கும்முழியுமா லக்ஷணமாவே இருப்பா. ஜாதகத்துப்படி கஜகேசரி யோகமிருக்கு. அடிவச்ச வீட்டுக்கு லக்ஷ்மியாயிருப்பா'. ரசம் சாதத்தைச் சாப்பிட்டவாறே பக்கத்திலிருந்த பிராமணன் சொன்னான்.

‘ஆனால், அக்ரஹாரத்துப் பிராமணர்களுக்குச் சொல்லாமல் போனால், நாரணப்பாவின் தகனம் பண்ணாமலிருந்தால், பயம் போகவே போகாது. சொல்லாமல், சந்திரியோடு வாழும் தீர்மானத்தைச் செய்துவிடவேண்டும். கண்ணுக்கு மறைவானது எல்லாம் நேரில் வந்துவிட வேண்டும். கண்முன் நிறுத்திவிட வேண்டும். ஆனால், அப்படியும் சங்கடம், இப்படியும் சங்கடம். மூடிவைத்துக்கொண்டால் வாழ்க்கை நெடுகிலும் யார் கண்ணுக் காவது பட்டுவிடுவேன் என்னும் பயம்; என் பிராமணியம் உருவாகி வளர்ந்த கண்களின் எதிரில், உண்மையைத் திறந்து காட்டிவிட்டால் அவர்களின் வாழ்வும் இதனால் திரிந்துபோய்விடலாம் என்னும் சங்கடம். இன்னொருவர் வாழ்க்கையை என்னுடைய முடிவுக்கு உட்படுத்தும் அதிகாரம் எனக்கு இருக்கிறதா என்னும் சங்கடம்; துணிவின்மை. கடவுளே, முடிவெடுக்கும் பொறுப்பைத் தவிர்த்து விடு. காட்டில் இருளில் எதிர்பாராமல் நடந்துவிட்டதைப் போலவே இந்த முடிவும் ஆகிவிடட்டும். கண்மூடிக் கண்திறப்பதற்குள் புதிய பிறவி வந்துவிடட்டும். நாரணப்பா, உனக்கு இந்தச் சங்கடம் இருந்ததா? மஹாபலா, நீயும் பட்டாயா? கேட்க வேண்டும்.’

ரசம் ஊற்றியவனே மீண்டும் கூடையில் லட்டு நிரப்பி பரிமாறிக் கொண்டு வந்தான். பக்கத்திலிருந்த பிராமணன் லட்டை இலையில் போட்டுக்கொள்ளாமல் இடது கையில் பெற்றுக்கொண்டு பக்கத்தில் வைத்துவிட்டான். திரும்பவும் அவன் தன் இலையின் எதிரில் நிற்கிறான். இதயம் தடதட வென்று அடித்துக்கொண்டது.

‘இல்லே... என் பாழாப்போன மறதிய என்ன சொல்றது? நீங்க தூர்வாசபுரத்து பிராணேஸாசார்யார் இல்லியோ? ஒங்களைப் போன்றவா இங்கவந்து சாப்பிட உக்காரலாமா? பெரியவா வீட்டுலெ சிரொட்டி சாப்பாடுன்னா இருந்தது. பெரியவாளுக் கெல்லாம் போஜனம் அங்கே ஏற்பாடாகியிருந்தது. ஒங்க நெத்தியிலே அங்கார (கருஞ் சாந்து) அட்சதை இல்லாமலிருந்தது னாலே எனக்குச் சட்டுன்னு அடையாளம் தெரியலே! நீங்களும் சொல்லவேயில்லே! பெரிய வீட்டிலே சொல்லாமப் போயிட்டா எனக்குத் தகுந்த தண்டனை கெடைச்சுடும் – மஹா பண்டிதர் ஒருத்தருக்குச் சாதாரண எலையிலே சாப்பாடு போட்டேன்னுட்டு. இருங்கோ... ஒரு கணத்துலே வந்துடறேன்’ என்று அவன் லட்டுக் கூடையை வைத்துவிட்டு ஓடினான்.. பிராணேஸாசார்யார் இலையைச் சுற்றி நீர்விட்டு ஆபோஹனம் எடுத்துக்கொண்டு சட்டென்று எழுந்து அங்கேயிருந்து வேகமாக வெளியேறிவிட்டார். ‘சுவாமி, சுவாமி. இன்னும் பாயசம் வேற வந்துண்டிருக்கு’ என்று

பக்கத்தில் இருந்த பிராமணன் கூப்பிட்டான். திரும்பிப்பார்க்காமல் கோவிலுக்கு வெளியே வந்துவிட்டார். கழுவாத கையோடு ஓடினார். ஜனங்களிடமிருந்து தொலைவு, வெகுதொலைவு. சற்று தூரம் போவதற்குள், 'ஆசார்யரே!... ஆசார்யரே!...' புட்டாவின் குரல் கேட்டது. ஓடிவந்து பக்கத்தில் நின்றான். பிராணேஸா சார்யார் சரசரவென்று நடக்கத் தொடங்கினார்.

'இது என்ன, சுவாமிகளே! பேச்சும் இல்லே, ஒண்ணும் இல்லே... ஓடிக்கிட்டிருக்கீங்க – ஏதோ ஒண்ணுக்கோ ரெண்டுக்கோ அவசரமாயிட்டவங்களைப் போல' என்று புட்டா சிரித்தான். ஜனங்களிடமிருந்து வெகுதொலைவுக்கு வந்துவிட்ட பிறகு பிராணேஸாசார்யார் நின்றார். தம்முடைய எச்சில்கையைப் பார்த்துக் கூசிப்போனார்.

'என்னது, கைகழுவுவதற்குள்ள அவசரமாயிடிச்சா, சுவாமி! எனக்கும் அப்படி ஆயிருக்குது: வாங்க ஏரிக்குப் போகலாம்.'

ஏரியை நோக்கி நடக்கத் தொடங்கினர். வழியில் புட்டா சொன்னான்: 'நான் ஒரு முடிவு கட்டிட்டேன் ஆசார்யரே! ஒங்க கூடவே நாளைக்குக் காலையிலே குந்தாபுரத்துக்கும் வந்துடறதுன்னு. ஒங்களுக்கு சொல்லலையா நான்! என் ஊட்டுக்காரியும் கொழந்தைங்களும் என் மாமனார் வூட்டுக்குப் போயிட்டு ஒரு மாசமாவுது. காயிதமும் இல்ல. புத்தி சொல்லி கூப்பிட்டுணு வரணும். நீங்க பெரியவங்க, பிராமணங்க இல்லியா? ஒரு ஒபகாரம் பண்ணுங்க. என் ஊட்டுக்காரிக்குக் கொஞ்சம் புத்திகித்தி சொல்லுங்க. ஒங்க பேச்சக் கேப்பா. ஒரே நாள்லே நீங்க எனக்கு நெருங்கிய சிநேகிதமாயிட்டீங்க. இன்னொரு பேச்சு ஆசார்யரே! எங்கிட்ட இந்த சாடிகீடி சொல்ற வேலையெல்லாம் கெடையாது; நீங்க பத்மாவதி வீட்டுலே படுத்திருந்ததெ தாயிசத்தியமா நான் யாருக்கும் சொல்லமாட்டேன். நான்... அங்க கொரங்காட்டத்தப் பாத்துனு நின்னிருந்தேன்... நீங்க ஓடறதப் பாத்து சிரிப்பு வந்துடிச்சி. சாப்பிட்டுயிருக்கும் போதே அவசரமாயிடறது சகஜந்தானே? இருக்கலாம்னு சிரிச்சிட்டேன்.'

பிராணேஸாசார்யார் ஏரியில் இறங்கி கைகழுவிக்கொண்டார். மேலே கரைமீது முதுகைக் காட்டி நின்றிருந்த புட்டா கைகழுவிக் கொண்டு பக்கத்தில் வந்துநின்ற பிராணேஸாசார்யாரிடம் 'என்ன இவ்வளவு சீக்கிரமா?' என்றான்.

'ஒரு விஷயம் புட்டா.'

பிராணேஸாசார்யார் மேலே பார்த்தார். வெய்யில் காலத்து

நீண்ட மாலைநேரம். மேற்கில் செவ்வொளி சிதறிக் கிடந்தது. வெள்ளைநிறக் கொக்குகள் வரிசைவரிசையாகத் தமது கூட்டை நோக்கிப் பறந்துகொண்டிருந்தன. கீழே ஏரி ஓரத்தில் நாரை ஒன்று உறங்கி விழுந்துகொண்டிருந்தது. அக்ரஹாரத்தில் விளக்கேற்றி எத்தனை நாட்களாயிற்றோ? மாலையில் கொட்டகைக்கு வந்த பசுமாடுகளைக் கட்டி, கறந்து தெய்வத்திற்கு நெய்வேத்தியம் செய்து எவ்வளவு நாட்களாயிற்றோ?' கனவில் கரைந்துகொண்டிருக்கும் உலகத்தைப் போல மேற்கு மலைத்தொடரின் தெளிவான வடிவங்கள் மங்கிக்கொண்டிருந்தன. இந்த நேரத்துவண்ணம் அடுத்த கணத்திலேயே மறைந்துபோய், வானம் நிர்வாணமாகிக் கொண்டிருந்தது. அமாவாசை கழிந்திருக்க வேண்டும். இன்னும் சற்று நேரத்தில் நிலவின் ஒளிக்கதிர்கள் மலைமுகடுகளின், குன்று களின் நெற்றியின் மீது, முழுக்காட்டிற்குக் கவிழ்த்த வெள்ளிக் கிண்ணத்தின் விளிம்பு போல ஒளிரும். மலைகளின் இடையில் இருந்த கணவாய்களில், மௌனம் கனமாகக் கவிந்துகொண்டு விடும். இரவு அர்ச்சனை முடிந்து கொண்டிருந்ததால், ஏற்றி வைத்த தீப்பந்தங்கள் மங்கி திருவிழா ஆரவாரங்கள் குறைந்துகொண் டிருந்தன. மெல்லமெல்ல கூத்துக்காரர்களின் செண்ட மேளத்தின் ஒலி விறுவிறுப்போடு பரவிக்கொண்டிருந்தது.

'இப்போது புறப்பட்டுவிட்டால் நடு இரவுக்குள் அக்ரஹாரத்தில் சேர்ந்துவிடுவேன் – இந்த உலகத்திலிருந்து விலகிப் போனவனாக. பயந்து நிற்கும் பிராமணர்களின் பார்வையில், புத்தம்புது பிறவியைப் போல, பழைய வாழ்க்கையைத் துறந்து நின்று அவர்களின் நடுவில் இருந்த பழையவன், நடுஇரவில் புதியவனாய் விடுகின்றேன். ஒருகால், அவன் சடலத்தைச் சுற்றி தீ கொழுந்து விட்டு எரிந்தால் ஒரு ஆறுதல் கிடைக்கும். சொல்லும்போது, கழிவிரக்கத்தின் தாக்கமே இருக்கக்கூடாது. தான் பாவியாகி விட்டேன் என்னும் வருத்தம் இருக்கக்கூடாது. இல்லாவிட்டால், இருமைநிலை மாறாது. போராட்டம் ஓயாது. மஹாபலனைப் பார்க்க வேண்டும். 'நமது தீர்மானத்தினால் நாம் அடைகின்ற வடிவம் மட்டும் உறுதியாக நம்முடையதே' என்று அவனுக்குச் சொல்ல வேண்டும் என்பதாவது உண்மையா? அப்படியானால் உனக்கு இப்போது கடவுளின் சிந்தனைக்கூட தேவையே இல்லையா என்று கேட்க வேண்டும். 'லலித லவங்க லதா பரிஷீலன கோமல மலய சமீரே' – பிராணேஸாசார்யருக்குச் சொல்ல முடியாத துக்கம் பீறிட்டு வந்தது. அன்பு சுரந்தது. புட்டனின் முதுகின்மீது முதல் முறையாகக் கையை வைத்தார். இழுத்து நெருக்கினார். அவனின்

தோளைத் தட்டி, 'என்னமோ சொல்லத் தொடங்கினேனே' என்றார்.

'இல்ல சுவாமி, வழியிலே நீங்க கெடைச்சப்போ நீங்க பேசாம 'உம்'முனு வந்தத பாத்து, நீங்க நம்ம மாதிரி ஆளுங்களோடு சிநேகம் ஒண்ணும் வச்சிக்கிறவரா தெரியலையேன்னு நெனைச்சிக் கிட்டேன்' என்று புட்டா ஆசார்யார் தன் முதுகின்மீது கைபோட்டு இருப்பதால் உள்ளுக்குள் மகிழ்ந்துபோனவனாகச் சொன்னான்.

'பாரு புட்டா, நான் எதுக்காக அவசரத்துலே சாப்பாட்ட விட்டுட்டு வந்துட்டேன் தெரியுமா? இப்பவே ஒடனடியா நான் தூர்வாசபுரத்துக்குப் போயாகணும்.'

'ஓஹோ, அதெப்பிடி முடியும், சுவாமி? ஓங்க பத்மாவதி அங்கே பஞ்சுமெத்தையெல்லாம் விரிச்சு, ஊதுபத்தி கொளுத்தி, பூவச்சிகிட்டு காத்திருப்பாளே! ஓங்களக் கூட்டிட்டு வராம நான் எப்படி அவ மொகத்துலே முழிப்பேன்? எவ்வளவுதான் வேலைங்க இருக்கட்டும், அவசரம் இருக்கட்டும், இன்னைக்கி ராத்திரி தங்கியிருந்திட்டு காலையிலேதான் நீங்க போகணும். இப்போ பொறப்படுங்க என்னோட. எம்மேல ஆணையா சொல்றேன். உட்டேன்னுங்க' என்று புட்டா, பிராணேஸாசார்யரை இழுத்தான். பிராணேஸா சார்யருக்குப் பயமேற்பட்டது. தன்னுடைய முடிவிலிருந்து தான் கரைந்து மாறிப்போய்விடலாம் என்று தன்மேலேயே சந்தேகம் ஏற்பட்டது. இந்த புட்டாவிடமிருந்து தப்பித்துக்கொள்ள வேண்டும்.

'இல்ல புட்டா, கட்டாயம் அது முடியாது. உண்மையைச் சொல்லட்டுமா? ஓம்மனசுக்கு எதுக்கு வீணா கஷ்டத்தைக் கொடுக்கணும்னு சொல்லல' என்ன சொல்வதென்று ஒரு நொடி சிந்தித்து, ஒரு பொய்யைச் சொல்லிவிடுவதே நல்லது என்று சொன்னார். 'என் தம்பி தூர்வாசபுரத்துலே ரொம்ப மோசமா காய்ச்சல் வந்துட்டு படுத்த படுக்கையாக இருக்கிறான்னு சாப்பாட்டுக்கு ஒக்காந் திண்டிருக்கப்போ தெரிஞ்சது. இப்பவோ, அப்பவோன்னு அவன் இருக்கும்போது நான் எப்படி...!'

புட்டா பெருமூச்சுவிட்டு ஏமாற்றத்தினால், 'சரி அப்படின்னா' என்றான்.

பிராணேஸாசார்யார் புறப்படத் தயாரானவராக,

'அப்புறம் ஓன்னை எப்போ பார்க்கிறது? குந்தாபுரத்துக்குப் போறவழியிலே பத்மாவதியை வந்து பார்க்கிறேன்னு சொல்லு. அப்போ நான் பொறப்படட்டுமா?' என்றார். புட்டா, யோசித்த

வாறு நின்றவன், 'இந்த இருட்டுலே காட்டு வழியா ஓங்கள மட்டும் தனியா எப்பிடி அனுப்பறது? நானும் வந்துடறேன்' என்றான்.

பிராணேஸாசார்யார் என்ன பேசுவது என்று தெரியாமல் மலைத்து நின்றுவிட்டார். இனியும் இவனை எந்தத் தந்திரத்தினாலும் தன்னால் விலக்கிக்கொள்ளவோ, துரத்தவோ முடியாது. 'என்னால எதுக்கு வீணா ஒனக்கு தொந்தரவு... வேண்டாம்' என்றார். புட்டா மசியவில்லை.

'தொந்தரவும் இல்லே, தொல்லையும் இல்ல. தூர்வாச புரத்துலே எனக்கும் ஒரு வேல இருக்குது. பாரிஜாதபுரத்துலே என் ஒறம்பரையாருங்க இருக்கிறாங்க. நாரணப்பாவை ஓங்களுக்கு நல்லா தெரிஞ்சிருக்கணுமே. பாரிஜாதபுரத்துக்கு ஒருமுற போனப்போ, ஓங்களப் பாத்த மாதிரிதான் அவரையும் சந்திச்சேன்... இல்ல சுவாமிகளே... ஞாபகம் வந்தது நல்லதாப் போச்சி. ஊருக்கே தெரியுமே நாரணப்பா சொத்துங்க எல்லாம் எப்பிடி அழிஞ்சி போச்சுன்னு. பொடவை கட்டின ஒண்ணு அப்பிடி வந்தா போதும், வாயப் பொளந்துனு எல்லாத்தையும் மறந்துபோற ஆளு, அவரு. நான் சொல்றத, ஓங்களோடவே வச்சிக்குங்க, சுவாமிகளே.

அவரு ஒருவேள ஓங்களுக்குத் தெரிஞ்சவரா இருந்தா – பத்மாவதி ஓங்கள கூப்புட்டத மட்டும் தயவு செஞ்சி சொல்லிடாதீங்க. ஓங்ககிட்ட எதுக்கு மறைக்கணும்! நாரணப்பாவுக்கு நான் அறிமுகம் ஆனதுதான் தாமதம், என்னத்தொளச்சு எடுத்துட்டார். பத்மாவதிய பழக்கம் பண்ணிக் குடுன்னிட்டு. நான் அப்பிடி ஒண்ணும் மட்ட மானவன் இல்ல... இருந்தாலும் பிராமணன் ஒருத்தன் இப்படிக் கெஞ்சிக் கேக்கும்போது என்ன பண்றது? ஆனா, பத்மாவதிக்கு அவர் சொபாவமே கொஞ்சமும் புடிக்கலே, அவரு சுத்தக் குடிகாரனிட்டு, 'இனிமேல அவரை இங்க கூட்டினி வர வேண்டாம்'னிட்டா. எல்லாம் ஓங்களோடவே வச்சுக்குங்க, சுவாமிகளே! என்னமோ சொல்லவந்து பேச்சு எங்கெல்லாமோ போயிடிச்சி. ஓங்ககிட்ட சொன்னேன் இல்லியா, தீர்த்தஹள்ளிக்கு அப்பால தான் நம்ம கிராமம்னு. அங்க நாரணப்பாவுது ஒரு தோட்டம் இருக்குது. எல்லாம் நாசமாயி கட்டாந்தரையா யிட்டிருக்குது. வருஷக்கணக்கா அவருக்கு அதுலேருந்து குத்தகைன்னு ஒரு ஓத்தபாக்குகூட போனதில்லே. தெரிஞ்ச வராச்சே, எனுக்கு இல்லேன்னிடுவாரா, கேட்டுப் பாக்கலாம்னு ஒரு ஆசெ. 'தோட்டத்த குத்தகைக்கி குடுங்க. நெலச்சுநின்னு ஓங்களுக்கும் குத்தகன்னு ஏதோ ஒருவழி பண்ணிக்குடுக்கறேன்'னு கேட்டுப் பாக்கறது. அதனால தான் சொன்னேன் – ஓங்களுக்கும் இருட்டுல

வழித்தொணயா இருக்கும். எனுக்கும் ஒரு வேலை ஆன மாதிரி இருக்குமேன்னு.'

பிராணேஸாசார்யார் உள்ளுக்குள் தவித்துப்போனவராக, புட்டாவின் பேச்சைக் கேட்டுக்கொண்டிருந்தார். நாரணப்பா இறந்துவிட்டான் என்று சொல்லட்டுமா? என்னுடைய உண்மை யான பிரச்சினையைத் தெரிவித்துவிடலாமா? ஆனால், இவ்வளவு நல்ல மனதில் பிரளயத்தை உருவாக்க மனம்வரவில்லை. ஒருவேளை அவன் கூடவே வந்துவிட்டால் சொல்லாமல் இருப்பதும் சரியல்லவே, இப்படிச் சிந்தித்துக்கொண்டே இருந்த பிராணேஸா சார்யருக்குச் சட்டென்று புட்டா தன்னோடு இருந்தால் மேல் என்று தோன்றியது. தனியாக எப்படி அந்த பிராமணர்களையெல்லாம் சந்திப்பது? முதலில் நெருங்கிய நண்பனாகிவிட்ட புட்டாவிடம் சொல்லிப் பார்ப்பது. அவனது பார்வையில்தான் என்னவாகிறோம் என்று தெரிந்து கொள்வது – அதுவும் ஒரு நல்ல யோசனைதான். இப்போது வானம் முழுவதும் மேகங்கள் எதுவுமில்லாமல் துப்புரவாகத் தெரிந்தது. கோவிலில் சங்கு சேகண்டிகளை வாசிக்கும் ஒலி. வேகமாகப் போகவேண்டும். இங்கே நின்றுகொண்டிருந்தால் தன்னை அடையாளம் கண்டுகொண்ட அந்த பிராமணன் தேடிக் கொண்டு வந்துவிடலாம். 'போகலாம் அப்படியானால்' என்றார்.

அந்த நேரத்திற்குச் சரியாக அவர் போகும்வழிக்கு ஒரு வில்வண்டி வந்தது. 'கொஞ்சம் நில்லுங்கோ' என்று புட்டா ஆசார்யரை நிறுத்தினான். கையைக் குறுக்கே ஆட்டி வண்டியைத் தடுத்து நிறுத்தினான். வண்டியிலிருந்து பட்டுச் சரிகைச்சால்வை போர்த்திய பிராமணர் ஒருவர் தலையை நீட்டி 'என்ன' என்றார்.

'ஒங்க வண்டி ஏதாவது ஆகும்பே வழியா போகுமா?' என்று புட்டா கேட்டான்.

'உம்' என்றார் வண்டிக்குள்ளிருந்து சால்வை போர்த்தியவர்.

'ரெண்டு பேருக்கு எடம் இருக்குமா? தூர்வாசபுரத்துக்குப் போக வேண்டியவங்க நாங்க' என்றான் புட்டா.

'ஒருத்தருக்குதான் இடமிருக்கு.'

புட்டா பிராணேஸாசார்யரின் கையைப் பிடித்து, 'நீங்க போங்க, ஆச்சார்யரே' என்றான். 'வேண்டாம் இரண்டு பேரும் ஒண்ணா நடந்து போகலாம்' என்றார் ஆசார்யார்.

'சே, சே... அவ்வளவுதூரம் நடந்து கஷ்டப்படறது வேணாம். நீங்க போங்க, நாளைக்கு வந்து பாக்கறேன்' என்றான் புட்டா. சால்வை போர்த்தியவர் அவசரப்படுத்தினார். 'என்ன சொல்றேள்

அப்போ? வர்றேளா? நாங்க தூர்வாசபுரத்த நெருங்கினாப் போல ஒரு ரெண்டு மைலுக்கு முன்னாடியே திரும்பிடுவோம். ஒருத்தர் வேணுமுன்னா வாங்கோ. சீக்கிரமா ஏறுங்கோ.'

புட்டா பிராணேஸாசார்யரை வலுக்கட்டாயமாகத் தள்ளினான். பிராணேஸாசார்யார் வேறுவழியில்லாமல் வண்டியில் ஏறி உள்ளே உட்கார்ந்தார். வண்டி புறப்பட்டது.

'நாளைக்கு ஓங்கள வந்து பாக்கறேன்' என்றான் புட்டா. 'ஆகட்டும்' என்றார் பிராணேஸாசார்யார்.

ஆயிற்று. இன்னும் நான்கைந்து மணிநேரப் பயணம். பிறகு? இப்போது வானத்தில் நட்சத்திரங்கள். பிறைநிலா. நிலையாக நின்ற சப்தரிஷி மண்டலம். இருந்தாற் போலிருந்து செண்ட மேளத்தின் சப்தம். அங்கொன்றும் இங்கொன்றுமாகக் கொள்ளிவாய் நெருப்பு. மேடேறும் எருதுகளின் புசுபுசு மூச்சு. கழுத்துச் சலங்கையின் ஒலி. நான்கைந்து மணிநேரப் பயணம்.

பிராணேஸாசார்யார் எதிர்பார்ப்போடும் ஆவலோடும் காத்திருந்தார்.

೮೦೦೩

குறிப்புகள்

படித்துவிட்டீர்களா?

யு. ஆர். அனந்தமூர்த்தி
எழுதிய மற்றுமொரு நாவல்

அவஸ்தை

தமிழில்: தமிழவன்

பக்கம்: *248*, விலை: ₹ 220

ISBN: 978 81 7720 147 5